படக்காரன் சொன்ன கருட புராணம்
(தென்குமரிச் செய்திகள்)

அ.கா.பெருமாள்

நியூ செஞ்சுரி புக் ஹவுஸ் (பி) லிட்.,
41-பி, சிட்கோ இண்டஸ்டிரியல் எஸ்டேட்,
அம்பத்தூர், சென்னை - 600 050.
☎: 044 - 26251968, 26258410, 48601884

Language: Tamil
Padakkaran Sonna Garuda Puranam
(Thenkumari Seithigal)
Author: A.K.Perumal
First Edition: December, 2023
Copyright: Author
No.of Pages: 224
Publisher:
New Century Book House Pvt. Ltd.,
41-B, SIDCO Industrial Estate,
Ambattur, Chennai - 600 050.
Tamilnadu State, India.
Email: info@ncbh.in
Online: www.ncbhpublisher.in

ISBN: 978 - 81 - 9636 - 752 - 7

Code No. A4938

₹ 280/-

Branches

Ambattur 044 - 26359906 **Spenzer Plaza (Chennai)** 044-28490027 **Trichy** 0431-2700885 **Pudukkottai** 04322- 227773 **Thanjavur** 04362-231371 **Tirunelveli** 0462-4210990, 2323990 **Madurai** 0452-2344106, 4374106 **Dindigul** 0451-2432172 **Coimbatore** 0422-2380554 **Erode** 0424-2256667 **Salem** 0427-2450817 **Hosur** 04344-245726 **Krishnagiri** 04343-234387 **Ooty** 0423-2441743 **Vellore** 0416-2234495 **Villupuram** 04146-227800 **Pondicherry** 0413-2280101 **Nagercoil** 04652-234990

படக்காரன் சொன்ன கருட புராணம்

(தென்குமரிச் செய்திகள்)

ஆசிரியர்: அ.கா.பெருமாள்

முதல் பதிப்பு: டிசம்பர், 2023

அச்சிட்டோர்: **பாவை பிரிண்டர்ஸ் (பி) லிட்.,**
16 (142), ஜானி ஜான் கான் சாலை, இராயப்பேட்டை, சென்னை - 14
☎: 044-28482441

All rights reserved. No part of this book may be reprinted or reproduced or utilised in any form or by any electronic, mechanical, or other means, now known or hereafter invented, including photocopying and recording, or in any information storage or retrieval system, without permission in writing from the publishers.

என் பி.எச்.டி ஆய்வு வழிகாட்டி
பேரா. முனைவர். வே.சிதம்பரநாதன்
அவர்களுக்கு
நன்றியுடன் இந்நூலை
சமர்ப்பிக்கிறேன்.

பொருளடக்கம்

முகவுரை 7

அனுபவம்/வழக்காறு

1. குமரிக்கு வருவதை நிறுத்திய யாசகர்கள் 11
2. படக்காரன் சொன்ன கருடபுராணம் 25
3. ராஜகேசவதாசும் நம்பி நாராயணனும் 33
4. குதிரைக்காரனுக்குப் பாவம் சேரும் 38
5. கள்ளி நற் குழலாள் மூத்தாள் கணவனைக் கருதிப்பாராள் 45
6. அஞ்சலோட்டம் அவருக்கேயாச்சு! 51
7. ஓட்டன் 58
8. சாதி விலக்கும் தண்டனையும் 62
9. பிள்ளையைக் கொன்ற பாட்டு 67
10. சீதம்மாவும் மாலைக்குட்டியும் 72

வரலாறு/சமூகம்

11. தென்குமரியில் செப்பேடுகள் 77
12. தென்குமரியில் ஏற்பட்ட எழிற்சி 92
13. இவர்களுக்கு மரியாதை இருந்தது 99
14. சி.பி. ராமசாமி அய்யரும் சிம்சனின் ஜீப்பும் 106
15. அருவியின் உள்ளே ஒரு குகை 114
16. கொல்ல வருஷம் (மலையாள ஆண்டு) 118
17. அரசர்களில் இசைக்கலைஞன் 125
18. நாகர்கோவிலுக்கு வந்த நோபல் பரிசு பெற்ற கவிஞர் 133
19. தென்குமரியில் முதல் கல்வெட்டு 137
20. சுசீந்திரம் ஊர் திருவாவடுதுறை ஆதீனச்செப்பேடு 139
21. கொடிக்காலும் கொண்டிச்சாமியும் 146
22. குமரிக்கு வந்த மகாத்மா 151
23. நாஞ்சில் நாட்டில் நம்பூதிரிகளுக்குச் சோதனை 158

வழிபாடு - நாட்டார் தெய்வம்

24. தெக்கன் திருவிதாங்கூரில் இந்திரன் — 177
25. கன்னியாகுமரி மாவட்டம் நாட்டார் தெய்வங்களும் வழிபாடும் — 182
26. மருதமரத்தில் யட்சிகள் — 185
27. விஷ்ணுவுக்குப் படியளக்கும் சுடலைமாடன் — 189
28. முப்பந்தல் கோவில் — 199
29. நாட்டார் மரபில் விஷ்ணுவிற்கும் உரிமை உண்டு — 205

முகவுரை

'தென்குமரிச் செய்திகள்' என்னும் தலைப்பில் உள்ள நூலில் 29 கட்டுரைகள் உள்ளன. இவற்றில் முதல் பத்து கட்டுரைகள் அனுபவம், வழக்காறு தொடர்பானவை. அடுத்து வரும் 14 கட்டுரைகள் (11 முதல் 23 வரை) வரலாறு, சமூகம் தொடர்பானவை. இறுதி 6 கட்டுரைகள் (24 முதல் 29 வரை) வழிபாடு, நாட்டார் தெய்வம் தொடர்பானவை.

இந்தக் கட்டுரைகளில் ஒன்பது கட்டுரைகள் உங்கள் நூலகம் மாத இதழிலும், ஐந்து கட்டுரைகள் காக்கைச் சிறகினிலே இதழிலும் பிற கட்டுரைகளில் மூன்று நெய்தல், மானுடம், இந்திரன் கோட்டம் ஆகிய இதழ்களிலும் வந்தவை. ஏனைய 14 கட்டுரைகள் இந்நூலுக்காக எழுதப்பட்டவை.

இந்தக் கட்டுரைகள் எல்லாமே கன்னியாகுமரி மாவட்டம் தொடர்பானவை. முக்கியமாக நாட்டார் வழக்காற்றுச் செய்திகள் எல்லா கட்டுரைகளிலும் இழையோடுகின்றன.

இந்தக் கட்டுரைகளை வெளியிட்ட உங்கள் நூலகம், காக்கைச் சிறகினிலே, மானுடம், நெய்தல், இந்திரன் கோட்டம் இதழ்களின் ஆசிரியர்களுக்கு நன்றி. பேரா. தெ.வே.ஜெகதீசன் நூலாக்கத்துக்கு உதவிய பதிப்பகத்துறை பொது மேலாளர் திரு. சண்முகம் சரவணன், இப்படி ஒரு தொகுப்பைக் கொண்டு வர வேண்டும் என்று தூண்டிய என்.சி.பி.எச் மதுரை மண்டல மேலாளர் கிருஷ்ணமூர்த்தி, நாகர்கோவில் என்.சி.பி.எச் மேலாளர் தனசேகரன், கல்வெட்டியல் அறிஞர் செந்தீ நடராசன் ஆகியோருக்கும் இந்நூலை நல்ல முறையில் வெளியிடும் நியூ செஞ்சுரி புத்தக வெளியீட்டாளர்களுக்கும் நன்றி.

– அ.கா.பெருமாள்

அனுபவம்/வழக்காறு

1. குமரிக்கு வருவதை நிறுத்திய யாசகர்கள்

தமிழகத்தின் பிற மாவட்டங்களை ஒப்பிடுகின்றபோது நாட்டார் வழக்காற்று மரபுகள் தாமாகச் சரிந்து, பழமையை இழந்துவரும் பகுதிகளில் கன்னியாகுமரி மாவட்டம் முதலிடத்தில் நிற்கிறது. இதற்கு அடிப்படையான காரணங்கள் சிலவற்றை ஊகிக்கலாம்.

இந்த மாவட்டம் 1684 சதுர கிலோமீட்டர் பரப்பை உடையது. இங்கு மலைகளும் சமூகக் காடுகளும் அதிகம். மக்கள் வாழிடங்களின் நெருக்கமும் அதிகம். பெரும்பாலான கிராமங்கள் நகரத்தாக்கம் உடையவை. படித்தவர்களின் எண்ணிக்கை அதிகம் உடைய மாவட்டம். இந்துக்கள் அல்லாதோரின் எண்ணிக்கையும் இங்கு அதிகம்.

இந்த மாவட்டம் 1956ஆம் ஆண்டு வரை கேரளத்தின் ஒரு பகுதியாக இருந்தது. இங்கே சமயத்திலும் சமூகத்திலும் பெரும் மாற்றங்கள் நிகழ்ந்திருக்கின்றன. அடிமை ஒழிப்பு (1853), மேலாடைக் கலகம் (1859), கோவில்களை அரசு கையகப்படுத்தியது (1810), கோவில்களில் எல்லா ஜாதியினருக்கும் நுழையும் உரிமை (1936), கோவில் தேவதாசி முறை ஒழிப்பு (1930) எனப் பலவற்றைச் சொல்லிக்கொண்டு போகலாம்.

இந்த மாவட்டத்தில் ஆங்கிலக் கல்விமுறையும் அலோபதி மருத்துவமும் தமிழ்வழி அறிவியல் நூல்கள் அச்சானதும் 19 ஆம் நூற்றாண்டு ஆரம்பத்திலேயே நிகழ்ந்துவிட்டன. இவை போன்ற சமூக மாற்றங்கள் இந்த மாவட்டத்தின் நாட்டார் வழக்காற்றியல் நிகழ்வுகளைப் பாதித்திருக்கின்றன.

இந்த மாவட்டத்தில் அய்யா வைகுண்டர், ஸ்ரீ நாராயண குரு ஆகிய இரு ஞானிகளும் மக்களிடம் செய்த பிரச்சாரம், விழிப்புணர்வை உண்டாக்கியிருக்கிறது. நாராயண குரு, நாகர்கோவிலின் ஒரு பகுதியாகிய கோட்டாற்றில் வாழும் ஈழுவ சமுதாய மக்களின் வாழ்க்கைவட்ட சடங்குகளில் பெரும் மாற்றத்தைக் கொண்டு வந்திருக்கிறார்.

கோட்டாறு மக்களிடம் வழக்கில் இருந்த நாட்டார் தெய்வ வழிபாட்டு மரபை ஒழிப்பதில் நாராயணகுரு தீவிரமாக இருந்திருக்கிறார். நாட்டார் தெய்வ உருவங்களைக் குருவே முன் நின்று உடைத்திருக்கிறார். இவை தொடர்பான சடங்குகளை நிகழ்த்த வேண்டாம் என்று சொல்லி இருக்கிறார். பேய் நம்பிக்கையை உடைத்திருக்கிறார். இதன் காரணமாக நாட்டார் தெய்வ வழிபாடு

நாட்டார் கலைகள், வழக்காறுகள் ஆகியன இச்சமூகத்தில் மறைய ஆரம்பித்துவிட்டன.

அய்யா வைகுண்டர், நாட்டார் தெய்வ வழிபாட்டைத் தீவிரமாகக் கொண்டிருந்த நாடார் மக்களின் ஒரு பிரிவினரிடம் விழிப்புணர்வை ஏற்படுத்தினார். இதன் காரணமாக அய்யாவழி (அய்யா வைகுண்டரைப் பின்பற்றியவர்கள்) மக்களிடம் நாட்டார் தெய்வ வழிபாடு மறையவேண்டிய சூழ்நிலை உருவானது. இதனால் இவ்வழிபாடு தொடர்பான சடங்குகளும் கலைகளும் அழியத் தொடங்கின.

இப்படியாக இந்த மாவட்டத்தில் மறைந்துபோன வழக்காறுகளைப் பின்வருமாறு வகைப்படுத்தலாம்.

நாட்டார் கலைகள்
சுவரோவியம்
ஓலைச்சுவடிகளில் ஓவியம்
தாள்களில் ஓவியம்
துணிகளில் ஓவியம்
துணிகளில் வரையப்பட்ட ஆவணம்
வழக்காற்றில் புழங்கிய சொற்கள்
புழங்கு பொருட்களும் பண்பாடும்
மருத்துவமும் உணவுப் பழக்கமும்
வாய்மொழிப் பாடல்கள்
மரபு சார்ந்த தொழில்நுட்பங்கள்
நாட்டார் வழிபாடுகள், சடங்குகள்
யாசகராக வந்த கலைஞர்கள்
நாட்டார் விழுமியங்கள்

ஆகியன.

இந்தக் காரணங்களில் இந்த மாவட்டத்திற்கு வந்த யாசகர்களான புலம்பெயர் மக்கள் இங்கே வராமல் இருந்ததற்கு உரிய சூழ்நிலை எழுபதுகளில்தான் உருவானது. இங்கே வந்த யாசகர் பற்றி பார்ப்போம்.

படக்காரன் என்பவரை நாஞ்சில் நாட்டினர் காவடிப் பண்டாரம் என்று அழைத்திருக்கிறார்கள். படக்காரன் என்ற பண்டாரம் தமிழைத் தாய்மொழியாகக் கொண்ட பண்டாரம் ஜாதியினரின் உட்பிரிவினர் ஆவர். பெரும்பாலும் நாடோடியாகவே வாழ்ந்தனர். இவர்களில் சிலர் முருகன் கோவில்களில் காவடி எடுக்கும் சடங்குகளில் பங்குகொண்டு சன்மானம் பெற்றிருக்கின்றனர்.

இந்தப் பண்டாரங்களில் பெரும்பாலோர் தென் மாவட்டங்களில் காவடி எடுத்துக்கொண்டு நாடோடிகளாய் சுற்றியலைந்து யாசகம்

பெற்று வாழ்ந்திருக்கின்றனர். இவர்களில் பெண்கள் என்ன தொழில் செய்கிறார்கள் என்பது பற்றிய தகவல்களைச் சேகரிக்க முடியவில்லை.

படக்காரன் ஆகிய இந்த காவடிப் பண்டாரம் தோளில் பெரிய காவடி வைத்திருப்பார்; காவி வேட்டி மட்டும் உடுத்திருப்பார். படக்காரரின் காவடி பார்ப்பதற்குப் பிரம்மாண்டமாய் எடை கூடியதாய் தோன்றினாலும் அதை எளிதாகத் தூக்க முடியும். படக்காரன் அதை லாகவமாக இடது தோளில் வைத்திருப்பார்.

காவடியின் உள்ளேயும் வெளியேயும், ஓலை அல்லது துணியில் வரையப்பட்ட ஓவியங்கள் இருக்கும். இந்த ஓவியங்கள் இயற்கையாகக் கிடைத்த பொருட்களாலும் மூலிகைச் சாயங்களாலும் வரையப்பட்டவை. ஒவ்வொரு படத்தின் கீழும் ஒரு தலைப்பு இருக்கும். எல்லா படங்களும் நரகத்தின் காட்சிகள்தாம். அதர்மம் செய்பவர் நரகத்தில் படும் அவலக் காட்சிகளே படத்தின் மையம்.

படக்காரன், ஊரின் முச்சந்தியிலும் சந்தையிலும் மக்கள் கூடுகின்ற இடங்களிலும் காவடியைச் சுமந்துகொண்டு நின்று பாடுவார். இவர் பாடுவதைக் கேட்க என்றே கூட்டம் கூடிவிடும். பெரும்பாலும் வயதானவர்கள் இவரது பாட்டைக் கேட்க வருவார்கள்; பொறுமையாக நின்று கேட்பார்கள்.

காவடிக்காரர், சித்தர் பாடல்களையும் குறிப்பாக பாம்பாட்டி சித்தர், சிவவாக்கியர் பாடல்களையும் ராகத்தோடு பாடுவார். சித்திர புத்திர நாயனார் அம்மானை நூலில் பின்னிணைப்பாகக் கொடுக்கப் பட்டிருக்கும் அமராவதி செட்டியின் கதைப் பாடலிலிருந்து சில வரிகளைப் பாடுவார்.

கிங்கிலியர் அமராவதிச் செட்டிச்சியைச் செக்கிலில் இட்டு துன்புறுத்தும் காட்சியைத் திரும்பத்திரும்ப பாடுவார். இடையிடையே சில வாய்மொழிப் பாடல்களையும் பாடுவார். "காயமே இது பொய்யடா; காற்றடைத்த பையடா. மாயனார் குயவன் செய்த மண்ணு பாண்டம் ஓடடா." என்னும் பாடலை பலமுறை பாடுவார், இவர் பாடும் பாடல்கள் வாழ்க்கை நிலையாமை, நரகம் பற்றிப் பேசுவதாக இருக்கும்.

படக்காரர் காவடியுடன் தெருவில் பாடிச் செல்லும்போது யாரிடமும் யாசிக்க மாட்டார். ஒரு தெருவில் பாடி முடித்துவிட்டு அடுத்த தெருவின் முனையின் ஆரம்பத்தில் நின்று பாடுவார். சூரியன் உச்சிக்கு வருவதற்கு முன்பே தன் பாட்டை நிறுத்திவிடுவார். தான் வசிக்கும் இடத்திற்குக் காவடியுடன் போய்விடுவார். பொழுது சாய்ந்ததும் யாசகத்துக்கு வருவார்.

காவடிக்காரர் யாசகத்துக்காக வீடுகளுக்கு வரும்போது காவடியைத் தூக்க மாட்டார். அப்போது அவரது கையில் சிறிய கோணிப்பை இருக்கும். யாசகப் பொருள்களை அதில் வாங்கிக் கொள்வார். அவர் யாசகமாகப் பெறுவது அரிசியும் தேங்காயும்தான். சில சமயம் நாட்டுக் காய்கறிகளும் பழங்களும் கிடைக்கும். அபூர்வமாக சிலர் காசு கொடுப்பார்கள்.

பண்டாரம் சுத்த சைவம்; அவரே சமைப்பார். சமைத்த உணவை யாசகமாக வாங்கவே மாட்டார். கொடுப்பதும் இல்லை. இவர் பிராமணர் வீதிகளுக்கு யாசிக்கச் செல்ல மாட்டார். பகலில் தான் பாடிய வீதிகளில் மட்டும்தான் யாசிப்பார்; பிற வீதிகளுக்கு அவர் செல்வதில்லை.

நாஞ்சில் நாட்டு கிராமங்களுக்கு ஒரு வருஷத்திற்கு இரண்டு அல்லது மூன்று முறைதான் காவடிக்காரர் வருவார். ஒருவர் செல்லும் கிராமத்துக்கு இன்னொரு காவடிக்காரர் போக மாட்டார். சில சமயம் நான்காம் முறையும் வரலாம். கன்னிப்பூ, கும்பப் பூ என்னும் பயிர் விளைச்சல் காலங்களில் வரும் யாசகர்களைப் போன்றவர் அல்லர் இவர். காவடிக்காரர் வருவதற்கு பருவகாலம் கிடையாது.

ஒரு ஊரில் 7 முதல் 10 நாட்கள் வரை படக்காரர் தங்குவார். ஊரில் உள்ள பாழடைந்த மண்டபம், பொது மண்டபம், சத்திரம் என ஏதாவது ஒரு இடத்தைத் தேர்ந்தெடுத்துக்கொள்வார். இந்த இடத்தில் சாதம் சமைப்பதற்குரிய வசதிகளை அவரே செய்துகொள்ளுவார். ஊர் எல்லையில் உள்ள நாட்டார் தெய்வக் கோவிலிலும் அவர் தங்குவதற்கு யாரும் மறுப்புச் சொல்ல மாட்டார்கள்.

படக்காரர் இரவு சாப்பாட்டை முடித்துவிட்டு எட்டு அல்லது ஒன்பது மணிக்கு ஊர் கோவிலின் முன் வாசலுக்கு வருவார். அப்போது வயதானவர்கள் ஊர் கோவிலின் வாசலிலே கூடி இருப்பார்கள்.

படக்காரர் தன் பயண அனுபவத்தைக் கதையாகச் சொல்வார். அவர் நல்ல கதைசொல்லி. முக்கியமாகத் தான் சென்ற ஊரில் நடந்த கோவில் விழா, கொடைவிழா, இறப்பு பிறப்பு செய்திகள், இயற்கை அழிவு, பயிர் விளைச்சல், பயிரைத் தாக்கிய நோய் எனப் பல விஷயங்களைச் சொல்லுவார்.

படக்காரர் தன் பயண அனுபவத்தைச் சொல்லும்போது கருடபுராணக் கதையைக் கலந்தே சொல்லுவார். அந்த ஊர் பெரியவர்கள் தங்கள் ஊரில் நடந்த விஷயத்தைச் சொல்லுவார்கள். இப்படியாக இவர்களின் சம்பாஷணை இரவு 11 மணி வரை நீண்டு போகும். இந்தச் சமயங்களில் ஊர் மக்கள் இவரை யாசகரைப் போல் நடத்த மாட்டார்கள். அவரும் தன்னை அன்னியராக நினைத்து உரையாட மாட்டார்.

படக்காரர் தன் அடுத்த பயணத்தைப் பற்றி பேசுவார். அப்போது ஊர் மக்களில் சிலர், அவர் செல்ல இருக்கும் ஊரில் உள்ள தங்கள் உறவினர்களைக் கேட்டதாகச் சொல்லுங்கள் என்பார்கள். தங்கள் ஊரில் நடந்த நிகழ்ச்சிகளைப் பற்றியும் சொல்லுமாறு வேண்டிக் கொள்வார்கள்.

படக்காரரின் வரவு நாஞ்சில் நாட்டில் இருபதாம் நூற்றாண்டின் ஆரம்பத்தில் நின்றுவிட்டது. முக்கியமாக படக்காரரை வரவேற்று ஆதரவு கொடுத்தவர்கள் மறைந்த பின்னர் அவர்களின் வரவு நின்றுவிட்டது. கே.என். சிவராஜ பிள்ளை என்னும் தமிழறிஞர் தன் சமகாலத்தில் கண்ட படக்காரனை.

பாதகம் செய்வார் பின் படும் பாட்டின் பாவனையை
சாதகமாய் ஓர் படத்தில் தாதித்து -காதகரை
செக்கில் இட்டு ஆட்டி சுடர் செங்கழுகில் மாட்டி தீ
வக்கிலிட வைப்பான் மதித்து

என்று கூறுகிறார் (நாஞ்சில் வெண்பா 1935).

இராப்பாடி *என்பவர், நாஞ்சில் நாட்டின் கன்னிப்பூ, கும்ப பூ அறுவடை காலங்களில் கிராமங்களுக்கு வருவார். இரவு 12 - முதல் 3 மணிக்குள் வரும் யாசகர் இவர். ராப்பாடியை யாசகர் என்று சொல்வது சரியல்ல, ஊரில் உள்ளவர்களையும் உழவுத்தொழிலையும் வாழ்த்தி வெகுமதி பெறுகின்ற பாடகர்கள் அல்லது பாணர்கள் என்று இவரைச் சொல்லலாம். உழவர்களுக்கும் இவருக்கும் உள்ள உறவே இதுதான்.*

இராப்பாடி கருப்பு நிற அங்கி அணிந்திருப்பார். தலையில் கோமாளியின் கருப்புத் தொப்பி இருக்கும் அதன் உச்சி வளைந்து இருக்கும். கையில் சிற்றுடுக்கு வைத்திருப்பார். அதை அடித்துக் கொண்டு உச்ச ஸ்தாயியில் பாடுவார். பாட்டின் மையம் நாஞ்சில் நாட்டு நெல் வகைகள் பற்றியதாக இருக்கும்.

நாஞ்சில் நாட்டு நெல் வகைகளின் பெயர்களை ஒரே மூச்சில் பாடுவார். நெல் வகைகளின் பெருமை, அடுத்த பூவில் பெய்யப் போகும் மழையின் செழிப்பு, நீராதாரம் போன்றவற்றையும் பாடுவார்.

இராப்பாடிக்குத் துணையாக ஒருவர் வருவார், அவர் கையில் அரிக்கன் லாம்பு விளக்கும் (மண்ணெண்ணெய் விளக்கு) கோணிப்பையும் இருக்கும். ராப்பாடி ஒரு சந்தில் நின்று பாடி முடித்துவிட்டு அடுத்த வீட்டுக்குப் போகும்போது, துணையாக வந்தவர், 'ராப்பாடிக்குப் படி போடுங்கோ ராப்பாடிக்குப் படி போடுங்கோ', என்று கேட்டுக்கொண்டே வருவார்.

ராப்பாடியின் பாட்டு தூரத்தில் கேட்க ஆரம்பித்ததும் வீட்டில் இருக்கும் வயதில் மூத்தபெண் அவருக்குப் படி கொடுக்க ஆயத்தமாகி

விடுவார். முறத்தில் நெல்லும் கரித்துண்டும் வைத்து உறங்கிக் கொண்டிருக்கும் குழந்தையின் தலையைத் திருஷ்டி கழிய சுற்றுவார். பின், முறத்தைக் கணவன் அல்லது மூத்தவரின் கையிலேயே கொடுப்பார். அவர் வீட்டு வெளித் திண்ணையில் முறத்தை வைத்து விட்டு வாசல் கதவை அடைத்துவிடுவார்.

இந்த நேரத்தில் ராப்பாடிக்குத் துணையாக வருபவர் முறத்தில் உள்ள நெல்லை கோணிப்பையில் கொட்டுவார். ராப்பாடியைப் பெண்கள் பார்க்கக்கூடாது என்பது நம்பிக்கை. இதற்குக் கல்வெட்டிலும்கூட ஒரு சான்று உண்டு. சில சமயம் வயதானவர்கள் ராப்பாடியுடன் உரையாடவும் செய்வர். அது பெரும்பாலும் உழவுத்தொழில் தொடர்பான பேச்சாக இருக்கும். நான் 80-களில் சந்தித்த ராப்பாடி பாடிய பாடல்கள் சிலவற்றைப் பதிவுசெய்தேன்.

முத்துமுத்துச் சம்பா குடு மல்லிகை சம்பா
மல்லிகை சம்பா மணமுள்ள சம்பா
சிறு நெல்லி சம்பா சீரகச் சம்பா
கோணச் சம்பா இரணியல் சம்பா

என்று அடுக்கிக்கொண்டே போனார் அவர். முப்பத்திமூன்று சம்பா நெல் வகைகளைப் பட்டியலிட்டார். அதோடு குறுவா வகையில் 11, முண்டான் வகை 6, பிற 41 என 91 நெல் வகைகளைப் பாடினார். நானே இதைப் பட்டியலிட்டேன்.

இராப்பாடி, நெற்பயிரைப் பாதிக்கும் பூச்சி வகைகள், வெட்டுக்கிளி வகைகள் ஆகியவற்றையும் பட்டியலிடுவார். செம்பனோய், அன்னத்துப்பூச்சி நோய், குருத்து நோய் என பயிர்களை அழிக்கும் நோய்களைப் பட்டியல் இடுவார். ஜோதிடரைப் போல இந்த நோய் வர வாய்ப்புண்டு என்றும் கூறுவார். அதோடு, மழை பெய்யும் வாய்ப்பு எப்போது வரும் என்பது பற்றியும் பாடுவார், இராப்பாடி பற்றி கே என் சிவராஜ பிள்ளை.

ஓடிக் கழுது ஒளிக்குமே இருள் தன்னில் இராப்
பாடி வந்து செல்ல பல குறிகள்-நாடியுளம்
தேங்குவார் ஆங்கனாத் தேனார் எழுந்து பின்
வாங்குவார் சொல்லி இசையால் வைத்து

என்று கூறுகிறார்.

சித்தோசி அல்லது சித்தூசி என்று அழைக்கப்பட்ட யாசகர், எண்பதுகளில்கூட நாஞ்சில் மண்ணுக்கு வந்திருக்கிறார். இவரும் வயல் அறுவடைக் காலங்களில் வரும் யாசகர். சுமார் நாலு கிலோ எடையுள்ள வெங்கல மணியைக் கையில் தூக்கிக்கொண்டே யாசகத்துக்கு வரும் இவர், நாஞ்சில் நாட்டில் மட்டும் சித்தோசி எனப்படுகிறார்.

தமிழகத்தில் இந்த யாசகரைக் கண்ட சங்கம் ஆண்டி, நாழி மணிக்காரர், பண்டாரம், மணியாட்டிக்காரர் என்றெல்லாம் அழைக்கின்றனர். கே.என்.சிவராஜ் பிள்ளை தன் நாஞ்சில் வெண்பா என்ற நூலில் இவரை

நீண்ட உடை தரித்து நெற்றி பிறை சூடி
பூண்ட ஒரு சங்கம் பொம்பாமென-யாண்டுமெழு
பித்தோசை தந்த பெருமணியால் நெல் பெறுவீர்
சித்தூசியால் திறன்

என்று விவரிக்கிறார்.

சித்தோசி, நீண்ட வெள்ளை அங்கியை அணிந்து இருப்பார். இது மடிப்பு வைத்து தைக்கப்பட்டது. தலையில் காவி அல்லது வெள்ளை நிற தலைப்பாகை கட்டியிருப்பார். அதில் வெங்கலத்தாலான சூரியன், சந்திரன் உருவம் பொருத்தப்பட்டிருக்கும். அதன்மேல் மயிலிறகு, கையில் நான்கு கிலோ எடையுள்ள வெண்கலமணி, இன்னொரு கையில் நீண்ட கம்பு, தோளில் ஜோல்னா பை, எண்பதுகளில் நாஞ்சில் நாட்டுக்கு வந்த சித்தூசியின் கோலம் இது.

இவர், ஒரு வீட்டின் முன் வாசலில் நின்று பாடுவார். அரகரா அரகரா என்று சொல்லிவிட்டு மணியை அடிப்பார். பின்பு முருகன் அல்லது சிவனைப் பற்றிய பாடலைப் பாடுவார். மறுபடியும் மணியை அடிப்பார். பின் மணியை வாய்ப்பகுதி மேலிருக்கும்படி நிமிர்த்திக் காட்டுவார். வீட்டு எஜமானி அந்த மணியின் வாய்நிறைய நெல்லைப் போடுவார். அவர் அந்த நெல்லைத் தன் தோள் பையில் தட்டிவிட்டு பாட ஆரம்பிப்பார்.

மணி நிறைய போடம்மா உன் குடி வரை வாழ்த்த வேணும்
பட்டி பெருக வேண்டும் பால்பானை பெருகவேண்டும்
வாழ்த்துவது சிவனடியான் வரம் தருவார் சொக்கநாதர்

என்று வாழ்த்துவார்.

பின்னர் மணியை ஒருமுறை அடித்துவிட்டு தன் கையிலுள்ள கம்பால் மணியைச் சுற்றுவார். அப்போது சுருதிப் பெட்டியை இசைத்தது மாதிரி ரீங்காரம் கேட்கும். இதைக் கேட்க என் சிறுவயதில் சித்தோசியின் பின்னே போயிருக்கிறேன். சித்தோசி அந்த வீட்டிற்கு வந்ததன் அடையாளமாகக் காவி குச்சியால் வீட்டு முன்பக்க சுவரில் தன் கையொப்பத்தை இடுவார். பின் அடுத்த வீட்டுக்குச் சென்று விடுவார்.

பயிர் அறுவடைக் காலத்தில் சித்தோசியுடன் வருபவர் சிலர் தாங்கள் பாடும் பாட்டில் நெல் வகைகளைக் கூறுவர். பயிர் தழைக்க வாழ்த்துவர். இவர்களின் தாய்மொழி தெலுங்கு. தமிழகத்தில்

தெலுங்கைத் தாய்மொழியாகக் கொண்டவர்கள் இவர்களைப் பதறு பாஷை பேசுபவர் என்று கூறுகின்றனர். தற்சமயம் இவர்கள் தங்களைத் தமிழர்களாகவே சொல்லிக்கொள்ளுகின்றனர். தெலுங்கு பேசுகின்ற வர்கள் என்னும் அடையாளத்தை வெளிப்படுத்துவதில்லை.

இவர்களுக்கும் நெல்லுக்கும் உள்ள உறவு பற்றிய கதைகள் நிறைய உண்டு. ஒரு சமயம் சிவபெருமானைச் சனி பகவான் பிடித்துச் கொண்டான். அதனால் அவர் ஏழரை ஆண்டுகள் மணி அடித்து யாசகம் எடுத்தாராம். சனி விலகியதும் தன் கையில் இருந்த மணியைச் சித்தோசிகளுக்குக் கொடுத்துவிட்டாராம். அந்த வம்சாவளியினர் இவர்கள் என்ற ஒரு கதையுண்டு.

இந்த ஜாதியினரில் பெருமளவினர் திண்டுக்கல் பகுதியில் வாழ்கின்றனர். இப்போது இவர்களில் பலர் யாசிக்கச் செல்வதில்லை. பல்வேறு தொழில்களைச் செய்கின்றனர்.

கல்லுள்ளி மொங்கன் என்பவனும் நாஞ்சில் நாட்டுக்கு வந்த யாசகரில் ஒருவர். இவர் அறுவடைக் காலத்தில் வருவதில்லை. இவர் வருவதற்கு என்று கால வரையறையும் இல்லை. இவர் நாஞ்சில் நாட்டில் கல்லுளிமாங்கன், கல்லுளிமங்கன் எனப் பல்வேறு பெயர்களில் அழைக்கப்படுகிறார்.

இந்த யாசகர், தென்மாவட்டங்களில் சாட்டையடிகாரர், சாட்டையடி நாயக்கர் என்றும் அழைக்கப்படுகிறார். தமிழகத்தின் வட மாவட்டங்கள் சிலவற்றில் இவர்கள் உறுமிக்காரர் எனப்படுகின்றனர், தெலுங்கு மொழியில் உறுமுலுவர் எனப்படுகிறார்.

நாஞ்சில் நாட்டில் மட்டும் சாட்டையடி நாயக்கரைக் கல்லுளிமங்கன் என ஏன் அழைத்தார்கள் என்று தெரியவில்லை. குற்றத்தை ஒப்புக்கொள்ளாமல் தொடர்ந்து மௌனம் சாதிப்பவரை கொண்டான் கோட்டு மறவன் மாதிரி, குறவன் மாதிரி, கழுக்காரன் மாதிரி, கல்லுளிமாங்கன் மாதிரி என்றெல்லாம் கூறும் மரபு நாஞ்சில் நாட்டில் ஒரு காலத்தில் இருந்தது.

தமிழ் லெக்சிகன், கல்லுள்ள மாங்கன் என்பதற்கு அருவருப்பான செய்கையால் பிடிவாதம் காட்டும் பிச்சைக்காரன் என்று பொருள்கூறுகிறது. கல்லுளிமங்கன் போன வழி கதவுகள் எல்லாம் தவிடுபொடி என்பது ஒரு வழக்காறு. இதற்கு கல்லுளி பித்தன் என்ற சொல்லும் உண்டு கல்லுளிச் சித்தன் போனவழி கதவுகள் எல்லாம் தவிடுபொடி என்ற வழக்காறும் இருந்தது.

கல்லுள்ளிச் சித்தனும் கல்லுள்ள மாங்கனும் ஒருவரா? மனம் போன போக்கிலே போகும் இந்த நாடோடி யார்? சாட்டையடிகாரரை நாஞ்சில் நாட்டில் இப்படி ஏன் அழைத்தார்கள்? நாஞ்சில் நாட்டில்

மட்டும் இத்தகைய வழக்குகள் இருப்பதன் காரணம் என்னவோ எல்லாம் புரியாத புதிர்தான்.

குழந்தைகளைப் பயமுறுத்துவதற்குக் கல்லுள்ளிமாங்கன் வருகிறான் என்று சொல்லும் வழக்கம் எண்பதுகளில்கூட இருந்தது. இதை,

கே.என்.சிவராஜ பிள்ளை தன் நூலில் பதிவு செய்திருக்கிறார் பாடல் கீழ்வருமாறு;

கல்லுள்ளி மொங்கனோ காசுக்கு இரண்டன்ன
செல்லுழிச் செல்லுமிச் செப்புவான் மெள்ள
உரைக்க அரியான் உருமு வான் பிள்ளை
விரைக்குமே கல்லுளி முன் வேர்த்து

இராப்பாடி, சித்தோசி யாசகர்கள் போன்றவர் அல்லர் சாட்டைக்காரர். இவர்கள் தங்களை வருத்திக்கொண்டு அடுத்தவரிடம் அனுதாபம் பெற்று யாசகம் பெறுவர் சாட்டையடிப்பவர் ஆண்களே. இளைஞர், சிறுவர், முதியவர் யார் வேண்டுமானாலும் சாட்டையடிக்கலாம். இதற்குப் பின்னணியாக உறுமி என்ற இசைக்கருவி இசைக்கப்படும். இதற்கு இவர்கள் வீராணம் என்று சொல்லுகின்றனர். சாட்டையடி காரனின் கூட்டத்தில் உள்ள பெண்களே உறுமியை அடிப்பர்.

சாட்டையடிகாரன் காலில் சலங்கை கட்டி இருப்பார். கற்றாழை நாரால் பின்னப்பட்ட சாட்டையைக் கையில் வைத்திருப்பார். அதைச் சுழற்றி உடம்பில் அடிப்பது போன்ற பாவனையை உண்டாக்குவார். சுழற்றி அடிக்கும்போது கேட்கும் சத்தம் பயமுறுத்தும். ஆனால் உடம்பில் சாட்டை படாது. அப்படி அடிக்கக்கூடிய பயிற்சி அவர்களுக்கு உண்டு.

இவர்களின் உடம்பில் ரத்தக்கோடுகள் இருக்கும் இது ஏற்கனவே கீறிய கோடுகளாக இருக்கலாம். சாட்டையடிகாரனின் உடம்பில் தெரியும் ரத்தக்கோடுகள்தாம் அவனுக்கு அனுதாபத்தைக் கொடுக்கும். அவன் யாசிப்பதற்கு இதுவே காரணம். இவர்கள் நாஞ்சில் நாட்டுக்கு ஒரு குழுவாக வருவர். தனித்தனியே பிரிந்து யாசிக்கச் செல்வர்.

சங்கரன் காளை எனப்படும் மாட்டுடன் வரும் யாசகர் நாஞ்சில் நாட்டில் 90-களில்கூட வந்திருக்கிறார். எதற்கெடுத்தாலும் தலையை ஆட்டும் குழந்தையை என்ன சங்கரன் காளை மாதிரி தலையை ஆட்டுகிறாய் என்று கூறும் வழக்காறு இப்போதும் நடைமுறையில் உள்ளது. நாஞ்சில் நாட்டில் சங்கரன் காளை என அழைக்கப்படும் யாசகர், தமிழகத்தில் பெருமாள் மாட்டுக்காரர், பூம் பூம் மாட்டுக்காரர், பூம் மாட்டுக்காரர், அழகர் மாட்டுக்காரர், புரும் புரும் மாட்டுக்காரர் எனப் பல பெயர்களில் அழைக்கப்படுகிறார்.

பெருமாள் மாட்டுக்காரர், காளை அல்லது கறவை மறந்த பசுவை அலங்காரம் செய்து ஓட்டிவருவார். காளையின் முதுகில் வண்ணத் துணிகள் அணிசெய்யும்; வெங்கல மணி தொங்கும்; கொம்பில் வண்ணக் காகிதங்கள் சுற்றப்பட்டிருக்கும்; மாட்டை ஓட்டி வருபவர் ‘உருமி’ என்ற இசைக்கருவியை அடித்துக்கொண்டு வருவார். அதை சிறு குச்சியால் மெல்லத் தடவுவார்; அது புரூம் என ஒலி எழுப்பும்.

சங்கரன் காளைக்காரர் வீட்டு வாசலில் நின்று உருமியைத் தேய்ப்பார். வீட்டு எஜமானி வந்ததும் காளையைப் பார்த்து அம்மா அரிசி போடுவாங்களா, துணி போடுவாங்களா என்று கேட்பார். காளை தலையை ஆட்டும்; இவங்களுக்கு நல்லது நடக்குமா என்று கேட்பார், காளை மீண்டும் தலையை ஆட்டும். உடனே அரிசியோ பணமோ யாசகமாகப் பெறுவார்; பின் அடுத்த வீட்டுக்குச் செல்லுவார்.

சங்கரன் காளைக்காரர்கள் தங்களை பூவிடையர் அதாவது பூக்கட்டும் இடையர் என்று கூறிக்கொள்கின்றனர். தாய்மொழி தெலுங்கு. இப்போது இவர்கள் தஞ்சை மாவட்டத்திலும் வட ஆர்க்காடு பகுதியிலும் வாழ்கின்றனர். நாடோடி வாழ்க்கை இவர்களிடம் ஒரு முடிவுக்கு வந்துவிட்டது.

சங்கூத்து பண்டாரம் என்னும் யாசகனும் நாஞ்சில் நாட்டில் எழுபதுகளின் ஆரம்பத்தில் வந்தனர். இவர்கள் ராப்பாடியைப் போல் பயிர் அறுவடை காலத்தில் வருபவர்கள் அல்லர். பெரும்பாலும் மார்கழி மாதம் முன் இரவு நேரத்தில் சங்கை ஊதிக் கொண்டும் சேமக்கலத்தை அடித்துக்கொண்டும் முச்சந்தியில் நின்று பாடுவார்கள். திருப்பாவை, திருவெம்பாவை, நடராஜர் பத்து, ஸ்ரீ ராமர் தோத்திரம் போன்ற பாடல்களைப் பாடுவர். அடுத்த நாள் காலையில் அரிசி, காய்கறி என்பவற்றை யாசகமாகப் பெறுவர்.

ஊருக்கு ஒதுக்குப்புறத்தில்தான் இவர்கள் தங்குவார்கள். இவர்களின் தாய்மொழி தமிழ். படக்காரன் என்ற யாசகரிலிருந்து (இவரும் பண்டாரம்) சங்கூத்துப் பண்டாரம் வேறுபட்டவர். இவர் மக்களிடம் நெருக்கமாகி, பழகாமல் ஒதுங்கியே இருப்பார். இவர்களைச் சங்கூத்துப் பண்டாரம் என்று சொன்னாலும் இவர்கள் தங்களை வள்ளுவப் பண்டாரம் என்று அழைத்துக்கொள்கின்றனர். இவர்களில் சிலர் சோதிடக் கலைஞர்.

நாஞ்சில் நாட்டில் சங்கூத்துப் பண்டாரங்கள் பாம்பு பஞ்சாங்கம் என்ற கும்பகோணம் பஞ்சாங்கம், இரத்தின நாயகர் சன்ஸ் வெளியிட்ட நடராஜப் பத்து போன்ற பிரசுரங்களை விலைக்கு விற்றிருக்கின்றனர். ஐம்பதுகளில்கூட இது நடந்திருக்கிறது.

பண்டாரம் பற்றிய ஒரு வாய்மொழிக் கதை நாஞ்சில் நாட்டில் உண்டு. சங்கூத்து பண்காரம் ஒருவன் ஊர்ப்புற எல்லையில் உள்ள ஒரு மண்டபத்தில் படுத்துக்கிடந்தார். நள்ளிரவு நேரம். அன்று பண்டாரத்திற்கு அதிக வருமானம் இல்லை. அந்த நேரத்தில் இரண்டு திருடர்கள் வந்தார்கள். அவர்கள் அந்த ஊர் எல்லையில் உள்ள ஆட்டுக்கிடையில் ஆட்டைத் திருட வந்தனர்.

இரண்டு பேருக்கு மூன்று பேராக இருந்தால் திருட வசதியாக இருக்கும் என்று நினைத்த திருடர்கள், பண்டாரத்தைக் கூட்டுக்கு அழைத்தனர். பண்டாரம் சரி என்றார். ஆட்டைத் தெரிவு செய்தனர். ஒருவன் ஆட்டின் கால்களைப் பிடித்துக்கொண்டான். ஒருவன் தலையைப் பிடித்தான். ஒரு திருடன் பண்டாரத்திடம் சங்கைப் பிடி (ஆட்டின் கழுத்தை) என்றான். பண்டாரம் சங்கை எடுத்து ஊதிவிட்டான். கிடையில் படுத்துக்கிடந்த இடையர்கள் விழித்துக்கொண்டார்கள். அப்புறம் என்ன நடந்திருக்கும், தர்ம அடிதான்.

பண்டாரங்கள் சாவுச் சடங்குகளிலும் சங்கூதச் சென்றனர். இதற்கு வருமானம் அதிகம் அதனால் ஒரு ஊரில் முகாமிட்ட பண்டாரத்தை அடுத்த ஊர்க்காரன் அழைப்பது என்பது நடைமுறையில் இருந்திருக்கிறது. இதனால் சங்கூதும் பண்டாரங்கள் மார்கழி மாதத்தைத் தொடர்ந்து இங்கே முகாம் அடித்திருக்கின்றனர்.

தேவாங்கு என்ற விலங்குடன் வந்த யாசகரின் வரவு அறுபதுகளில் நின்றுவிட்டது. தேவாங்கு இரவில் இரை தேடும் பாலூட்டி விலங்கு. 18 செமீ உயரம் வரை வளரும். 250 முதல் 350 கிராம் எடை உடையது. சிறு பூச்சி, பல்லி, இலை தழைகளை உண்ணுவது.

நாஞ்சில் நாட்டில் உடல் மெலிந்த நோஞ்சான் குழந்தையைத் தேவாங்கு போல் இருக்கிறாயே என்று சொல்லுவது வழக்கம். இது பட்டப்பெயராகவும் வழங்குகிறது. குழந்தையின் கழுத்தில் தேவாங்கைக் கொண்டு மஞ்சள் அல்லது கருப்புக் கயிற்றைக் கட்ட வைத்தால் அந்தக் குழந்தை புஷ்டியாகிவிடும் என்ற நம்பிக்கை உண்டு,

தேவாங்கை சிறிய பெட்டியில் வைத்திருப்பார் தேவாங்குக்காரர். ஒரு வகையில் கிளி ஜோதிடனைப் போன்றவர். இவர் வீதிவழி வரும்போது தேவாங்கு கயிறு கட்டணுமா என சத்தமிட்டுக்கொண்டே வருவார். தாய்மார்கள் நோஞ்சான் குழந்தைகளை அவரிடம் எடுத்துக்கொண்டு வருவார்கள்.

அவர் தேவாங்கைக் கூண்டிலிருந்து வெளியே எடுத்து மடியில் வைத்துக்கொள்வார். அதன் கையில் கருப்பு அல்லது மஞ்சள் கயிற்றைக் கொடுப்பார். பழக்கப்பட்ட அந்த விலங்கு, கயிற்றை வாங்கி தாயின் மடியில் இருக்கும் குழந்தையின் கழுத்தில் கட்டும் இதற்கு அரிசியோ பணமோ தானமாகப் பெறுவர். இவரும் சமைத்த உணவை வாங்குவதில்லை.

பச்சை குத்தும் குறத்தி நாஞ்சில் நாட்டில் வந்ததைப் பற்றி மிகக் குறைவான சான்றுகளே கிடைத்தன. இவளது வருகை நாற்பதுகளில் நின்றுவிட்டது. உடலில் பச்சை குத்துவது என்ற வழக்கம் உலகம் முழுக்க இருந்திருக்கிறது. பழைய எகிப்து நாட்டில் 4000 ஆண்டுகளுக்கு முன்பே பச்சை குத்திய நிகழ்ச்சி பற்றி குறிப்பு உண்டு. தமிழகத்தில் பிராமணர் பச்சை குத்துவது இல்லை.

நாஞ்சில் நாட்டில் பச்சை குத்தியது பற்றிய செய்திகளைத் தோல்பாவைக் கூத்துக் கலைஞர் சுப்பையாராவ் தான் எனக்கு முதலில் சொன்னார். அதுவும் அவரது தனிப்பட்ட வாழ்க்கையுடன் நடந்த கதை சுப்பையாராவின் பல மனைவிகளுள் உப்பிலியக்குறத்தியும் ஒருத்தி என்று பலமுறை என்னிடம் சுப்பையா ராவின் தம்பி பரமசிவ ராவ் சொல்லியிருக்கிறார்.

தோல்பாவைக் கூத்துக் கலைஞர்கள் ஒரு ஊருக்குச் செல்லும்போது பச்சை குத்தும் உப்பிலிய குறத்தியும் செல்வாளாம். ஆனால் அது பொதுவான நிகழ்ச்சி அல்ல. தோல்பாவைக்கூத்து நடத்திய சில குழுக்களிடையே உப்பிலிய குறத்தியர் தொடர்பு கொண்டிருந்தார்களாம்.

உப்பிலியக் குறவரின் மொழி நரிக்குறவர்கள் பேசும் மொழி போன்றது. அதில் மராட்டியக் கலப்பு உண்டு. தோல்பாவைக் கூத்து நடத்தும் கணிகர் ஜாதியினரின் தாய்மொழி மராட்டி. இதனால் கணிகர் ஜாதியினரின் உட்பிரிவினர் ஆன மண்டிகர் தோல்பாவைக் கூத்து கலை நிகழ்த்த முகாம் அடித்த இடத்தின் அருகே உப்பிலியக் குறவரும் தங்குவார். இவர்கள் எல்லோருமே சிறு விலங்குகளை வேட்டையாடுவது வழக்கம். மொழி, பண்பாடு இவற்றில் இவரிடம் சில ஒற்றுமையும் உண்டு.

உப்பிலிய குறத்தி, தான் தங்கிய ஊரில் பச்சை குத்த வேண்டியவர்கள் யார் என்பதை அடையாளம் கண்டு கொள்வாள். உத்தேசமாக எத்தனை பேருக்கு பச்சை குத்த வேண்டும் என்று கணக்கிட்டுக்கொள்வாள். பின்னர், மூலப்பொருள்களைத் தயாரிக்க ஆரம்பிப்பர்.

பச்சை குத்துவதற்கு உரிய மூலப்பொருள்கள் எல்லா ஊர்களிலும் கிடைக்கும். மஞ்சள் பொடியுடன் அகத்திக்கீரையை நன்றாக மசிய அரைத்து, அழுக்கில்லாத வெள்ளைத் துணியிலே தேய்த்துக் கொள்வார்கள். இதை வெயிலில் காய வைப்பார்கள். காய்ந்த பின்னர் விளக்குத்திரி போல் சுருட்டி வைத்துக்கொள்வார்கள். ஆமணக்கு எண்ணெய் ஊற்றிய விளக்கில் அந்தத் திரியைப் பெரிதாக எரியும்படி செய்வார்கள்.

எரியும் திரியின் மேலே புதிய மண்சட்டி மூடியைக் காட்டுவர். சட்டி மூடியின் அடியில் விளக்குப் புகை முழுதும் படும்படி காட்டிக்கொண்டே இருப்பார்கள். திரி முழுதும் எரிந்து முடிந்ததும் சட்டியின் உள்பகுதியில் படிந்திருக்கும் கரியை பனையோலையால் சுரண்டி எடுத்து சேகரித்துக்கொள்வார். இந்தப் பொடியுடன் தாய்ப்பாலைக் குழைத்து ஒரு குழம்பு தயாரிப்பர் இதை இரண்டு அல்லது மூன்று ஊசிகளால் தோய்த்து உடம்பின் மேல் பாகத்தில் குத்துவார்கள். இதுவே பச்சை குத்தலின் முறை.

மஞ்சள் பொடியுடன் கரிசலாங்கண்ணி கீரை, கரியாத்தாழை, சித்திரப்பாலாடை, அருகம்புல் என்பவற்றில் ஒன்றைச் சேர்த்து அரைத்து, துணியில் தடவி எரிப்பதும் உண்டு. இந்த மூலிகைகள் எல்லாமே நாஞ்சில் நாட்டில் கிடைப்பன. இதனால் பச்சை குத்து பவளுக்கு இவை எளிதாகக் கிடைத்துவிடும்.

உப்பிலியக் குறத்தி பச்சை குத்தும்போது பாடவும் செய்வாள். பெரும்பாலும் ஒப்பாரிப் பாடலின் சாயலில் சோகமாய் இருக்கும். தோல்பாவைக் கூத்துக்காரர்கள் ஊரில் முகாம் போடுவதை நிறுத்த ஆரம்பித்ததும் பச்சை குத்தும் வழக்கமும் நின்றுபோயிற்று.

கொடும்பாவி கொளுத்தல் என்ற செயல் நாஞ்சில் நாட்டில் மிக அபூர்வமாகத்தான் நடந்திருக்கிறது. 1959 - 1960-களில் ஒரு முறை, பின் 1976 இல் ஒரு முறை. இந்த நூற்றாண்டில் கொடும்பாவி கொளுத்தல் குறித்து வேறு நிகழ்ச்சி நடந்ததாகச் செய்தி இல்லை. தமிழகத்தின் அதிக மழை பெய்யும் இடங்களில் கன்னியாகுமரி மாவட்டம் இரண்டாவது வருவது. ஆகவே, கொடும்பாவி கொளுத்துதல் நிகழ்ச்சி நடக்க வாய்ப்பில்லை.

உழவுத் தொழில் சார்ந்த நம்பிக்கைகளில் ஒன்று கொடும்பாவி கொளுத்தல். உழவர்கள் இதில் அதிக கவனம் செலுத்தினர். மழை வேண்டி செய்யப்பட்ட கொடும்பாவி சடங்கு தனிப்பட்ட ஒருவர் செய்வதல்ல.

கொடும்பாவி கொளுத்த வேண்டும் என்று தீர்மானமானதும் கொடும்பாவி பொம்மையை வைத்து இழுப்பதற்குரிய வண்டியை முதலில் தயாரிப்பர். பின்னர் கொடும்பாவி பொம்மையைச் செய்வர். வைக்கோல், பழைய துணிகள், மூங்கில் கம்பு போன்றவற்றால் கொடும்பாவி பொம்மை செய்யப்படும். இது 120 முதல் 150 செ.மீ. நீளம் உடையதாய் இருக்கும். இதை வைத்து இழுக்கும்படியான அளவில் வண்டியும் இருக்கும்.

இந்த வண்டியில் கொடும்பாவிப் பொம்மையை மல்லாக்க வைப்பர். ஊரில் சிலரும் தொழிலாளிகளும் இந்தச் சடங்கில் கலந்துகொள்வர். இந்த வண்டியை இழுக்கும்போது துப்புரவுத்

தொழிலாளிகள் சிலர் பறையடித்து ஒப்பாரி வைப்பர். ஊர் சிறுவர்கள் வண்டியின் பின்னே செல்லுவர். ஒப்பாரிப் பாடகனின் குரல் மிக சப்தமாக, சத்தமாகவும் ஒலிக்கும்.

ஊர்வலம் நில உடைமையாளர்களின் வீடுகளில் நிற்கும். அப்போது கொடும்பாவிக்குக் கொள்ளி வைப்பதற்காகக் கொண்டுவரும் மண்பானையில் ஊர் மக்கள் பணம் காசு போடுவார்கள். சில சமயம் துப்புரவுத் தொழிலாளிகளுக்குத் துணியும் கொடுப்பார்கள். வண்டி சுடுகாட்டை அடையும்.

சுடுகாட்டில் ஏற்கனவே தோண்டப்பட்டிருக்கும் குழியில் கொடும்பாவி பொம்மையை வைப்பர். அதன் மேல் விறகை அடுக்குவர். ஒருவர் கொள்ளி வைப்பார். துப்பரவுத் தொழிலாளி பெண்கள் மாரடிப்பர். கொடும்பாவியின் மேல் எச்சிலும் உமிழ்வர்; வாய்க்கரிசி போடுவர்; கொடும்பாவியைத் திட்டிக்கொண்டே நெருப்பு வைப்பர்; பின்னர் எல்லோரும் விவசாயக் குளத்தில் குளித்துவிட்டு ஊருக்குச் செல்வர். ஊர் மக்கள் கொடுத்த பணத்தைத் துப்புரவுத் தொழிலாளர்கள் பங்கு வைத்துக்கொள்வார்.

நாஞ்சில் நாட்டில் யாசகர்களின் வரவு நின்றுபோனதற்குப் பல காரணங்களைச் சொல்ல முடியும். கொடுப்பவர்களின் எண்ணிக்கை குறைந்துவிட்டது. யாசகர்களும் தங்கள் நாடோடி வாழ்க்கையை முடித்துக்கொண்டனர். இவை முக்கியமான காரணங்கள்.

இந்த நாடோடி யாசகர்களுக்குப் பொதுவான சில குணங்கள் இருந்தன. நிச்சயமாக இவர்கள் சமைத்த ‘உணவை வாங்க மாட்டார்கள். தன்னுடைய திறமை அல்லது உடலை வருத்தல் போன்ற காரியங்களை வெளிப்படுத்தி யாசகம் பெற்றார்கள். யாசகம் பெறச் சென்ற ஊரில் பொதுவான பாழடைந்த ஒரு இடத்தில்தான் இவர்கள் தங்கினார்கள். ஒரு ஊருக்கு ஒரு யாசகர் வந்தால் இன்னொரு குழு அங்கே வராது. இவர்களில் எல்லோருமே பிராமணர் வீடுகளில் யாசகம் வாங்குவது இல்லை என்பது முக்கியமான செய்தி. இவர்களில் பலர் தெலுங்கைத் தாய்மொழியாகக் கொண்டவர்கள்.

‘உங்கள் நூலகம்’ டிசம்பர் 2022

2. படக்காரன் சொன்ன கருடபுராணம்

எங்கள் ஊர் சங்கம்பாண்டி காப்பிக்கடையின் ரசவடை, பக்கடா, சுக்கு காப்பி வகையறாக்களுக்குப் பக்கத்து ஊர்களிலும் மரியாதை உண்டு. சுடுகாட்டு எல்லையில் அவரது கடையிருந்தது. பிணமானவர்கள் எல்லோரும் அவரின் கடையைத் தாண்டித்தான் போக வேண்டும்.

சங்கம்பாண்டி கடை பக்கடாவின் மணம் பாடையிலிருக்கும் பிணத்தை எழுப்பிவிடும்; அதனால் வேகமாகப் போய்விடுங்கள் என்று பாடை தூக்குபவர்களைப் பார்த்து ஊர் மொறையாள் பிள்ளை (ஊர்க்குற்றேவல்காரர்) சொல்லுவார் என்ற கிண்டலான வழக்காறு உண்டு.

சங்கம்பாண்டி எப்போதுமே தன்னைக் காப்பிக்கடைக்காரராக அடையாளப் படுத்த மாட்டார். காவடிக்காரர், காவடி தூக்குபவர் என்றுதான் சொல்லுவார். திருச்செந்தூர், குமாரகோவில் மருங்கூர் என முருகன் கோவில்களுக்கு காவடி எடுப்பவர்கள் முக்கியமாக நேர்ச்சைக் காவடி எடுப்பவர் சங்கம்பாண்டியிடம் தேதி வாங்கிக் கொள்வார்கள்; முன் பணம் கொடுப்பார்கள்.

அலங்கரிக்கப்பட்ட காவடியைச் சுமந்து ஊரைச் சுற்றி வருவது, முருகன் கோவில்களுக்கு நடந்தே போவது எல்லாம் அவருக்கு அத்துபடி. நான் என் ஊரை விட்டுக் குடிபெயர்ந்தபின் எல்லாம் கனவாகிவிட்டது. ஒருநாள் சங்கம்பாண்டி என் வீடு தேடி வந்தார். அப்போது, எண்பதைத் தாண்டிவிட்டார்.

எனக்கு அவரை அடையாளம் தெரியவில்லை. அவரே என் அப்பாவின் பெயரைச் சொல்லி என்னை அழைத்தார். அவருக்குத் துணையாக 17 வயதுப் பேத்தி வந்திருந்தாள். அவளுக்கு என் கல்லூரியில் சேரவேண்டும். வந்த விஷயத்தைப் பேசிமுடித்துவிட்டு அவர் விடைபெறும்போது நான் இப்போது வள்ளியூரில் இன்னொரு பேத்தி வீட்டிலிருக்கிறேன் வாருங்கள்; என்றார்.

நான் அவரை மறுபடியும் திருநெல்வேலி மாவட்டம் வள்ளியூரில் சந்திப்பேன் என்று நினைக்கவில்லை. 'ஐவர் ராசாக்கதை'யின் நாயகனான குலசேகரப்பாண்டியன் கோட்டை கட்டி வாழ்ந்த இடம் வள்ளியூர். அந்தக் கதைப்பாடல் தொடர்பான செய்திகளைச் சேகரிக்கப் போனபோது வருவாய்த்துறை காவலர், பண்டாரம் சாதி ஆள் ஒருவரைச் சந்தித்தேன். அவர் வீட்டில் சங்கம்பாண்டியைப் பார்த்தேன்.

தமிழக வரலாற்றில் பிற்காலப் பாண்டியர்கள் 14ஆம் நூற்றாண்டிற்குப் பின் திருநெல்வேலி மாவட்டத்தில் தென்காசி, கயத்தாறு, வள்ளியூர் என சில ஊர்களுக்குக் குடி பெயர்ந்தார்கள் எனப் பொதுவாகச் சொல்வது மரபு. ஆனால் இது பற்றிய விரிவான வரலாறு வரவில்லை. தென்காசிப் பாண்டியர்கள் பற்றிய நூலை மு.அருணாசலம் எழுதியிருக்கிறார்.

வள்ளியூரில் பாண்டியர்கள் இருந்தனர் என்பதற்குக் கதைப் பாடல்களில் சான்று உண்டு. குலசேகரப் பாண்டியன் என்பவன் வள்ளியூரில் கோட்டை கட்டினான்; அவனுக்குத் திருமணம் செய்து வைக்க ஆசைப்பட்டாள் அவனது அம்மா. அதற்காகப் பண்டாரங்கள் சிலபேரின் உதவியை நாடினாள்.

நல்ல ஓவியனின் உதவியால் குலசேகரனின் படத்தை வரையச் செய்தாள் அம்மா. பண்டாரங்கள் சிலரை அழைத்து இந்த ஓவியத்தை தேசமெங்கும் கொண்டுசெல்லுங்கள்; சாட்டுங்கள் என்றாள்.

அவர்கள்

தென்றிசைக்கும் மண்டலமும் தொட்டார் வளநாடுமிட்டு
சோழமண்டலமும் சென்று சிறந்த புகழ்நாடுமிட்டு
மன்னர்கள் வடிவை எல்லாம் வையாகாமல் பாடிவிட்டு
இரவினிலே ஊரார்முன் கூடிநின்று கதைபேசி
.......செல்லுகிறார்கள்.

நான் இந்தப் பகுதியில் பண்டாரங்கள் படம் கொண்டு சென்ற நிகழ்ச்சி பற்றிக் கேட்டபோதுதான், வருவாய்த் துறைக் காவலர், எங்க சாதிக்கு அதுதானே தொழில். காவடியில் படம் தூக்கிப் பழக்கம்; மாமாவிடம் கேட்டால் விரிவாகச் சொல்லுவார் என்றார்.

எனக்கு அவர் 'மாமா' என்றது சங்கம்பாண்டியை என்பது தெரியாது. மாமாவைப் பார்க்கலாமா என்றேன், இங்கேதான் இருக்கிறார்கள் என்றார். அழைத்தார். சங்கம்பாண்டி வந்தார். என்னைப் பார்த்ததில் அவருக்கு சந்தோஷம். அவரது பேத்தியின் வீடு அது என்று தெரியாமலேயே நான் போயிருக்கிறேன்.

சங்கம்பாண்டியிடம் நான் எதிர்பார்க்காத தகவல்கள் கிடைத்தன. களஆய்வில் எதையோ தேடிப்போக வேறொன்று கிடைப்பதைப் பல முறை அனுபவத்தில் கண்டிருக்கிறேன்.

நாஞ்சில் நாட்டில் படக்காரனின் வரவு 19ஆம் நூற்றாண்டின் கடைசியில் நின்றுவிட்டது. முதல் உலகப் போரின்போது ஒன்று ரெண்டு பேர் நடமாடியிருக்கிறார்கள். நான் பரமசிவராவின் அப்பா கோபாலராவை முதலிலும் கடைசியுமாகச் சந்தித்தபோது

படக்காரர்கள், இயற்கைச் சாயத்தைத் தயாரிக்க எங்களிடம் கேட்டுத் தெரிந்து கொள்வார்கள் என்றார். அதை விரிவாகத் தெரிந்துகொள்ள கேட்பதற்கு என்னிடம் அப்போது கேள்விகள் இல்லை.

இதன் பிறகு படக்காரரைப் பற்றி மறந்துவிட்டேன். தமிழறிஞர் கே.என்.சிவராஜபிள்ளையின் மொத்த புத்தகங்களைத் தேடியபோது நாஞ்சில் வெண்பா என்ற சிறுநூல் கிடைத்தது. கே.என்.எஸ். தன் சமகாலத்திலோ அதற்கு முன்போ தான் பார்த்த விஷயங்களை வெண்பாவில் எழுதியிருந்தார். அதில் படக்காரனைப் பற்றிய பாட்டும் உண்டு.

சங்கம்பாண்டிக்குத் தலைகால் புரியவில்லை, என்னைப் பார்த்ததும் மகிழ்ச்சி கரைபுரண்டது. பழைய விஷயங்களைப் பேச ஆரம்பித்தார். நான் கொஞ்சம் கேட்டுவிட்டு மெல்ல படக்காரனுக்குத் திருப்பினேன்.

சரி சரி, என் தாத்தா சிந்தாமணிப் பண்டாரம் சொல்லியிருக்கிறார். படக்காரர்களும் பண்டாரம் தான். சங்கூத்துப் பண்டாரம் இன்னொரு [illegible], அவர்களெல்லாம் நாடோடியாகவே காலத்தைக் கழிச்சிட்டாங்க. இப்போதான் சாதி எல்லாம் கலந்தாச்சே என்றார் அலுப்புடன். மறுபடியும் நான் திருப்பினேன். அவர் பேச ஆரம்பித்தார்.

படக்காரர் காவி உடுத்திருப்பார். கழுத்தில் பெரிய காவடி இருக்கும். அதைப் பார்த்தால் அதிக எடையுள்ளது போல் தோன்றும். உண்மையில் அது கனம் குறைந்தது. காவடியின் உள்ளேயும் வெளியேயும் நிறைய படங்கள் இருக்கும்.

இந்த ஓவியங்கள் துணியில் வரையப்பட்டவை; இயற்கையாகக் கிடைத்த பொருட்களாலும் மூலிகைச் சாறுகளாலும் வரையப் பட்டவை. ஒவ்வொரு படத்தின் கீழும் பெயர் இருக்கும். எல்லா படங்களுமே நரகத்தின் காட்சிகள்தாம். அதர்மம் செய்பவர்கள் நரகத்தில் படும் அவலக்காட்சிகளே படங்களின் மையம்.

படக்காரரின் காவடி, பார்ப்பதற்குப் பிரமாண்டமாய் அவரது இடது தோளில் லாகவமாய் நிற்கும். ஒரு ஊரில் 7 முதல் 10 நாட்கள் வரை படக்காரர் இருப்பார். அந்த ஊரில் பாழடைந்த மண்டபம், பொது மண்டபம், சத்திரம் எதாவது ஒரு இடத்தை தேர்ந்தெடுப்பார். அந்த இடத்தில் சோறு பொங்குவதற்குரிய ஏற்பாடுகளைச் செய்துகொள்ளுவார். ஊர் எல்லையில் உள்ள நாட்டார் தெய்வக் கோவிலில் அவர் தங்குவதற்கு யாரும் மறுப்பு சொல்ல மாட்டார்கள்.

நாஞ்சில் நாட்டுக் கிராமங்களுக்கு ஒரு வருஷத்தில் இரண்டோ மூன்றோ முறைதான் படக்காரர் வருவார். ஒருவர் செல்லும் கிராமத்துக்கு இன்னொரு படக்காரர் போக மாட்டார். சில சமயம் நான்காம் முறை வரலாம். கன்னிப் பூ, கும்பப் பூ என்றும் இரண்டு அறுவடைக் காலங்களில் வரும். சித்தோசி, ராப்பாடி போன்ற யாசகர்களைப் போலல்லர் படக்காரர். இவருக்கென்று பருவமோ, காலமோ கிடையாது.

படக்காரர் ஊரின் முச்சந்திகளில்... கடைவீதியில்... சந்தையில் மக்கள் கூடும் இடங்களில் காவடியைச் சுமந்துகொண்டே பாடுவார். இவர் பாடுவதைக் கேட்க என்றே கூட்டம் கூடும். பெரும்பாலும் வயதானவர்கள் இவரின் பாட்டுகளை நின்று கேட்பார்கள். சித்தர் பாடல்களில் பாம்பாட்டிச் சித்தரையும் சிவவாக்கியரையும் ராகத்துடன் பாடுவார்கள். சித்திரபுத்திர நைனார் அம்மானை நூலில் பின் இணைப்பாக உள்ள அமராவதிச் செட்டிச்சியின் கதையில் சில பகுதியையும் பாடுவார். அமராவதியை கிங்கிலியர் செக்கில் இட்டு துன்புறுத்தும் பகுதியைத் திரும்பத்திரும்பப் பாடுவார். இடையிடையே சில வாய்மொழிப் பாடல்கள்; அவை நிலையாமை, நரகம் பற்றிப் பேசுவனவாய் இருக்கும்.

படக்காரன் காவடியுடன் தெருவில் பாடிச் செல்லும்போது யாசிப்பதில்லை. ஒரு தெருவில் பாடி முடித்துவிட்டு அடுத்த தெருவின் ஆரம்பத்தில் நின்றுகொண்டு பாடுவார்; இதற்குள் நடுப்பகல் ஆரம்பித்துவிட்டால் காவடியுடன் தான் வசிக்கும் இடத்திற்குப் போய் விடுவார்; பொழுது சாய்ந்ததும் யாசகத்துக்கு வருவார். துணிப்பையில் யாசகப் பொருட்களை வாங்கிக்கொள்ளுவார்.

படக்காரர் யாசகமாகப் பெறுவது அரிசியும் தேங்காயும் தான். சில சமயம் நாட்டுக் காய்கறியும் பணமும் கிடைக்கும். பண்டாரம் சுத்த சைவம்; அவரே சமைப்பார். யார் வீட்டிலும் சமைத்த உணவை யாசகமாக வாங்க மாட்டார்; கொடுப்பதும் இல்லை. இவர் பிராமணர் வீதிகளுக்கு யாசிக்கச் செல்ல மாட்டார்.

படக்கார பண்டாரம் இரண்டு வேளைதான் சாப்பிடுவார். முந்தியநாள் பொங்கிய சாப்பாட்டை தண்ணீர் விட்டு பழைய சாதமாக்கிக் காலையில் சாப்பிடுவார். பின் மாலை குழம்பு துணைக்கறிகளுடன் இரவு 7 மணிக்குச் சாப்பாடு. படக்காரர் இரவு சாப்பாட்டை முடித்துவிட்டு எட்டுமணிக்கு ஊர்க்கோவிலின் முன் வாசலுக்கு வருவார்.

பெரும்பாலும் வயதானவர்கள் ஊர்க்கோவில் வாசலில் கூடியிருப்பர். படக்காரர் தன் பயண அனுபவத்தை, கதையாகச்

சொல்லுவார். முக்கியமாகத் தான் சென்ற ஊரில் நடந்த விழா, பிரமுகரின் இறப்பு, பிறப்பு, இயற்கை அழிவு, பயிர்களைத் தாக்கிய நோய் விவரம் எனப் பல விஷயங்களைச் சொல்லுவார். அந்த ஊர் விஷயங்களையும் கேட்டுத் தெரிந்துகொள்ளுவார்.

படக்காரர் ஊர் விவகாரங்களைப் பற்றி பேசும்போதே கருடபுராணக் கதையையும் கலந்து சொல்லுவார். படக்காரரின் காவடியில் இருக்கும் படங்களும் கருடபுராணத்தில் சொல்லப்படும் நரகங்களின் படம்தான். கருடபுராணச் செல்வாக்கு நாட்டார் வழக்காற்றில் தத்துவார்த்தரீதியாகப் பரவிக்கிடந்தது என்பதற்குப் படக்காரரின் காவடி ஒரு சான்று.

சித்திரை மாத முழுநிலவில் சித்திரைகுப்தன் அம்மானையைப் படிப்பது; விரதம் இருப்பது என்னும் வழக்கம் இப்போதும் நடைமுறையில் உள்ளது. சித்திரகுப்தன் உயிர்களின் பாவ புண்ணியங்களைப் பதிவுசெய்பவன். இந்திரனின் மகன். இவனைப் பற்றிய அம்மானை புகழேந்திப் புலவரின் பெயரில் உள்ளது.

சித்திரகுப்தன் அம்மானை கருடபுராணச் செல்வாக்குடையது. மார்க்கண்டன் தவசு வில்லுப்பாட்டிலும் சித்திரகுப்தன் வருவான். மரணப் படுக்கையில் வைகுந்தம் அம்மானை படிப்பது, பதினாறாம் நாள் இறப்புச் சடங்கில் கர்ணமோட்சம் கதை படிப்பது அல்லது தெருக்கூத்து பார்ப்பது என்னும் நாட்டார் மரபு கருடபுராணச் செல்வாக்குடையவைதாம்.

சித்திரகுப்தன் பற்றிய அம்மானையின் பின்னிணைப்பாக அமராவதி அம்மானை உள்ளது. அமராவதி என்னும் செட்டிச்சி தான தர்மங்கள் செய்தவள்; ஆனால், சித்திரபுத்திரரின் நோன்பை உதாசீனம் செய்தாள். அதனால் நரகத்திற்குக் கொண்டு செல்லப்பட்டாள். கொடுமைப்படுத்தப்பட்டாள். ஆனால் நரகத்தின் கொடுமையோ கஷ்டமோ அவளைப் பாதிக்கவில்லை. வேறுவழியில்லாமல் அவள் விடுவிக்கப்பட்டு, அடுத்த பிறவியில் நயினார் நோன்பு நோற்க அறிவுறுத்தப்படுகிறாள்.

இந்தக் கதைகள் எல்லாவற்றிலும் கருடபுராணச் செல்வாக்கு உள்ளது. கருடபுராணம் வடமொழியில் அமைந்த 18 புராணங்களில் 17ஆம் புராணமாகக் கருதப்படுவது. இது இரண்டு காண்டங்களும் 19000 பாடல்களும் கொண்டது.

முதல்காண்டம் பூர்வ கந்த காண்டம், இதில் வானியல், மருத்துவம், இலக்கணம், நவரத்தின சோதனை எனப் பல விஷயங்கள் சொல்லப்படுகின்றன. இரண்டாம் காண்டம் உத்திர காண்டம். இதில் இறப்பிற்குப் பின்னர் உள்ள நிகழ்வுகள் வருகின்றன. விஷ்ணு ஒருமுறை

கருடனின் மேல் உலகைச் சுற்றிவருகிறார். அப்போது கருடன் இறப்பிற்குப் பின்னர் மனிதன் என்ன ஆகிறான் என்று கேட்கிறான். அதற்கு விஷ்ணு விரிவாகப் பதில் சொல்லுகிறார். இது உத்திரகாண்டச் செய்தி.

விஷ்ணு - கருடன் உரையாடலே கருடபுராண உத்திர காண்டச் செய்தி. நரகங்கள் 4 லட்சம் உண்டென்றாலும் முக்கியமானவை 28 என்றும், செய்த பாவத்திற்கு ஏற்ப நரகத்தின் தன்மை அமைந்திருக்கும் என்றும் கருடபுராணம் கூறும்.

கருடன் விஷ்ணுவிடம், ஒருவன் இறந்தபின் என்ன வடிவத்தில் இருக்கிறான் எனக் கேட்கிறான். விஷ்ணு இதற்கு விரிவாகப் பதில் சொல்லுகிறார். இறந்தபின் அடைவது பிரேத வடிவம் (இது பிணம் அல்ல; ஆவி). இறந்தவர் ஆவியாக வடிவம் மாறுவர். இதுவும் செய்த வினைக்கேற்ப இருக்கும்.

பூமியில் வாழும்பொழுது நல்ல காரியங்கள் செய்பவர் வெள்ளை நிறப் புகை வடிவில் ஆவி உருவத்தில் இருப்பர். தீய செயல் செய்து வாழ்ந்தவர்கள் கறுப்பு ஆவியாக அலைவர்; ஆன்மிகவாதிகள் இளம் சிவப்பு ஆவியாக (ஆரஞ்ச் நிறம்) அலைவர். இறந்தவர் உடனே யமலோகம் செல்வர்; 12 நாட்கள் கழித்து இறந்த இடத்திற்கு வருவார்.

இந்தக் கருடபுராணச் செய்திகள் கிராமங்களில் பல்வேறு வடிவங்களில் வழங்குகின்றன. இவற்றிற்குப் படக்காரன், வில்லுப் பாட்டுக் கலைஞன், கணியான் ஆட்டக் கலைஞன் ஆகியோருக்கும் பங்கு உண்டு. முக்கியமாகப் படக்காரர் நரகம் பற்றிய செய்திகளைச் சுவையாகப் பாடியிருக்கிறார்; கதைசொல்லியாகச் சொல்லி இருக்கிறார்.

படக்காரன் ஊர் விஷயங்களைப் பேசினாலும் மையம் கருடபுராணமே. இதை வேறுவேறு வடிவங்களில் அவர் சொல்லுவார். இவர்களின் சம்பாஷனை 11 மணி வரை நீடிக்கும். இப்படியான உரையாடல், படக்காரனை யாசகர் என்ற நிலையிலிருந்து அன்னியமாக்கிவிடும். படக்காரரும் ஊர்ப் பெரியவர்களை பெரியவரே என்றும் பெண்களை அம்மா என்றும் அழைப்பார்.

படக்காரர் ஊர் மக்களின் உரையாடலின்போது தன் அடுத்த பயணத்தைப் பற்றியும் பேசுவார். அப்போது, அவர் செல்லப்போகும் ஊரில் வசிக்கும் உறவினர்களை விசாரித்ததாகவும் சிலர் சொல்வார்கள். ஒரு வகையில் அன்றைய தபால்காரர் மாதிரியும் செயல்பட்டிருக்கிறார்.

ஊர்ப்புறங்களில் படக்காரரின் வரவு 20ஆம் நூற்றாண்டு ஆரம்பத்திலேயே நின்றுவிட்டது. 50களில் வட நாஞ்சில் நாட்டு கிராமங்களுக்கு சித்தோசி, சங்கரன் கானைக்காரர், சாட்டை யடிக்காரர், கழைக்கூத்துக்காரர், ராப்பாடி என்னும் கலைஞர்களும் யாசகர்களும் வந்தார்கள். ஆனால் படக்காரர்கள் வரவில்லை.

படக்காரர்களின் வரவு நின்றதற்கு, அவர்கள் வேறு சாதியினருடன் மணஉறவு வைத்துக்கொண்டதும் ஒரு காரணம் என்றார் சங்கம்பாண்டி. சிலர் சிறு வியாபாரம், தொழில் எனச் சென்று விட்டனர். சங்கம்பாண்டி தன் தாத்தா சிந்தாமணிப் பண்டாரம் சொன்ன பல விஷயங்களைச் சொன்னார். அவர் சொன்ன பல விஷயங்களில் கருடபுராணம் நாட்டார் வழக்காற்றில் கலந்துள்ளது என்பதும் ஒன்று.

சங்கம்பாண்டி தன் தாத்தா சொன்ன விஷயங்கள் மட்டுமல்ல சில பாடல்களையும் பாடினார்; அவற்றை முழுதும் பதிவு செய்யவில்லை.

பின்இணைப்பு

கருடபுராணம் கூறும் நரகங்களின் பெயர்கள். இந்த 28 நரகங்களில் நடக்கும் செயல்பாடுகள் படக்காரனின் காவடியில் இருக்கும்.

1. **தாமிஸ்ர நரகம்:** பிறர் மனைவியை விரும்புபவர்; கொள்ளையடிப்பவர் செல்லும் நரகம்.
2. **அந்தாமிஸ்ரம்:** கணவன் அல்லது மனைவியை வஞ்சிப்பவர் செல்லும் நரகம்.
3. **ரௌரவம்:** அடுத்தவர் குடும்பத்தை வஞ்சிப்பவன் செல்லும் நரகம்
4. **மகா ரௌரவம்:** கொடும்பாவம் செய்பவன் செல்லும் நரகம்
5. **கும்பிபாகம்:** உயிர்களை வதைப்பவன் செல்லும் நரகம்.
6. **காலசூத்திரம்:** வெறிபிடித்தவன் அலையும் நரகம்
7. **அசிபத்திரம்:** அதர்மம் செய்பவன் செல்லும் நரகம்
8. **பன்றிமுகம்:** அநியாயமாய் பிறரைத் தண்டிப்பவன் செல்லும் நரகம்
9. **அந்தகூபம்:** சித்ரவதை செய்பவன் அடையும் நரகம்
10. **கிருமிபோஜனம்:** கிருமிபோல் பிறரைத் துளைத்துப் பாவம் செய்தவன் செல்லும் நரகம்.
11. **அக்கினிகுண்டம்:** பலாத்காரத்தால் பிறருடைய சொத்துக்களைப் பறிப்பவன் செல்லும் நரகம்.
12. **வஜ்ர கண்டகம்:** காமவெறி பிடித்து அலைபவர் அடையும் நரகம்.
13. **சான்மலி:** உயர்வு தாழ்வு பாராமல் தரங் கெட்டவர்களுடன் கூடியவன் அடையும் நரகம்.
14. **வைதரணி:** மிருகம்போல் தகாத உறவுகொள்ள கட்டாயப் படுத்துபவன் அடையும் நரகம்.
15. **பூயோதம்:** நல்வழி அன்றி எப்போதும் தீயவழி நடப்பவன் செல்லும் நரகம்.

16. **பிராணரோதம்:** பிராணிகளைத் துன்புறுத்துபவன் செல்லும் நரகம்.
17. **விசஸனம்:** பசுவதை புரிபவன் செல்லும் நரகம்.
18. **லாலாபட்சம்:** மனைவியை வற்புறுத்தி மோக இச்சைக்கு அழைப்பவன் செல்லும் நரகம்.
19. **காரமேயாதனம்:** கூட்டமாய் குடிமக்களைக் கொல்லக் காரணமாயிருப்பவன் செல்லும் நரகம்.
20. **அவீசி:** பொய்சாட்சி சொல்லுபவன் செல்லும் நரகம்.
21. **பரிபாதனம்:** குடிக்கத் தூண்டி கொடுஞ்செயல் புரிபவன் செல்லும் நரகம்.
22. **காரகர்த்தமம்:** பெரியோரையும் தீயோரையும் அவமதிப்பவன் செல்லும் நரகம்.
23. **ரசோணம்:** சாதுவான பிராணிகளை வதைக்கின்றவன் செல்லும் நரகம்.
24. **ஆலரோதம்:** நம்பிக்கைத் துரோகம் செய்பவன் செல்லும் நரகம்.
25. **தந்தஆகம்:** துரோகம் செய்பவன் செல்லும் நரகம்.
26. **வடரோதம்:** பிராணிகளை வேட்டையாடுபவன் செல்லும் நரகம்.
27. **பர்யாவர்த்தனகம்:** விருந்தினரை உபசரிக்காதவன் செல்லும் நரகம்.
28. **ஆசிமுகம்:** அநியாயமாய் சம்பாதிப்பவன் செல்லும் நரகம்.

அமராவதி கதை

அமராவதி கதை 647 வரிகளைக் கொண்ட அம்மானை, சித்திரபுத்திர நயினார் கதை நூலின் பின்னிணைப்பாக உள்ளது. இந்த அம்மானையில் நரகத்தின் கொடுமைத் தன்மை சுவையாக வருணிக்கப்படுகிறது.

முந்நூறு காதம் அகலமுள்ள காட்டூடே
கல்லுங் கறகுங் கார்முள்ளுதான் படவே
கட்டி இழுத்தார்கள் கண்விழிகள் பிதுங்க
செப்புத்தூளோடு சேர்த்துக் கட்டி வைத்தார்
கண்கள் தெறித்துவிழ கன்னத்தில் போட்டான்
அட்டைக்குளத்தில் அழுத்தவே தள்ளிவிட்டார்.

(இப்படியாக நரக வர்ணனை போகும்) இதை முழுவதும் படக்காரன் பாடியிருக்கிறான்.

'உங்கள் நூலகம்' டிசம்பர் 2021

3. ராஜகேசவதாசும் நம்பி நாராயணனும்

நாகர்கோயில் கன்னியாகுமரி சாலையில் உள்ள மருந்துவாழ் மலை அடிவாரத் தோட்டத்தின் மூலையில் பூடமாக இருந்த சின்னஞ்சான் மாடன், உதிரஉலை இசக்கி பற்றிச் செய்தி சேகரிக்கச் சென்றபோது (1994) என்னுடன் வந்த ஜெகதீசன், நம்பிநாராயணன் பற்றி பத்திரிகைகளில் வந்த செய்தியைச் சொன்னார். அப்போது அந்தச் செய்தி பரவலாகப் பேசப்பட்டதற்கே அவர் எங்களூர்க்காரர் என்பதால்தான்.

நம்பிநாராயணன் அப்போது இந்திய விண்வெளி ஆய்வு மைய விஞ்ஞானி. 1970களில் டாக்டர் அப்துல்கலாமின் குழுவில் பணிபுரிந்தவர். திரவ எரிப்பொருள் இயந்திரங்களின் எதிர்காலத் தேவையை முன்கூட்டியே கணித்தவர். 600 கிலோ அழுத்தம் கொண்ட முதல் திரவ உந்து வாகனத்தை 1970 இல் பறக்கவிட்டு சாதனை புரிந்தவர்களில் ஒருவர்.

நம்பி செய்யாத குற்றத்திற்காக 53 வயதில் கேரள காவல் துறையினரால் கைது செய்யப்பட்டார். இந்தியப் பாதுகாப்பு ரகசியங்களை மாலத்தீவு உளவு அதிகாரிகளிடம் பரிமாறியதாகக் குற்றச்சாட்டு, இரண்டு மாதச் சிறை; தான் குற்றவாளி அல்ல என்பதை நிரூபிக்க கேரள உயர்நீதி மன்றத்திற்குச் சென்றார், அங்கே நிராகரிப்பு; உச்சநீதிமன்றத்திற்குச் சென்றார்.

இஸ்ரோவின் வளர்ச்சியில் கலாமின் பங்கு போன்றது நம்பிக்கும், தேசத்தின் மேல் கரிசனமும். இஸ்ரோவின் வளர்ச்சியே தேசநலன் என்ற கனவுடன் வாழ்ந்த ஒரு விஞ்ஞானி இரண்டு மாதம் சிறைப்பட்டார் என்பதைவிட அவரும் அவரது குடும்பத்தினரும் பட்ட அவமானம் ஈடுகட்ட முடியாதது. கேரள உயர் போலீஸ் அதிகாரியிலிருந்து ஆட்டோ ஓட்டுநர் உட்பட அவரை அவமானப்படுத்துவதில் போட்டிபோட்டார்கள். இப்படியாகச் செய்வதன் மூலம் தங்களின் தேசப்பற்றை வெளிப்படுத்திவிட்டதான திருப்தி அடைந்தார்கள்.

ஒரு முறை அவரது மனைவி ஆட்டோவில் ஒரு இடத்திற்கு அவசரமாகச் சென்றபோது, அவர் யார் எனத் தெரிந்ததும் ஆட்டோ ஓட்டுநர் நம்பியின் மனைவியை வீதியில் இறக்கிவிட்டு நடந்துபோகச் சொல்லி அவமானப்படுத்தியதன் மூலம் தன் நாட்டுப்பற்றைக் காட்டிக்கொண்டான். இதை ஊடகங்களும் வெளிப்படுத்தின. இந்த நிகழ்ச்சியை நம்பிகூட ஒருமுறை சொல்லியிருக்கிறார்.

கேரளத்தில் தகுதியான ஒருவரைத் தூக்கிப்பிடிக்கும்போது அளவுக்கு மீறிய புனைவை அவர்மேல் எறிவது போலவே குற்றஞ்சாட்டப்பட்டவனை அவமானப்படுத்துவதற்கும் அளவுகோல் வைத்துக்கொள்ளுவதில்லை. ஆனால் நம்பிநாராயணன் விஞ்ஞானி; அவரது அறிவுத் தேடலுக்குக் கொஞ்சமும் குறைந்ததல்ல அவரது நியாயத் தேடல். உண்மையை நிறுவப் போராடினார். உச்ச நீதிமன்றம் வரை சென்றார்.

அவருக்கு நியாயம் கிடைத்தது. அவர் கிரையோ ஜெனடிக் இயந்திரம் பற்றிய ரகசியத்தை வெளிநாட்டிற்கு விற்றார் (1994) என்ற குற்றச்சாட்டின் அஸ்திவாரமே தகர்ந்தது. 1994 இல் அப்படி ஒரு இயந்திரமே இந்தியாவில் இருக்கவில்லை என்ற உண்மை நீதிமன்றம் மூலம் வெளிப்பட்டது. நம்பி மீண்டும் தன் பணியில் சேர்ந்தார்.

ஐந்து நாட்கள் போலீஸ் விசாரணை; 50 நாட்கள் சிறை; மிகப் பெரிய விஞ்ஞானிக்குக் கிடைத்த பரிசு. என்றாலும் அவர் உயிரோடு இருக்கும்போதே நியாயம் கிடைத்தது. 2001 இல் கேரள அரசு ரூ. 50 இலட்சம் அவருக்கு இழப்பீடு வழங்கியது. தொடர்ந்து கேரள அமைச்சரவை முடிவின்படி ஒரு கோடியே 30 லட்சம் பணம் வழங்கப்பட்டது. 78 வயதில் மத்திய அரசு பத்மபூஷன் கொடுத்து கௌரவித்தது.

நம்பிநாராயணன் தான் வாழ்ந்த காலத்திலேயே நிரபராதி என்பதை நிரூபித்துவிட்டார். ஆனால் தென் கேரளத்து வேலுத்தம்பித் தளவாய், ராஜா கேசவதாஸ் எனச் சிலருக்கு அந்த வாய்ப்பு கிடைக்கவில்லை. இவர்கள் திருவிதாங்கூர் அரசர்களால் குற்றம் சாட்டப்பட்டவர்கள். இவர்கள் செத்து புல் முளைத்தபின்புதான் நீதி கிடைத்தது. தேசத்தை உயிர் மூச்சாகக் கொண்டு நேர்மையாக வாழ்ந்த தளவாய் வேலுத்தம்பி கொலைப்பட்டார். அவர் வீடு தரைமட்டமாக்கப்பட்டது. சில வருஷங்கள் கழித்து அவரது வாரிசுக்கு ஒரு வீட்டைக் கட்டிக்கொடுத்தார் அரசர். அவர் நிரபராதி, உண்மையானவர் என்ற செய்தி அறிவிக்கப்பட்டது.

மருந்துவாழ்மலை அடிவாரத்து சின்னணஞ்சான் மாடன் பற்றிய தகவல்கூட நம்பிநாராயணனுக்குப் பொருத்தமாக இருந்தது. இந்தத் தகவல் சேகரித்து 35 ஆண்டுகள் கடந்துவிட்டன. என்னை அந்த இடத்துக்கு அழைத்துச் சென்றவர், தினமலர் செய்தியை விவரிக்க ஆரம்பித்தார். நான் சின்னணஞ்ச மாடனைப் பற்றித் திருப்பிவிட்டதும் மறுபடியும் சொந்தக் கதைக்கு வந்தார்.

இவர்களில் சின்னணஞ்சான் திருவிதாங்கூர் ராஜ்ஜியத்தை உருவாக்கக் காரணமாயிருந்த பல வீரர்களில் ஒருவன்; யாருக்குத் தெரியும், தெரிய வேண்டாம்; ஆனால் அவனது சிரத்தையும் தியாகமும் கணக்கில் எடுக்கப்படாமல் போயிற்றே.

திருவிதாங்கூர் ராஜ்ஜியத்தை நிறுவிய மார்த்தாண்டவர்மா (1728-1759) என்னும் அனுஷம் திருநாள் ராஜாவிற்குச் சார்பாய் உள்நாட்டுக் கலகத்தில் உதவிபுரிந்தவர்களில் சின்னணஞ்சானும் ஒருவன். மார்த்தாண்ட வர்மாவுக்காக ஹைதராபாத் நிஜாமின் ஜென்ட் அழகப்ப முதலியாரைப் பார்க்க பாளையன்கோட்டைக்குப் போனவர்களில் இவனும் ஒருவன்.

இந்தக் கதைகளை எல்லாம் திருவிதாங்கூர் வரலாற்றை எழுதிய சங்குண்ணி மேனோன், நாகம் அய்யா, வேலுப்பிள்ளை என யாரும் சொல்லவில்லை. அவர்களுக்கு எப்படி எட்டுக்கூட்டத் தம்புரான் கதை தெரியும்.

திருவிதாங்கூர் வரலாற்றில் கதாநாயகனுக்குரிய எல்லா தகுதிகளையும் உடையவர் மார்த்தாண்ட வர்மா. திருவிதாங்கூர் அரசர்களில் இவர் கதைப்பாடல்கள் இடம்பெறும் சூழ்நிலையில் வாழ்ந்தவர். இவரைப் பற்றி ஓட்டன்கதை, தம்பிமார் கதை இரண்டும் அச்சில் வந்துள்ளன, இவற்றின் நாயகனே மார்த்தாண்ட வர்மாதான்.

வேணாட்டு அரச வம்சத்தின் கடைசி அரசனான இராமவர்மாவிற்குப் பின் அவரது மக்களான பத்மாநாபன் தம்பியும் இராமன் தம்பியும் உரிமை கொண்டாடினர். திருவிதாங்கூர் மரபின்படி மருமகனே ஆட்சிக்கு வரவேண்டும் என்பதால் மார்த்தாண்ட வர்மாவும் உரிமை கொண்டாடினார்.

அனுஷம் திருநாள் அரசருக்குப் பொதுமக்களின் ஆதரவு இருந்தது. உயிரைக் கொடுக்க ஒரு கூட்டம் இருந்தது. ஓட்டன், தாணுமாலயன் நாடார் (மாறச்சர்) அனந்தபத்மநாபன், மாங்குடி ஆசான் எனச் சிலர். மார்த்தாண்டருக்கு எதிராக வாரிசுரிமை கோரிய தம்பிமார்களுக்கு ஆதரவாய் நின்றவர்கள் எட்டுவீட்டுப் பிள்ளை மார்கள், சுசீந்திரம் ஊர் உவச்சர் குடும்பம், சைவ வேளாளர் சிலர், ஈத்தாமொழி நாடார் சிலர் என இருந்தனர். இவர்களில் பெரும்பாலோர் நாஞ்சில் நாட்டிலேயே இருந்தனர்.

அரசருக்கு எதிராக இருந்தவர்களைப் பற்றிய ஒரு கதைப்பாடல் உண்டு. எட்டுக் கூட்டத் தம்புரான் என்ற அந்தக் கதைப்பாடல் அச்சில் வரவில்லை. தம்பிமார் கதைப் பாடலை ஆங்கில மொழிபெயர்ப்புடன் சென்னை ஆசியவியல் நிறுவனத்திற்காக வெளியிட செய்தி சேகரித்தபோதுதான் நான் எட்டுக்கூட்டத் தம்புரான் வில்லிசைப் பாடல் பற்றி கேட்டேன்.

வில்லிசைக் கலைஞர் கலைமாமணி சுயம்புராஜனைப் பார்க்க ராஜாக்க மங்களம் போனபோது, தற்செயலாக அந்த ஊரின்

எல்லையில் ஒரு கோவிலில் எட்டுகூட்ட தம்புரான்கள் துணைத் தெய்வமாக இருப்பதை அறிந்தேன். அந்தக் கதைப் பாடலையும் சுயம்புராசன் தேடி எடுத்துத் தந்தார். ஒரு நாள் அவகாசம். திருப்பிக் கொடுத்துவிட வேண்டும் என்றார்.

சுயம்புராசன்தான் முதல்முதலில் சின்னணஞ்சானைப் பற்றிச் சொன்னார். எட்டுகூட்டத் தம்புரான் கதைப் பாடலில் வரும் சின்னான் என்பவனே சின்னணஞ்சான் என்பதையும் அவர் சொன்னபின் கதைப்பாடலை மறுபடியும் படித்து வாசித்துக்கொண்டேன். இவனைப் பற்றி தனிக் கதைப்பாடல் இல்லை.

தம்பிமார் கதையில் மார்த்தாண்ட வர்மாவிற்காக உளவாளியாகச் செயல்பட்ட ஒட்டனைப் பற்றிய குறிப்பு வருகிறது. ஒட்டன் கதையில் அவன் சாகசம் விரிவாக விவரிக்கப் படுகிறது. கடைசியில் அவன் கொலைப்படுகிறான். மார்த்தாண்ட வர்மா அவனுக்குக் கோவில் எடுக்கிறான். அந்தக் கோவில் அரசக் கட்டுப்பாட்டில் இப்போதும் உள்ளது.

சின்னணஞ்சானும் மார்த்தாண்ட வர்மாவிற்காக உளவு பார்க்கிறான். தூது போகிறான். கால்நடையாகவும் பொதிமாட்டின் மீதும் பயணம் செய்திறான். சில சமயம் மார்த்தாண்டவர்மாவிற்குப் பாதுகாவலாகச் செல்லுகிறான். ஒரு முறை மார்த்தாண்டரும் சின்னானும் சுசீந்திரம் ஊருக்கு மாறுவேடத்துடன் செல்லுகிறார்கள். அரசர் கோவில் எதிரே உள்ள சத்திரத்தில் தங்குகிறார்.

சின்னான், தேவதாசி ஒருத்தியின் வீட்டில் தங்குகிறான்; அந்தத் தேவதாசி மார்த்தாண்டரின் உளவாளி. அவள் தான் தம்பிமார்களின் சேகரிப்பு, தங்க நகைகளை ரகசியமாகப் பாதுகாக்கும் உவச்சர் குடும்பம் பற்றிய செய்தியைச் சொல்லுகிறாள். அந்த நகைகள்கூட பாளையன்கோட்டை அழகப்ப முதலியார் வீட்டிற்குக் கொண்டு செல்வதற்காக வைக்கப்பட்டவை என்ற செய்தியையும் சின்னான் கண்டுபிடிக்கிறான்.

சின்னான் அரசரிடம் நெருக்கமாய் இருப்பது சிலருக்குப் பிடிக்கவில்லை. அவனைப் பற்றி அரசரிடம் கோள் சொல்லுகிறார்கள். அரசர் சின்னானைச் சந்தேகப்பட ஒரு காரணத்தையும் சொல்கிறார்கள். சின்னான் யாதவ சாதியினன். அதாவது மார்த்தாண்டவர்மாவின் மாமா இராமவர்மாவின் இரண்டாம் மனைவியான கிருஷ்ணம்மாளின் சாதியைச் சார்ந்தவன் சின்னான் என்ற தகவல் அரசனுக்கு சொல்லப்பட்டது.

உள்நாட்டுக் கலவரம் முடிந்த பின்பு அரசர் தனக்கு எதிராக நின்றவர்கள் சிலரைக் கொல்லும்படியும் சிலரை முட்டம் கடற்கரை மீனவர்களிடம் ஏலம் போடும்படியும் உத்தரவு இடுகிறார். பொறாமைக்காரர்கள் இந்த வாய்ப்பைப் பயன்படுத்தி, திட்டமிட்டு

சின்னணஞ்சானை வெட்டிக்கொன்றுவிடுகின்றனர். உடலை மருந்துவாழ் மலையடிவாரத்தில் போட்டுவிடுகின்றனர்.

கூட்டத்தோடு கூட்டமாய் கொலைப்பட்ட சின்னணஞ்சானை மார்த்தாண்ட வர்மா மறந்தார். தனது ஆதரவாளர்களை எல்லாம் நினைந்து பதவி கொடுப்பதால் நிர்வாகம் பண்ணமுடியாது. என்பது மார்த்தாண்ட வர்மாவுக்குத் தெரியும். ஆனால் கதைப்பாடல் ஆசிரியனால் சின்னானைவிட முடியவில்லை.

சின்னானைப் பற்றி சொன்ன (1983) எ. ஆர். நாடார் அவனும் ஓட்டனைப் போன்றவன்தான் என்றார். எ.ஆர். நாடாருக்கு அப்போது 90க்கு மேல் வயதிருக்கும். கேரளத்தில் தணிக்கை அதிகாரியாக வேலை பார்த்தவர். நல்ல தகவலாளி அவர். “சின்னான் திருவிதாங்கூரின் அரச விசுவாசி; ராஜா கேசவதாசும் அப்படித்தானே; அவருக்கும் கடைசியில் என்ன நடந்தது” என்றார்.

சின்னணஞ்சானைப் போல ராஜா கேசவதாசும் திருவிதாங்கூர் தேசத்துக்கு உழைத்து, செய்யாத குற்றத்திற்காகத் தண்டிக்கப்பட்டவர். திருவிதாங்கூர் அரசர் தர்மராஜா (1758-1798) காலத்தில் திவானாக இருந்தவர் ராஜாகேசவதாஸ். தமிழ் நாட்டில் இன்னும் அணைக்கட்டு, பள்ளிக்கூடம் எனப் பல விஷயங்களைப் பேசும்போது காமராசரைப் பற்றி ஒரு வார்த்தை சொல்லாமல் நகர்ந்து செல்ல முடியாது. அது போல் திருவிதாங்கூர் வரலாற்றிலும், நாட்டு வளர்ச்சிக்கு உழைத்தவர்கள் வரிசையில் கேசவதாசுக்கு முதலிடம் உண்டு.

இதை எல்லாம்விட திருவிதாங்கூரின் ராஜ்ஜிய எல்லையைக் முறைப்படுத்தியவர், உள்நாட்டுக் கலவரத்தை ஒடுக்கியவர். திப்புசுல்தானின் படை எடுப்பை சமாளித்து அவரது படையைத் திருப்பிவிட்டு ஆங்கிலேயருடன் சுமூகமாய் உறவு வைத்துக் கொண்டவர். இப்படி எத்தனையோ. கடைசியில் இவரது நிலை பரிதாபகரமானது.

தர்மராஜாவுக்குப் பின்வந்த பாலராம வர்மா (1798-1810) ஜயந்தன் நம்பூதிரி என்பவரின் பேச்சைக் கேட்டு கேசவதாசை சிறை யிலடைத்தார். அவர் எப்படி இறந்தார் என்பது மர்மம். அவரது உறவினர்களும் தண்டிக்கப்பட்டனர். பத்து வருஷங்கள் கழித்து கேசவதாஸ் குற்றவாளி அல்ல என்று தீர்ப்பு வந்தது. அதைக்கேட்க அவரோ அவரது வம்சாவழியினரோ உயிருடன் இருக்கவில்லை.

ஆனால், நம்பிநாராயணன் உயிரோடு இருக்கும்போதே தான் குற்றவாளி அல்ல என்பதைக் கேட்டுவிட்டார்.

‘காக்கைச் சிறகினிலே’ ஜனவரி 2021

4. குதிரைக்காரனுக்குப் பாவம் சேரும்

நாகர்கோவில் மணி அடிச்சான் கோவில் சந்திப்பில் கட்டபொம்மன் சந்தி, சுடலைமாடன் கோவிலின் அருகே மஞ்சணை விற்றுக்கொண்டிருந்த வயதான பெண் ஒருத்தியிடம் தென் திருவிதாங்கூரில் கடைசியாகப் பொதுமக்கள் முன்னிலையில் தூக்கில் தொங்கிய ஒருவனைப் பற்றிய ஒப்பாரி பாடலைக் கேட்கப் போனேன். இது 70 க்களின் பாதியில் இருக்கலாம்.

அந்த மூதாட்டி என்னிடம் ஒப்பாரிப் பாட்டை விட்டுவிட்டு வேறு விஷயங்களைப் பேச ஆரம்பித்தாள். அந்த விஷயங்களும் சுவையாகத்தான் இருந்தன. நான் எனக்குத் தேவையான இடத்துக்கு அவளைத் திசை திருப்பிப் பேச வைத்தேன். அந்த மூதாட்டி, நாகர்கோவிலில் நடந்த கடைசி தூக்கு பற்றி செய்தியைக் கேட்டபோது.

என்னை மயங்க வைத்த சீமானே
தங்கக் கொடபுடிச்சு நீங்க
தலைவாசல் போகையிலே
பார்ப்பார்கள் கோடி உண்டு
உன் வாசல் அழகுச் சம்பா
கொத்தமல்லி சம்பா வச்சு நட்டு

என்று பாடிக்கொண்டே போனாள். பாடும் போதே தான் அழுவது போன்று பாவனையைக் காட்டினாள். வடியாத மூக்கை துடைத்துக் கொண்டாள்; நீர் பெருகாத கண்ணைக் கையால் நீவிவிட்டாள்.

அந்தப் பாட்டி சொந்தக்காரர்களின் வீடுகளுக்கு ஒப்பாரி பாடப் போகின்றவள். அதற்கென்று கூலி வாங்குவதில்லை. 16 நாட்கள் துட்டி வீட்டில் சாப்பாடு; புதிய சேலை கிடைக்கும். ஊரில் யாராவது வயதானவர் செத்துப் போனால் ஒப்பாரி பாடத் தயார் ஆகி விடுவாள். அது அவளது பேச்சில் தெரிந்தது.

மீண்டும் அவளிடம் தூக்கு பற்றிய செய்தியைக் கேட்டேன். நான் அறிந்த விஷயத்தைச் சாடை மடையாச் சொன்னேன். ஒரு விஷயத்தை நேரடியாகக் கேட்பதை விட செய்திகளைத் துணுக்குகளாகச் சொல்லி முழுமையான செய்திகளைச் சேகரிப்பது சரியான முறை என்பதை அனுபவத்தில் கண்டிருக்கிறேன். கேள்விபதில் பட்டியல் என்பது சரியான நெறிமுறை என்று தோன்றவில்லை. சில ஆய்வுகளுக்கு அது வெற்றி தரலாம். ஆனால், இதுபோன்ற பழைய விஷயங்களைக் கேட்பதற்கு வேறு சில உத்திகளைக் கையாள வேண்டி இருக்கிறது. பாட்டி விரிவாகவே பேச ஆரம்பித்தாள். பாட்டி சொன்னதன் சுருக்கம் இதுதான்.

கடைசியாக தூக்கிலே தொங்கிய அந்தக் குற்றவாளி, நல்லூர் என்னும் ஊரை அடுத்து இருந்த ஒரு சிறு குக்கிராமத்தில் பிறந்தவன். கூலி விவசாயி; ஊர் சூழல், குடும்பப் பிரச்சினை, சொத்து தகராறு, பஞ்சாயத்துக் தலையீடு எனப் பல காரணங்களால் குற்றவாளி ஆனான். வேறு வழியில்லை. கொலை, வழிப்பறி என அவனது காரியங்கள் பெருகிக்கொண்டே போனது. அவன் செய்யாத குற்றங்கள் எல்லாம் அவன் மீது சுமத்தப்பட்டன. அந்தக் காலத்தில் போலீஸ் கண்காணிப்பு என்பது கடன்கழிப்புக்குத்தான். இப்படியான நிலையில் தான் அவன் அவளைக் கொலை செய்தான் என்று குற்றம் சாட்டப்பட்டான்.

பாட்டி இந்தக் கதைச்சுருக்கத்தையும் அவனைப் பற்றிய செய்திகளையும் சொல்லிவிட்டு அவன் கடைசியாக நடுக்காட்டு இசக்கியம்மன் கோவிலில் தூக்கிலே தொங்குவதற்கு முன்பு பேசினானே ஒரு பேச்சு; எங்கிருந்து தான் அவனுக்கு அந்த ஞானம் வந்ததோ தெரியவில்லை ; அவனது வைப்பாட்டி நல்லூர் காரியை அத்தாணிமார் குளத்தில் தள்ளி கழுத்தை நெரித்துக் கொன்றான் என்பது தான் அவன் பேரில் குற்றம். எல்லோரும் அதை உண்மை என்று சொன்னார்கள் என்று சொல்லிக்கொண்டே போனாள்.

அவன் கடைசி வரை தன் குற்றத்தை ஒத்துக்கொள்ளவில்லை. அவன், நான் இந்தக் கொலையைச் செய்யவில்லை. ஆனால், வேறு பலரைக் கொன்றிருக்கிறேன் என்று சொல்லிவிட்டு யாரை யாரைக் கொன்றேன் என்ற பட்டியலையும் வெளியிட்டானாம். செய்த குற்றங்களுக்கு எல்லாம் தப்பித்தப்பி வந்தேன். செய்யாத குற்றத்துக்கு மாட்டி விட்டேன். இதுதான் கடவுள் தண்டனை என்று சொல்லிவிட்டு கூட்டத்தைப் பார்த்து கையை மேலே கூப்பி கும்பிட்டானாம். கூடி நின்றவர்கள் மௌனமாக அவனைப் பார்த்துக் கொண்டிருந்தார்களாம். அவனது உடல் ஒரு சிறு நடுக்கத்துடன் லேசாக அசைந்து நின்றது.

தூக்கு மேடையில் நின்றுகொண்டிருந்த ஆரச்சர் கீழே இறங்கி வந்தார். அவர் குற்றவாளியைத் தூக்கில் போடும் பொறுப்பை வகித்தவர். ஆரச்சர், ஆஜானுபாகுவான; திடகாத்திரமானவர்; மைக் கறுப்பு நிறத்தினர்; தூக்கு மேடையின் கீழே கறுத்த கருமத்த மாட்டின் மேல் (எருமை) இரட்டைமுரசு இருந்தது. மாட்டின் இரண்டு பக்கமும் நின்று கொண்டிருந்த இருவரும் முரசை அடித்துக்கொண்டி ருந்தார்கள். ஒருவன் கொம்பை ஊதினான்.

இசக்கியம்மன் கோவிலில் குற்றவாளிக்குப் போடப்பட்ட கொலை சோற்று சாப்பாட்டிற்கு நடந்த பூசையில் பரவிய சாம்பிராணி வாசனை அங்கிருந்து போகவில்லை. அந்த இடத்தில் மேடு பள்ளமான இடங்களில் மாட்டு வண்டிகளில் வந்தவர்களின் கூட்டம் நிரம்பிவழிந்தது. அவர்கள் தூக்கு போடுவதை வேடிக்கை பார்க்க

வந்தார்கள். அது அன்றைய நடைமுறை. தூக்காளியின் பேச்சு கூடி நின்ற மக்களைச் சலசலப்புக்கு உள்ளாக்கி விட்டது. ஆரச்சர் கையைக் காட்டினார். எருமையின் மேல் இருந்த முரசை அடிப்பவன் அமைதியானான். கொம்பு ஊதுபவனும் கொம்பைத் தாழ்த்திப் பிடித்தான்.

இந்தச் சமயத்தில் ஒரு குதிரை வேகமாக வந்து ஆரச்சரின் முன்னே நின்றது. குதிரைக்காரன் லாகவமாக குதிரையிலிருந்து இறங்கினான். இடுப்புப் பட்டையிலிருந்து சிறு ஓலையை எடுத்து ஆரச்சரின் கையிலே கொடுத்தான். ஆரச்சர் அதை வாங்கிப் படித்தார். குதிரைக்காரனைப் பார்த்து "அய்யா குற்றவாளியைத் தூக்கிலே போட்டு விட்டோம் அவனை விட்டு விடலாம். குற்றம் உறுதியாக வில்லை என்னும் செய்தியை இப்போது கொண்டு வந்திருக்கிறீரே. கொஞ்ச நேரத்திற்கு முன்பு வரக்கூடாதா? குதிரை தானே வேகமாக வரலாமே? என்ன பெரிய தவறு நடந்துவிட்டது. அரசரின் உத்தரவை ஏன் தாமதமாகக் கொண்டு வந்தீர்" என்று வருத்தம் தோய்ந்த குரலில் பேசினார்.

குதிரைக்காரன் "நான் வேகமாகத் தான் வந்தேன் குதிரை தான் ஓடவில்லை. வழியில் சண்டித்தனம் செய்தது. அடித்துப் பிடித்து எழுப்பி வருகிறேன். என் மேல் தவறு இல்லை. குதிரையின் மேல்தான் குற்றம்" என்று தழுதழுத்த குரலில் சொன்னான். இதைக் கேட்ட ஆரச்சர். "அப்படியானால் இவனைத் தூக்கிலே போட்ட பாவம் அரசனைச் சேராது; என்னையும் சேராது, உன்னையும் சேராது; பாவமெல்லாம் குதிரைக்குத்தான்" என்று சொல்லிவிட்டு முரசடிப் பவனைப் பார்த்து கையைக் காட்டினார். அவன் முரசை அடித்தான். கொம்பு ஊதப்பட்டது.

குதிரைக்காரன் தலையைக் குனிந்தபடி இசக்கியம்மன் கோவிலை நோக்கி நடந்தான். குதிரை பின்னே சென்றது. உண்மையில் இது ஒரு நாடகம். ஆரச்சர் குற்றவாளியைத் தூக்கில் போடும்போது குதிரைக்காரன் தொலைவில் ஒரு மரத்தின் கீழ் மறைந்து நிற்பான். குற்றவாளியைத் தூக்கில் போடுவது வரை காத்திருப்பான். முரசு சத்தம் கேட்டதும் குதிரை மேல் ஏறி ஓடி வருவதாகப் பாவனை செய்வான்.

இந்த நாடகத்தைப் பற்றி அந்தப் பாட்டி மட்டுமல்ல வேறு சிலரிடமும் கேட்டிருக்கிறேன். எழுத்தாளர் சுந்தர ராமசாமி ஒரு புளிய மரத்தின் கதை நாவலில் ஆசான் வாய்வழி இந்த நாடகத்தை எழுதி இருக்கிறார். ஏதோ காரணத்தால் அந்தப் பகுதி புத்தகமாக வரும்போது நழுவிவிட்டது. அவர் முதலில் சரஸ்வதி மாத இதழில் அந்த நாவலைத் தொடராக எழுதிய போது இந்தப் பகுதியைச் சேர்க்க வேண்டும் என்று எண்ணி இருக்கிறார். ஆனால் புத்தகமாக்கும் போது இல்லாமல் ஆகிவிட்டது.

மூதாட்டி கடைசியாக தூக்கில் தொங்கியவன் கதையைச் சொன்னபோது குதிரையின் மேல் பாவம் வரும்படி நடந்த நாடகம் கட்டுக்கதை அல்ல. அது உண்மை நிகழ்ச்சி என்பதைச் சிதம்பர நாடார் வில்லுப்பாட்டு ஏட்டைப் படித்தபோது அறிந்துகொண்டேன்.

எண்பதுகளின் ஆரம்பத்தில் நாகர்கோவிலில் இருந்து ஆறு கிலோமீட்டர் தெற்கே உள்ள மதுசூதனபுரம் சிறு கிராமத்தில் நடந்த கொடை விழாவிற்குப் போயிருந்தேன். அது பெருமாள் சுவாமி கோவில் பெருமாள் சாமியைப் பற்றிய வில்லுப்பாட்டைப் பதிவு செய்யத்தான் போயிருந்தேன். இந்தக் கோவிலில் சிதம்பர நாடார் துணைத் தெய்வமாக இருந்தார் என்பதும் போன பிறகுதான் அறிந்தேன். அதற்கு என்று ஒரு கதை இருந்தது. அந்தக் கதையை முத்துசாமிப் புலவர் பாடிய போது சொன்னார்.

சிதம்பர நாடார் கதை அப்போது அச்சில் வரவில்லை. எனக்கு ஏடும் கிடைக்கவில்லை. வில்லிசைக் கலைஞர்கள் சிலரிடம் கையெழுத்து வடிவில் இருந்தது தெரியும். நான் முத்துசாமிப் புலவரின் நிகழ்ச்சியைப் பதிவு செய்தேன்; அவரிடமிருந்த கையெழுத்துப் பிரதியை வாங்கிக் கொண்டேன்.

சிதம்பர நாடார் கதை நாஞ்சில் நாட்டு பறக்கை என்னும் கிராமத்துடன் தொடர்புடையது. புத்தளம் என்னும் கிராமத்தை அடுத்த பகுதிகளில் வரி பிடிக்கும் பொறுப்பில் சிதம்பர நாடார் இருந்தார். இவர் வைத்தியம் அறிந்தவர். மந்திரவாதியும்கூட. முனிசி என்ற பட்டத்தைச் சுமந்து வந்தவர். அவர் தன்னுடைய வெள்ளைக் குதிரையில் எப்போதும் வலம் வருவார். அழகான இந்த இளைஞர் திருமணமாகாதவரும்கூட. முறைப்படியாக திண்ணைப் பள்ளிக் கூடத்தில் படித்தவர்.

ஒரு நாள் காலையில் அவர் குதிரையின் மேல் ஏறி பறக்கை ஊர் பிராமண சுடுகாடு வழி சென்றுகொண்டிருந்தார். அப்போது சுடுகாட்டில் பிராமணர்கள் கூடியிருப்பதைப் பார்த்தார். கூட்டம் கலைவது வரை காத்திருந்தார். கடைசியாகச் சென்ற பிராமணர் ஒருவரிடம் செய்தி கேட்டார். அந்தப் பிராமணர், 16 வயது பிராமணப் பெண் ஒருத்தி பாம்பு கடித்து இறந்த செய்தியைச் சொன்னார்.

அந்த முதியவர் சென்றதும் சிதம்பர நாடார் பிணக்குழியின் அருகே சென்றார். பிணத்தின் மேல் மூடப்பட்டிருந்த தேங்காய் தோட்டை அகற்றினார். பிராமணப் பெண்ணின் பிணத்தைத் தூக்கி சமதரையில் வைத்தார். பிராமணர் சொன்னதை நினைவு கூர்ந்தார்

நல்ல பாம்பு அவளது பாதத்தைத் தீண்டிவிட்டது, சிகிச்சையால் பலன் இல்லை, இறந்துவிட்டாள். பாம்பு கடித்த பாதம் எது என்பதை நோட்டமிட்டார். அதைக் கணக்கில் கொண்டு மந்திரம் ஓதினார்.

அவளைக் கடித்த பாம்பை வரவழைத்தார். அது வந்தது. அவளது பாதத்தில் இருந்து விஷத்தை உறிஞ்சியது. கொஞ்ச நேரத்தில் அவள் கண் விழித்தாள். அவள் சுற்றுமுற்றும் பார்த்தாள்.

அவளுக்குப் பாம்பு கடித்தது நினைவுக்கு வந்தது. சிதம்பர நாடார் அவள் பிழைத்த வரலாற்றைச் சொன்னார். அவள் அவரை வாஞ்சையுடன் பார்த்தாள். அவர் 'பெண்ணே உன் வீட்டில் உன்னை ஒப்படைக்கிறேன்; உன் ஆட்களை வரவழைக்கிறேன்' என்றார். அவள் மறுத்தாள்; நான் உம்முடன் வருகிறேன். நீரே என் மணவாளர் என்றாள். அவரும் அதற்கு இசைந்தார். அவளைக் குதிரை மீது அமர்த்தி தன் வீட்டிற்கு அழைத்துச் சென்றார்.

சிதம்பர நாடாரும் அந்தப் பிராமணப் பெண்ணும் கணவன் மனைவியாக வாழ்ந்தனர். அவள் கர்ப்பமானாள். இந்தச் செய்தி பறக்கை பிராமணர்களுக்குத் தெரிந்தது. அந்தப் பெண்ணின் பெற்றோருக்கு இறந்து போன தன் மகள் பிழைத்துவிட்டாள் என்பது சந்தோஷத்தை அளிக்கவில்லை. வேறு ஜாதிக்காரருடன் அவள் வாழ்கின்றாள் என்பது அவமானமாக இருந்தது.

பறக்கை ஊர்ப் பிராமணர்கள் சிதம்பர நாடார் பிராமணப் பெண்ணை வலுக்கட்டாயமாகக் கவர்ந்து சென்று விட்டார் என்ற ஒரு பொய்ச் செய்தியைத் திருவிதாங்கூர் தளவாய்க்கு அனுப்பினர். அவர் விசாரித்தார். அன்றைய வழக்கப்படி அது பெரும் குற்றம் அதிலும் பிராமணப் பெண்ணைக் கவர்ந்து சென்றால் மரண தண்டனை.

தளபதி, சிதம்பர நாடாரைத் தூக்கில் போடும்படி உத்தரவிட்டார் அதை நிறைவேற்ற வேண்டிய பொறுப்பு ஆரச்சருக்கு என்று ஓலை அனுப்பினார். ஆரச்சர் அதற்குரிய ஏற்பாட்டைச் செய்தார். தூக்கில் போட வேண்டிய நாளை நிச்சயித்தார். குறிப்பிட்ட நேரத்தில் அவரைத் தூக்கிலே போட்டுவிட்டார். அவர் தூக்கில் தொங்கிய கொஞ்ச நேரத்தில் ஒரு குதிரை வந்தது. குதிரைக்காரன் ஒரு ஓலையை ஆரச்சரிடம் கொடுத்தான். குதிரைக்காரனின் பதிவு நாடகம் நடந்து முடிந்தது.

சிதம்பர நாடாரின் மனைவி கணவன் இறந்ததை அறிந்தாள். தன் நாக்கைப் பிடுங்கி உயிரை மாய்த்துக் கொண்டாள். நாடாரின் உறவினர்கள் கணவன், மனைவி இருவரது உடல்களை ஒரே இடத்தில் அடக்கம் செய்தனர்.

நான் சிதம்பர நாடார் கதையைப் பதிவுசெய்த போது, (1983) வில்லிசைக் கலைஞர் முத்துசாமி புலவர் "இந்தக் கதையை நான் ஏட்டில் உள்ளபடி மட்டும் பாடவில்லை; ஏற்கனவே நான் கேட்டதையும் சேர்த்துப் பாடினேன்" என்று சொன்னார்.

குதிரைக்காரனுக்கும் ஆரச்சருக்கும் நடந்த உரையாடலை அவர் வில்லிசை நிகழ்ச்சியில் பாடினார். ஆனால் சுருக்கமாக இருந்தது.

நான் தனியாக முத்துசாமி புலவரைப் பேட்டி கண்டபோது ஆரச்சருக்கும் குதிரைக்காரனுக்கும் நடந்த உரையாடலை விரிவாகச் சொன்னார். ஆனால், அச்சில் வந்த சிதம்பர நாடார் கதையில் இச்செய்தி கொஞ்சம் மாற்றத்துடன் உள்ளது.

அச்சில் வந்த கதைப்பாடலில் (தங்கதுரை 1982) குதிரைக்காரன் தூரத்திலிருந்து ஆரச்சருக்குச் சிதம்பர நாடாரைத் தூக்கில் போட வேண்டாம் என்று கை காட்டுகிறான். தூக்கில் போடும் பணியாளன் அந்த சைகையைப் புரியாமல் சிதம்பர நாடாரை தூக்கில் போட்டு விட்டான். அதன் பிறகு குதிரைக்காரன் ஆரச்சரின் பணியாளரிடம் நான் சைகை செய்தேனே கேட்கவில்லையா என்று சொல்லுகிறான். பணியாளனோ அதைத் தவறாகப் புரிந்துகொண்டேன் என்கிறான். என்னும் செய்தி உள்ளது.

திருவிதாங்கூரில் குற்றவாளிகளைத் தூக்கில் போடுவதற்கு உரிய பொறுப்பு அதிகாரியாக இருந்த ஆரச்சர் பற்றிய விவரங்கள் குறைவாகத்தான் கிடைத்தன. இந்தச் சொல் எந்த மொழியில் உள்ளது என்பதும் தெரியவில்லை. ஆரச்சரைப் பற்றிய செய்திகள் வாய் மொழியாகக் கிடைக்கின்றன, தேவ சகாயம் பிள்ளை என்ற நாடக ஏட்டைப் பதிப்பிப்பதற்காக என் நண்பர் முயற்சித்தபோது ஆரச்சர் பற்றிய செய்திகளைச் சேகரித்ததாகச் சொன்னார்.

தேவசகாயம் பிள்ளை இந்துவாக இருந்து கத்தோலிக்கராக மாறியவர். அப்போதைய அரசு, அவர் மீது சில குற்றங்களைச் சுமத்தி மரண தண்டனை விதித்தது. அப்போது அவரை நாகர்கோவில் அருகே உள்ள பார்வதிபுரம் என்ற இடத்தில் காவலில் வைத்திருந்தார்கள். தேவசகாயத்தைக் காவல் காக்கும் பொறுப்பு ஆரச்சிருக்கு. இந்தச் செய்தி நாடகத்தில் வருகிறது. தேவசகாயத்தின் அற்புதங்களை நேரில் கண்ட ஆரச்சர் அவரை மரியாதையுடன் நடத்தி இருக்கிறார்.

பண்டைய தென் திருவிதாங்கூரில் ஆரச்சர் பதவி வகித்தவர்கள் எல்லோருமே மக்கள் வழி வேளாளராய் இருந்தனர். இவர்களுக்கு வயல் தோப்பு வீடு என சொத்துகள் எல்லாம் காணியாட்சையாகக் கொடுத்திருந்தனர். சொந்தமாய் குதிரை வண்டி ஆயுதம் தாங்கிய காவலர்களும் வைத்துக் கொள்ளும் உரிமை இருந்தது.

ஆரச்சர் தூக்குக் தண்டனையை நிறைவேற்றப் போகும்போது கறுத்த எருமை மாடு ஒன்று முன் செல்லும். அதன் மேல் இரண்டு முரசுகள் தொங்கும். பின் இரண்டு பக்கமும் இரண்டு பேர்கள். முரசை அடிப்பார்கள்; மாட்டின் பின்னே ஒருவன் கொம்பை ஊதிக் கொண்டு செல்லுவான்.

ஆரச்சர் கறுப்புக் குதிரையின் மேல் வலம் வருவார் ஆயுதம் தாங்கிய காவலர் புடைசூழ குற்றவாளி வருவான். இது "ஒரு வகையான விளம்பரம்; பொதுமக்கள் எங்கோ தூக்கு நடக்கப் போகிறது என்று ஊகித்து ஆரச்சரின் பின்னே செல்வார்கள்.

ஆரச்சரின் செய்திகளின் அடிப்படையில் ஒரு மலையாள நாவல் வந்து இருக்கிறது. எழுதியவர் கே.ஆர். மீரா. 552 பக்கங்கள் கொண்ட இந்த நாவல் (D.C.Books 2012) மாத்தியமம் இதழில் 53 வாரங்கள் தொடராக வந்தது. இதில் கி.பி.4 ஆம் நூற்றாண்டுக்கு முன்பே திருவிதாங்கூரில் மரண தண்டனை வழங்கிய ஒரு குடும்பத்தின் கதை விரிவாகப் பேசப்படுகிறது. இந்த நாவல் சாகித்திய அகடமி விருது பெற்றது. ஆரச்சர் வம்சத்தில் வந்த சேத்னா என்ற பெண்ணின் கதை இந்த நாவல். இதில் தென் திருவிதாங்கூர் ஆரச்சர் குறித்த முழு விவரம் இல்லை. அது ஓரளவு கதைப் பாடல்களில் தான் உள்ளது.

'உங்கள் நூலகம்' ஜூன் 2023

5. கள்ளி நற் குழலாள் மூத்தாள் கணவனைக் கருதிப்பாராள்

கொரோனா வியாதியின் பாதிப்பு ஆரம்பித்து மூன்று மாதம் கடந்திருக்கும். ஒரு நாள் மாலையில் தோல்பாவைக்கூத்துக் கலைஞர் கலைமாமணி பரமசிவராவ் தொலைபேசியில் அழைத்தார். அவரை நான் சந்தித்த 45 வருடங்களில் அப்படிப் பேசியதில்லை. அவர் பசியையும் பட்டினியையும் அனுபவித்தவர் தான். ஆனால் என்னிடம் பகிர்ந்து கொள்ள மாட்டார். கலைஞர் என்ற திமிர் அவருக்கு உண்டு.

எனக்குத் தெரிந்து தோல்பாவைக் கூத்துக் கலைஞர்களில் உச்சத்தைத் தொட்ட உன்னதமான கலைஞர் பரமசிவராவ். அந்தக் கலை மரபில் கடைசிக் கண்ணி; அவர் செல் பேசியில் "சார் நாளையுடன் வீட்டில் அரிசி தீர்ந்துவிடும்; கையில் பணம் இல்லை; கடன் கேட்க ஆள் இல்லை; உயிரை விடவும் துணிவில்லை" என்று சொன்னார். அவரது மனைவி கோமதி பாய் இன்னும் கொஞ்சம் சற்று இறங்கிப் பேசினாள். நான் அவரிடம் "எப்படியும் நாளை யாரையாவது அனுப்புகிறேன்; உதவ வருவார்கள்; பேசிப்பார்க்கலாம்; தைரியமாக இருங்கள்" என்று சொன்னேன்.

நாகர்கோவில் இந்துக்கல்லூரி பேராசிரியர் ஜெகதீசனிடம் பேசினேன். அவர் ஒரு அமைப்பு நிர்வாகியிடம் கலந்தார். அடுத்த நாளே ஒரு மாதத்திற்குரிய அரிசி பலசரக்கு பொருட்களை அவருடைய வீட்டிற்குக் கொண்டு சேர்ப்பதற்கு ஏற்பாடு செய்தார். இன்னொருவர் காய்கறி, பழம் கொடுத்தார். அன்று இரவு பரமசிவராவ் குரல் தழுக்க என்னிடம் பேசினார். பழைய விஷயங்களைப் பகிர்ந்து கொண்டார்.

தோல் பாவைக் கூத்து நிகழ்ச்சியில் அதிகமான பார்வையாளர்கள் நல்லதங்காள் கூத்துக்குத்தான். சில ஊர்களில் பார்வையாளர்களின் வேண்டுகோளுக்காக இந்தக் கூத்து இரண்டாம் நாளும் நடத்தப் படுவதுண்டு. நல்ல தங்காளுக்கும் அவளது அண்ணிக்கும் நடக்கும் உரையாடல் பார்வையாளர்களிடம் சலனத்தை உண்டாக்கிவிடும். அதில் சமகால குடும்பப் பிரச்சனைகள் உண்டு. வயதான பெண்கள் தங்கள் அனுபவத்தை அதில் இணைத்து பார்த்துக்கொள்வார்கள்.

அண்ணனின் மனைவி, அலங்காரியால் அவமானப்படுத்தப்பட்டு தன் ஏழு குழந்தைகளுடன் அண்ணனின் வீட்டை விட்டு

வெளியேறுவாள். காட்டு வழி செல்லுகிறாள். அவள் குழந்தைகளுடன் சேர்ந்து தற்கொலை செய்ய முடிவு செய்கிறாள். காட்டு வழி போகிறாள். குழந்தைகளுக்குப் பசி. ஏழு குழந்தைகளும் அழுகின்றன. மூத்த மகன்

பசிக்குதே அம்மா பசிக்குதே
வாழும் வயிறு துடிக்குதே

என்று பாடுகிறான், நல்லதங்காள்.

பசித்த மக்களா பொறுத்துக் கொள்ளுங்கள்
பழுத்த கனிகளைப் பறித்துத் தருகிறேன்
மக்களா என் மக்களா

என்று பாடுகிறாள்.

பரமசிவராவ் நல்லதங்காள் கூத்தை நடத்தும்போது ஒவ்வொரு முறையும் இந்தக் காட்சியை உருக்கமாகப் பாடுவதாகச் சொன்னார். அவர் சொல்லிவிட்டு ஆரம்ப காலத்தில் இந்தக் கூத்தின் காட்சிகளை உணர்ந்துதான் பாடினேன். என் மக்களில் ஒருத்தி அலுமினிய வாளியை எடுத்துக்கொண்டு பகலில் வீடு வீடாகப் பழைய சாதம் கேட்டு வாங்கி வந்த நிகழ்ச்சியை மறக்க முடியவில்லை. அப்போது படாத பாட்டை இந்த கொரோனா பட வைத்துவிட்டது என்றார்.

பரமசிவராவ் தோல்பாவைக் கூத்து நிகழ்ச்சியை நடத்துவதை. 2002 லேயே விட்டுவிட்டார். ஒரு காலத்தில் கூத்து தன் ஜீவனத்துக்காக மட்டுமல்ல, ஆத்ம திருப்திக்காகவும் என்று சொல்லியிருக்கிறார். அப்போது அவருக்கு ஆனந்தமும் பெருமிதமும் இருந்தது. ராமன் பேரைச் சொல்லி ஊரு ஊராகச் செல்வது எங்களுக்கு புண்ணியம்தான் என்றார். கூத்தை நடத்துவதை நிறுத்திய போது அவருக்கு வயது 67 தான். 75 வயதிலும் கூத்து நடத்தும் மராட்டிய கலைஞர்களை நான் அறிவேன்.

பரமசிவராவின் அண்ணன் சுப்பையாராவ் 80 வயதிலும் தோல்பாவைக் கூத்துப் பாடல்களை அடி பிசறாமல் பாடுவார். எண்பதுகளில்கூட பாவைக்கூத்து பாடல்களை ராகவிஸ்தாரத்துடன் பாட்டின் ஏற்ற இறக்கம் என்ற தன்மையுடன் பாடிக் காட்டினார். தோல்பாவைக்கூத்திலும் சங்கீத மரபு இருந்தது என்பதற்கு அவர் கடைசி அடையாளம் ஆக இருந்தார்.

பரமசிவராவ் 50 வயதில் படித்த ஜோதிடம் 65 வயதிற்குப் பின்னர் அவருக்கு கை கொடுத்தது. அவரிடம் ஜோதிடம் பார்க்க வருகின்றவர்களிடம் ஜோதிட மொழியில் பேசி தன்னை அந்நியனாக காட்டிக் கொள்ள மாட்டார். சாதாரண மொழியில் உண்மையைச் சொல்லி பரிகாரமும் சொல்லுவார். அந்தப் பரிகாரம் பொதுவான கடவுள் பக்தி சார்ந்ததாகத்தான் இருக்கும்.

பரமசிவராவிற்கு குலசேகரப்பட்டினம் முத்தாரம்மனிடம் அதிக பக்தி உண்டு. அவரது ஜாதிக்காரர்கள் எல்லோருக்குமே அவள் குலதெய்வமாக இருந்தாள். அக்கோவில் வழிபாடு 19ஆம் நூற்றாண்டு ஆரம்பத்தில் அண்மையில் உருவானது. அந்த தெய்வத்தின் அருளும் சக்தியும் தனக்கு இருப்பதாகத் தனிப்பட்ட முறையில் என்னிடம் சொல்லி இருக்கிறார். ஆனால், ஜோதிடம் பார்க்க வருகின்றவர்களிடம் அப்படி ஒரு சக்தி தனக்கு இருப்பதாகச் சொல்லவே மாட்டார். ஜோதிடத்தை ஒரு கலையாக மட்டுமே அவர் பார்த்தார்.

அவர் அடிக்கடி என்னிடம் சொல்லுவார், “உங்க முயற்சியால் அரசு ஓய்வூதியம் எனக்கு வருகிறது; மக்கள் எல்லோரும் செட்டில் ஆகி விட்டார்கள்; வசதியான சொந்த வீடு; எனக்கு இது போதும்; ராமனின் பெயரைச் சொல்லி ஊர் ஊராக கதை பாடி வாழ்ந்த காலம் எல்லாம் போய்விட்டது; அந்த ஒரு குறை தான் எனக்கு” என்று சொல்லுவார்.

ஒருமுறை ஆங்கில இந்து நாளிதழ் மூத்த நிருபர் கோலப்பனைப் பரமசிவராவிடம் அழைத்துச் சென்றேன்; முன் ஏற்பாடு இல்லை. பரமசிவராவ் வீட்டில் இருந்தார்; நான் ஆங்கில இந்து நாளிதழ்; கோலப்பன் கவர் ஸ்டோரி; என்பதெல்லாம் விவரமாய் சொல்லிவிட்டு சில கேள்விகளுக்கு மட்டும் பதில் சொன்னால் போதும்” என்றேன்.

அவர் எந்தச் சலனமும் இல்லாமல் பேசினார். எனக்கு “அதெல்லாம் ஏன் என் படமோ பேரோ பேப்பர்ல வர்றதுல எனக்கு என்ன வந்து சேரப் போகிறது? ஒன்றும் வேண்டாம் சார்” என்றார் வெறுப்பும் விரக்தியும் கலந்து பேசினார். நான் மீண்டும் மீண்டும் கேட்டுக்கொண்டதால் கொஞ்சம் பேசினார். படம் எடுக்கவும் இணங்கினார். நானே அவரைப் பற்றிப் பேசி பேட்டியை முடித்தேன்.

தனிப்பட்ட வாழ்க்கையிலும் அவர் கலை நிகழ்த்த சென்றபோதும் ஏற்பட்ட அனுபவத்தாலும் அவருக்கு மனக்கசப்பு உண்டு. முக்கியமாக அவரது மனைவியாலும் ஒரு மகனாலும் அவருக்கு பாதிப்பு அதிகம். மனைவி அவரைப் படுத்திய பாட்டை அடிக்கடி சொல்லுவார். தெருக்கூத்துக் கலைஞர் புரிசை கண்ணப்ப தம்புரானின் மறைவுக்குப் பின்னர் வந்த அவரது நினைவு மலரில் படித்த ஒரு கட்டுரை பரமசிவராவுக்குப் பொருந்தும் என்று தோன்றியது. ஒரு வகையில் பரமசிவராவ் கலையின் உச்சத்தை அடையாததற்கு அவரது மனைவி காரணமாக இருந்திருக்கலாம்.

தோல்பாவைக் கூத்து நிகழ்ச்சியில் மூன்றாம் நாள் பரதன் பட்டாபிஷேக நிகழ்ச்சி. ராமனை காட்டுக்கு அனுப்பாதே என்று தசரதன் கைகேயியிடம் கெஞ்சிக் கெஞ்சிப் பேசுவான். இந்தக் காட்சி தோல்பாவைக் கூத்தில் விரிவாகவே காட்டப்படும். இந்த உரையாடலில்

சமகாலப் பிரச்சனையின் சாயல் இருக்கும். தசரதன் கைகேயியிடம் உருக்கமாகப் பேசும் பேச்சை பரமசிவராவ் உணர்ந்தே பேசுவார். கொஞ்சம் கொஞ்சமாக உருக்கம் கோபமாகும்.

தசரதன் கைகேயியை பழித்துப் பேசுவான். அந்தப் பேச்சும் வேகமும் படிப்படியாகக் கூடும். பேச்சின் உச்சத்தில் பரமசிவராவ் தன் மனைவியைப் பார்த்து பேசுவது மாதிரி தோற்றத்தை உருவாக்கி விடுவார். நன்றாகத் தெரிந்தவர்களுக்கு அது தெரியும். பாதகி, வஞ்சகி, சண்டாளி பிறந்ததுமே நாக்கில் விஷத்தை உனக்குத் தடவி விட்டார்களா. ஒரு மொழியில் நல்ல வார்த்தைகள் உண்டு என்பது அறிய மாட்டாயா? என்று சொல்லிக்கொண்டே போவார் அப்போது

ஆலகால விஷத்தை நம்பலாம்
ஆற்றையும் பெரும் காற்றையும் நம்பலாம்
சோலை மா மத யானையை நம்பலாம்
கொல்லும் வேங்கை புலியை நம்பலாம்
காலனார் விடுதூதரை நம்பலாம்
கள்ள வேடர் மறவரை நம்பலாம்
சேலை கட்டிய மாதரை நம்பினால்
தெருவினில் நின்று தியங்கி தவிப்பாரே

என்று பாடுவார்.

இந்தப் பாடல் அவரது அடிமனத்தில் இருந்து வருவது. இதே பாடலை அவரது அப்பா கோபாலராகவும் பாடினாராம். இது விவேக சிந்தாமணியில் உள்ள பாடல் என்பதைப் பிறகு நான் கண்டுபிடித்தேன்.

பரமசிவராவின் மூத்த அண்ணன் சுப்பாராவ் பற்றி காலச்சுவடு இதழுக்கு ஒரு கட்டுரை எழுத செய்தி சேகரித்தபோது பரமசிவராவ் தகவலாளியாக என்னிடம் நிறையப் பேசினார். அப்போது அவர் தன்னைப் பற்றிப் பல விஷயங்களை என்னிடம் சொன்னார்.

பரமசிவ ராவ் தன் தந்தை கோபால் ராவிடம் தங்களின் பூர்வீகம் குடிப்பெயர்ச்சி பற்றி நிறைய கேட்டிருக்கிறார். தென்திருவிதாங்கூர் பகுதியில் தோல்பாவைக் கூத்துக்காரர்கள் பதினெட்டாம் நூற்றாண்டில் குடியேறினர். அது சுவாதித்திருநாள் என்ற அரசர் திருவிதாங்கூரில் அரசராய் இருந்த காலமாய் இருக்கலாம்.

இங்கு முதலில் குடியேறியவர் கிருஷ்ணராவ் (1800- 1882) இவரது மகன் சாமிராவ் (1830 1900) இவரது மகன் கிருஷ்ணராவ் (1860 - 1940) இவரது மகன் கோபாலராவ் 1882 - 1976) இவரது மகன் பரமசிவராவ், (1945---) கோபாலராவின் மூத்த மகன் சுப்பையா ராவ் (1908 - 1999) எனக்கு அவர் மரபு! வழியாகக் கேட்ட நிறைய விஷயங்களைச் சொல்லி

இருக்கிறார். பரமசிவராவ் இவரிடம் பாடுவதற்கும் மிருதங்கம் அடிப்பதற்கும் கற்றிருக்கிறார். கோபாலராவ் கடைசியாக கன்னியாகுமரி அருகே உள்ள பஞ்சலிங்கபுரம் என்னும் சிறு கிராமத்தில் இருந்தார். கோபாலராவுக்கு 11 குழந்தைகள். பரமசிவராவ் ஐந்தாவது மகன்.

பரமசிவம் கொட்டாரம் ஊரில் பள்ளி இறுதிப் படிப்பு வரை படித்தார். பள்ளிப்படிப்பு முடிந்ததும் திருமணம். மனைவிக்கு வயது 14. சொந்த அக்காள் மகள். இதன் பிறகு நிகழ்ச்சி நடத்த ஆரம்பித்துவிட்டார். பரமசிவராவின் அண்ணன்மார்கள் ராமச்சந்திரன், கணபதி, சுப்பையா ராவ் என மூன்று பேரும் கோவில்பட்டி மதுரை திருநெல்வேலி இன்னும் இடங்களுக்குக் குடிபெயர்ந்துவிட்டனர். அதனால் அப்பாவுக்கு உதவியாகவோ தனியாகவோ நிகழ்ச்சி நடத்தினார்.

அறுபதுகளின் ஆரம்ப காலத்தில் நாஞ்சில் நாட்டு கிராமங்களில் கோபால் ராவ் நிகழ்ச்சி நடத்தி இருந்திருக்கிறார். அப்போது பரமசிவராவ் துணைப்பாடகர். 60களின் பாதியில் பரமசிவராவ் தனியாகக் கதை நடத்த ஆரம்பித்தார். அப்போது கோபாலராவ் துணைப்பாடகர். எல்லாம் 1973 வரை தான். இதன் பிறகு கோபால் ராவினுடைய உடல் தளர்ந்துவிட்டது.

பரமசிவராவ் என்னிடம் நான் கூத்து நடத்துவதை விட்டுவிடுவேன் என்று அடிக்கடி சொல்லுவார். ஜோதிடம் பார்ப்பதில் கிடைக்கும் வருமானமே எனக்குப் போதும் என்றார். நான் அவரது நிகழ்ச்சிகளை முழுதும் பதிவுசெய்ய வேண்டும் என்று முடிவு செய்தேன் அதற்கான நேரத்திற்கு காத்திருந்தேன்.

எண்பதுகளின் (பெரும்பாலும் 1988 ஆக இருக்கலாம்) நாகர்கோவிலில் ராமன்புதூர் என்ற இடத்தில் ஒரு சிறு கிராமத்தில் பத்து நாள் நிகழ்ச்சி நடத்தப் போவதாக என்னிடம் சொன்னார். நான் முன் தயாரிப்புடன் பதிவு செய்யப் போனேன். அப்போது சுப்பையா ராவ் துணையாகப் பாடினார். இதற்குப் பிறகும் சில ஊர்களிலேயே நிகழ்ச்சி நடத்தினார்.

2017 ல் அவரைச் சந்தித்தபோது மனம் நொந்து பேசினார். ஜோதிடம் பார்ப்பதால் வருமானம் நிறையவே வந்தது. ஆனால் உறவில் விரிசல். அவரை வாட்டியெடுத்த மனைவியுடனான உறவு மோசமானது ஒருமுறை நான் அவரிடம் விடைபெறும்போது ஒரு பாடலைப் பாடினார். அது ராமாயண கூத்து மூன்றாம் நிகழ்ச்சியில் பாடப்பட்ட பாடல். தசரதனுக்கு வயதாகிவிட்டது. ராமனுக்கு பட்டாபிஷேகம் நடத்த வேண்டும் என்கிறான் தசரதன். வசிட்டன் அது சரி, மகனிடம் நாட்டைக் கொடுத்துவிட்டு வானப்பிரஸ்தம் சென்றுவிடு, என்று சொல்லுகிறான். அப்போது ஒரு அசரீரிப்பாடல் கேட்கிறது.

பிள்ளை தான்வயதில் மூத்தால்
 பிதாவின் சொல் புத்தி கேளான்
கள்ளி நற் குழலாள் மூத்தாள்
 கணவனைக் கருதிப் பாராள்
தெள்ளற வித்தை கற்றால்
 சீடனும் குருவைத் தேடான்
உள்ள நோய் பிணி தீர்ந்தால்
 உலகோர் பண்டிதரை நாடார்

என்ற அந்தப் பாடலை ராகவிஸ்தாரத்தோடு பாடினார் அது விவேக சிந்தாமணியில் உள்ள பாடல் என்பதைப் பின்னர் அறிந்தேன்.

'மானுடம்' மே - ஜூலை 2023

6. அஞ்சலோட்டம் அவருக்கேயாச்சு!

கவிமணி தேசிகவிநாயம் பிள்ளையின் மருமக்கள்வழி மான்மியத்தில் வரும் காரணவர் மருமகனுடன் மாறுபாடு கொண்டு நீதிமன்றத்துக்குப் போய் சொத்துக்களை இழந்து தளர்ந்து இருக்கும் சூழ்நிலையைச் சோகத்துடன் பாடும் காரணவரின் ஐந்தாம் மனைவி 'அஞ்சலோட்டம் அவருக்கே ஆச்சு' என்பார். 'அஞ்சலோட்டம்' என்பது தென்குமரியில் உள்ள வழக்கிழந்த சொல். இதற்குத் தபால் கொண்டுசெல்லும் தபால்காரனின் ஓட்டம் என்பது பொருள்.

தபால்காரனின் அவசர ஓட்டமும் நிற்காமல் செல்ல வேண்டும் என்ற கட்டளையும் அது பற்றிய வழக்காறும் பண்டை திருவிதாங்கூர் வரலாற்றுடன் தொடர்புடையது. தென்குமரியின் பழைய வரலாற்றை அறிந்தவர்களுக்கு அரசாங்கமும் முக்கிய பிரதானிகளும் செய்திகளைப் பரிமாறிக் கொள்ளுவதற்காக உருவாக்கப்பட்ட அஞ்சல் துறையைப் பற்றி அறிந்திருப்பார்கள்.

திருவிதாங்கூரின் இரண்டாம் அரசரான தர்மராஜாவின் காலத்தின் (1784) ஆரம்பமான அஞ்சல் துறைதான் செய்திகள் பரிமாற்றத்திற்காக முதலில் ஏற்படுத்தப்பட்ட துறை. இதற்கு முன்பு தமிழகத்தில் பிரிட்டீஷ் அரசாங்கம் தபால்துறையை ஆரம்பித்து விட்டது. பிரிட்டீஷ் ஆட்சியின் கட்டுப்பாட்டில் இருந்த திருவிதாங்கூர் சமஸ்தானத்திலும், பிரிட்டீஷ் அரசின் தபால் துறை செயல்பட்டிருக் கிறது. இது 1865 முதல் நாகர்கோவிலில் ஆரம்பிக்கப்பட்டது.

பிரிட்டீஷின் தபால்முறை அப்போது இருந்த சமயப்பணியாளர் களுக்கும், பிரிட்டீஷ் அதிகாரிகளுக்கும் சென்னை ராஜதானியின் கீழடங்கிய பகுதிகளுக்கும் செய்திகளைக் கொண்டு செல்வதற்குத்தான் ஆரம்பத்தில் ஏற்படுத்தப்பட்டது. அஞ்சல் துறையும் தபால்முறையும் இவை தோன்றிய காலத்திலேயே போட்டியுடன் செயல்பட்டிருக் கின்றன. அஞ்சல் துறை தபால்துறையை விட மலிவானது என்ற எண்ணம் மக்களிடம் ஆரம்பத்திலேயே பதிந்திருக்கிறது.

மக்களும் அரசும் செய்தியைப் பரிமாறிக் கெள்வதற்காக உள்ள இந்த இரண்டு துறைகளின் போட்டி சென்னைக்குத் தெரிந்திருக்கிறது. சென்னை கவர்னர் 1886ல் பிரிட்டீஷ் தபால் துறைக்கும் திருவிதாங்கூர் அஞ்சல்துறைக்கும் இடையே ஒப்பந்தம் செய்து கொள்ளும் அளவுக்கு நிலை இருந்திருக்கிறது.

அந்தக்காலத்தில் தபால் கொண்டு சென்ற வண்டிதான் போக்குவரத்துச் சாதனமாகவும் இருந்தது. என்றாலும் இதைத்

தபால்வண்டி என்றே குறித்தார்கள். 12 பேர்கள் பயணம் செய்வதற்கு வசதியாக இருந்த பெரிய மாட்டுவண்டிதான் தபால்வண்டி, இதைக் கூண்டுவண்டி என்பது நாஞ்சில் நாட்டு வழக்கு.

தபால் துறையும் அஞ்சல்துறையும் திருவிதாங்கூரில் நடைமுறையில் இருந்த 19ஆம் நூற்றாண்டில் மக்கள் இதை முழுதும் பயன்படுத்தினார்கள் என்று சொல்ல முடியாது. 19ஆம் நூற்றாண்டில் ஆரம்பத்தில் நாகர்கோவிலில் அச்சு இயந்திரசாலை வந்துவிட்டது. எழுதுபொருள், தாள், மை எல்லாம் கூட வந்துவிட்டன. என்றாலும் ஓலையில் எழுத்தாணி கொண்டு எழுதும் வழக்கம் இருபதாம் நூற்றாண்டின் ஆரம்பத்தில் வழக்கில் இருந்தது போல தபால் அல்லது அஞ்சல் துறை மக்களிடமிருந்திருக்கிறது.

அஞ்சல் ஓட்டம் பெரும்பாலும் அரசு சார்பானது என்பதற்கு ஓவியச் சான்று உண்டு. சுசீந்திரம் தாணுமாலயன் கோபுரத்தின் நாலாம் நிலையில் மேற்கு பார்த்த கவரின் மேல்பகுதியில் அஞ்சல் ஓட்ட ஓவியம் உள்ளது. ஒருவர் (இவர் குமஸ்தா) தரையில் அமர்ந்து கைப்பெட்டியில் ஓலையை வைத்து எழுதுகிறார். எழுதிய ஓலையை அதிகாரி ஒருவர் பரிசீலிக்கிறார். (இவர் உயர் அதிகாரியாகவோ திவானாகவோ இருக்கலாம்).

பரிசீலித்த ஓலையை அரசர் பார்க்கிறார். பின் அது அஞ்சலோட்டக்காரனிடம் கொடுக்கப்படுகிறது. அஞ்சல்காரனின் ஓவியம் வடக்கு பார்த்த சுவரில் இருக்கிறது. இவன் தலையில் தலைப்பாகை, இடையில் தார்பாய்ச்சிய வேட்டி; வலதுகையில் நீண்ட ஈட்டி; இடதுதோளில் தபால் பை. இவன் ஓடுகிறான். இதற்கு அடையாளமாய் இவன் வலதுகால் முன்னே; இடதுகால் பின்னே உள்ளன. அஞ்சல் ஓட்டக்காரனின் ஈட்டியில் மணிகள் உள்ளன. அவன் ஓடும்போது ஒலிக்கும் அந்த மணிகளின் சத்தத்தைக் கேட்டு மக்கள் வழிவிட்டு ஒதுங்குவார்கள். அஞ்சலோட்டம் பற்றித் தென்குமரிக் கதைப்பாடல்களில் செய்திகள் உள்ளன. ஒரு இடத்திலிருந்து வேறு இடத்திற்குச் செய்தி கொண்டுசெல்பவனைக் கதைப்பாடல்கள் ஒட்டன் எனக் கூறும்.

அரசு அறிக்கைகளை ஓலை ஆவணங்களில் பதிவுசெய்து பொதுமக்களுக்குத் தெரிவிக்கக் கட்டளை இடப்படுவது என்பது பொதுவான முறை. முக்கியமான உத்தரவுகளைக் கல்லில் பொறித்து பொது இடத்தில் நடும் முறையும் அது போன்றதே. பொது மக்களுக்குச் செய்தி அறிவிக்கும் இந்தமுறை பேரரசர் அசோகர் காலத்துக்கு முன்பே இருந்தது. இதே முறையை வேணாட்டரசர் பரிசீலனை செய்திருக்கிறார்.

கன்னியாகுமரி மாவட்டம் கல்குளம் வட்டத்தில் திருவிதாங்கோடு ஊரில் பொதுமக்கள் கூடும் இடத்தில் இருந்த ஒரு கல்வெட்டு

புலைப்பேடி என்னும் சமூக வழக்கம் நிறுத்தப்பட்டது பற்றி குறிப்பிடுகிறது. (இக்கல்வெட்டு தற்போது பத்மநாபபுரம் அரண்மனை அருங்காட்சியகத்தில் உள்ளது)

குறிப்பிட்ட மாதத்தில் அதிகாலையில் வெளியே வரும் பெண்ணின் மீது கல்லை எறியும் ஒடுக்கப்பட்ட ஆண்மகனுக்கு (புலையன்) அவள் உரியவளாவாள். புலைப்பேடி என்று அழைக்கப்பட்ட இந்த வழக்கம் தடை செய்யப்பட்டதையும், இதை மீறுபவர்களுக்குக் கடுமையான தண்டனை கொடுக்கப்படும் என்பதையும் இந்தக் கல்வெட்டு கூறுகிறது. இது வேணாட்டு அரசரான வீரகேரளவர்மன் 1696ல் வெளியிட்டது. அரசு ஆணையை அல்லது அறிக்கையை வெளியிடுவதற்கு உரிய உத்தி இது. இந்தத் தகவல்களைப் படிக்கத் தெரிந்தவர்கள் படித்து வாய்மொழி மூலம் அடுத்தவரிடம் சொல்லி இருக்கின்றனர். இச்செய்தி இப்படியே பரவி இருக்கிறது.

ஒரு செய்தியை ஓலை அல்லது செப்பேடு அல்லது கல்வெட்டு மூலம் வெளியிடுவதும் அவைதாம் ஆதாரமானது என்பதும் மட்டுமல்ல. வாய்மொழிச் செய்தியையும் ஆதாரமாக எடுத்துக் கொள்ளும் வழக்கம் முந்திய காலங்களில் சாதாரணமாக இருந்திருக்கிறது. பிரிட்டிஷ் இந்தியாவில் முறையான நீதிமன்றங்கள் உருவான பின்புதான் எழுத்துச் சான்றுகள் முக்கிய ஆதாரம் என்ற கருத்து வலுப்பட்டது.

அரசு காப்பாளர்/ஊர் பிரதானி ஒருவர் கூறும் செய்தியை அறிக்கை போன்றே நம்பத்தகுந்தது என்று கூறும் வழக்கம் இருந்திருக்கிறது. நாஞ்சில் நாட்டுப் பழைய வரலாற்றுச் செய்திகளைக் கூறும் முதலியார் ஓலை, வாய்மொழிச் செய்தியை ஆவணமாக எடுத்துக்கொள்ளலாம் என்று குறிப்பிடுகிறது. 1697ல் உள்ள இந்த ஆவணம், மதுரைப் படைகளின் படையெடுப்பின்போது விலை ஆதார ஓலைகளும் ஒத்தி ஓலைகளும் கிழிக்கப்பட்டன; இதனால் அந்த நிலம் ஒத்தி தொடர்பான தகவல்களை வாய்மொழியாகக் கூறினாலும் ஏற்றுக்கொள்ள வேண்டும் என்று குறிப்பிடுகிறது. வாய்மொழி மரபில் வரும் நம்பிக்கையாகவும் இதை எடுத்துக் கொள்ளலாம்.

அரசு பற்றிய செய்திகளும் குடும்பச் செய்திகளும் வழிபாடு தொடர்பான செய்திகளும். வாய்மொழியாகப் பரவியதற்கு நாட்டார் வழக்காற்றுத் தகவல்களில் சான்று உண்டு. இதுபோன்ற செய்திகள் பல தொகுக்கப்படவில்லை. ஊடகக்காரர்களின் ஒலிப்பேழையிலும் ஒலிப்படப் பெட்டியிலும் பதிவுசெய்து ஆதார பூர்வமாகச் செய்தியை வெளியிடும் இந்தக் காலத்தில், வாய்மொழிச் செய்திகள் மட்டுமே செய்து பரப்பலுக்குக் காரணமாயிருந்தது என்பதை இன்று நம்ப முடியாது.

ஊர்க்காரராய் யாசகம் பெற்றுக்கொண்டு செல்லும் பண்டாரங்களின் வழி வாய்மொழிச் செய்தி பரப்பப்பட்டது. நாஞ்சில் நாட்டில் இந்த வழக்கம் இருந்திருக்கிறது. பண்டாரங்கள் ஒன்றோ ரெண்டோ பேர் சேர்ந்து யாசகம் எடுப்பார்கள். இவர்கள் ஊரின் ஒதுக்குப்புறமான இடத்தில் இருந்த மண்டபத்தில் தங்குவார்கள்.

பண்டாரங்கள் யாசக அரிசியை சமைத்து உண்டு மண்டபத்தில் படுத்துக் கொள்ளுவார்கள். அப்போது அங்கே கூடும் ஊர் மக்களிடம் தங்கள் பயணத்தில் சந்தித்த மக்கள், பார்த்த நிகழ்ச்சிகள், ஊர்கள் பற்றி பேசுவார்கள். கேட்டவர்கள் இவர்களை யாசகர்களாகக் கருத மாட்டார்கள் என்பதும் முக்கியம். அந்த ஊர் மக்கள், தங்கள் ஊரின் நிலவரம் பற்றியும் பண்டாரங்களிடம் பேசுவார்கள். இந்தச் செய்திகளைப் பண்டாரங்கள் அடுத்த ஊரில் சொல்லுவார்கள்.

இந்தப் பண்டாரங்களில் சிலர் காவடியும் வைத்திருப்பார்கள். காவடியில் கட்டப்பட்டிருக்கும் மணியும், அரிசிச் செம்பும் அசைய இவர்கள் நடந்து செல்லும்போது வயதான பெண்கள் அடுத்த ஊரில் இருக்கும் தங்கள் உறவினர்களின் வீட்டில் தெரிவிக்கவேண்டிய செய்தியைச் சொல்லிவிட்டுத்தான் யாசக அரிசியைப் போடுவார்கள். இந்த யாசகர்கள் தனியே நடக்கும்போது பாடிக்கொண்டு போவார்கள். இந்தப் பாடல் பெரும்பாலும் திருவிதாங்கூர் அரசர்களின் பெருமை, அவர்கள் செய்யும் தர்ம காரியங்கள் பற்றியதாய் இருக்கும். சுசீந்திரம் கோபுர வேலையை மறுபடியும் மூலம் திருநாள் ஆரம்பிக்கப்போகிறார் என்னும் செய்தியை இந்தப் பண்டாரங்களே பரப்பி உள்ளனர். பேச்சிப்பாறை அணை கட்ட ஆரம்பிக்கும் முன் (1897) அது பற்றிய செய்திகள் வாய்மொழியாகப் பரவியதையும், பருத்திப்பயிர் போய் நஞ்சைப்பயிர் வரப்போவதையும் களியல் ஆட்டப் பாடகன் பாடியிருக்கிறான்.

பண்டாரங்கள், செய்தி பரப்பியதற்கு ஐவர் ராசாக்கள் கதைப்பாடலில் சான்று உண்டு. திருநெல்வேலி மாவட்டம் வள்ளியூரில் ஆட்சி செய்த குலசேகரன் என்னும் பிற்காலப் பாண்டியனைப் பற்றியது இக்கதைப்பாடல். ஒரு பண்டாரம் குலசேகரனின் படத்தை எடுத்துக் கொண்டு ஊர் ஊராய் காட்டி, அவன் பெருமையைப் பேசி வருகிறான். இது அரசனுக்குப் பெண் பார்க்கும் வேலையும் கூட. இதில் அரசனின் புகழ் பரப்பல் முக்கியம். மக்களிடம் அரசனின் செல்வாக்கை ஏற்படுத்த உருவாக்கிய உத்தி இது. திருவிதாங்கூரின் முதல் அரசனான மார்த்தாண்ட வர்மாவின் பெருமையையும், வீரத்தையும் பற்றியும் தம்பிமார்கள் அவர்களுக்குச் செய்யும் துரோகம் பற்றி முண்டன் என்னும் ஓட்டன் நாஞ்சில் நாட்டு கிராமங்களில் செய்தி பரப்பியதை ஓட்டன் கதை கூறுகிறது. இதுபோன்று வாய்மொழி வழி அரசனின்

புகழ் பரப்பிய இவர்கள் இன்றைய அரசயல்வாதிகளின் கொள்கை பரப்புச் செயலாளர்களைப் போல இருந்திருக்கிறார்கள்.

நல்ல விஷயங்களை வாய்மொழி மூலம் பரப்பியது போலவே கொடுமை செய்தவனின் செயலைப் பற்றியும் பரப்பிவிடுதல் வழக்கில் இருந்தது. சண்டாளன் மருத நாயகம் பிள்ளை என்பவனைப் பற்றிய செய்தி இப்படித்தான் பரப்பப்பட்டது. அண்ணனின் மனைவியை விரும்பினான் தம்பி மருதநாயகம். அண்ணி அதற்கு இணங்கவில்லை. அதனால் அவளைக் கொலை செய்தான் தம்பி. இந்த செய்திகளைப் பண்டாரங்கள் ஊருக்கு வெளியே இருந்த கல்மண்டபங்களில் அமர்ந்து பாடியிருக்கின்றனர். கதையாகச் சொல்லி இருக்கின்றனர். யாசகம் எடுத்த சிலருக்கும் பாடு பொருள் மருதநாயகம் பிள்ளையின் கதைதான்.

சண்டாளன் மருதநாயகம் பிள்ளையின் கொலைப் பாடல் ஒருவகையில் வடதமிழ் நாட்டில் பரவலாக அறியப்பட்ட கொலைச் சிந்து போன்றதுதான். இன்றைய புலனாய்வுப் பத்திரிகையின் கூறுகளைக் கொண்டது. சிந்துகள் சிந்துப் பாடகனுக்குப் புலனாய்வுப் பத்திகையாளரின் கற்பனையும் மொழிவேகமும் செய்திகளை அலசும் நுட்பமும் உண்டு. கொலைச்சிந்துகளைப் படிப்பதற்கென்றே கூட்டம் இருந்தது. அச்சில் வராத கொலைச் சிந்துகளைப் பாடியவர்களுக்கு வருமானமும் உண்டு; மரியாதையும் இருந்திருக்கிறது.

பத்தொன்பதாம் நூற்றாண்டில் நடந்த பெரிய கொலை வழக்குச் செய்திகளைச் சாதாரண பாமரனுக்குக் கொண்டு சேர்ந்த பெருமை கொலைச்சிந்து பாடகனுக்கு உண்டு. நாஞ்சில் நாட்டில் இப்படியான கொலைச்சிந்துகள் கிடைத்துள்ளன.

சுசீந்திரம் ஊரில் பத்து வயது சிறுமியின் கழுத்தை நெரித்துக் கொன்று கோவில் தெப்பக்குளம் அருகே போட்ட நிகழ்ச்சி, பிள்ளையைக் கொன்ற பாட்டு என்னும் தலைப்பில் சிந்து வடிவில் வந்திருக்கிறது. இருபதாம் நூற்றாண்டில் ஆரம்பத்தில் நடந்த இந்த நிகழ்ச்சி, அப்போது வெளிவந்த பத்திரிகைகளில் பரபரப்பாகப் பேசப்படவில்லை. ஆனால் சிந்துப்பாடகன் தங்கச்சங்கிலிக்காக கொலைப்பட்ட சிறுமி பற்றிய விபரங்களையும், கொலையாளி கைது செய்யப்பட்டு தண்டனைபெற்ற விபரங்களையும் புலனாய்வு பத்திரிகை நடையில் பாடியிருக்கிறான். காலணா விலையில் (இன்று 1 ½ நயா பைசா) 16 பக்கங்கள் கொண்ட இந்தச் சிறு பிரசுரம் நாஞ்சில் நாட்டில் கிராமங்கள்தோறும் கூவி விற்கப்பட்டிருக்கிறது.

சுசீந்திரம் தேரோட்டத் திருவிழா அன்று மதம்பிடித்து பழையாற்றில் இறங்கி அட்டகாசம் செய்த யானையை அடக்கப்போன

அப்புக்குட்டனைப் பற்றிய ஒரு சிந்துப்பாடலும் வெளிவந்திருக்கிறது. இது, அன்றைய தேரோட்ட விழாவில் பொதுமக்கள் பரபரப்பாய் ஓடியது, பெண்கள் வீடுகளில் புகுந்து ஒளிந்தது பற்றி விலாவாரியாக வர்ணிக்கிறது.

மகாத்மா காந்தி கொல்லப்பட்டதற்கு அடுத்த நாள் நாகர்கோவிலில் நடந்த இரங்கல் கூட்டத்தில் வினியோகிக்கப்பட்ட மகாத்மா துக்கச் சிந்து என்ற சிறு பிரசுரம் தினமணி தினப்பத்திரிகையில் தேசப்பிதா மரணம் என்னும் தலைப்பில் வந்த செய்தியை விட பரபரப்பாய் பேசப்பட்டிருக்கிறது.

தென்குமரியில் ஊர் அம்பலங்களும், முத்தாரம்மன் கோவில்களும் செய்தி பரப்பிய முக்கிய மையங்களாக இருந்தன. அரசரால் அங்கீகரிக்கப்பட்ட ஊர் பிரதானியாகவும், வருவாய்த் துறையினருக்கு உதவுபவராகவும் இருந்தவர் அழகியபாண்டியபுரம் முதலியார். இவர் வீட்டிற்கு ஓலைவழி கொண்டு வரப்பட்டு செய்திகளை முதலியார் 12 பிடாகைத் தலைவர்களிடமும் சொல்ல அவர்கள் முத்தாரம்மன் கோவில் கூட்டத்தில் வாய்மொழியாக சொல்லுவார்கள். இப்படியே இச்செய்தி பரவும்.

திருவிதாங்கூரின் இரண்டாம் அரசரான தர்மராஜாவின் அம்மாவிற்கு உடல் நலமில்லாத செய்தியை நாஞ்சில் நாட்டு மக்களுக்கு அறிவிக்க வேண்டி அனுப்பட்ட ஓலை, முதலியார் ஆவணத் தொகுதியில் உள்ளது. இது 1789 ஆம் ஆண்டு எழுதப்பட்டது. இச்செய்தி வாய்மொழியாகப் பரப்பப்பட்டிருக்கிறது.

தமிழகத் திருவிழாக்கள் வழிபாடு, கேளிக்கை, வியாபார மையம் என்பதாக மட்டும் இல்லாமல் மக்கள் தங்களுக்குள் செய்திகளைப் பரிமாறும் இடமாகவும் இருந்திருக்கிறது. ஒரே சாதிக்காரர்களும் உறவினர்களும் தங்கள் குடும்பத்திலும் ஊரிலும் நடந்த நல்லது கெட்டது செய்திகளையும் திருவிழாவில் சந்தித்தபோது பரிமாறிக் கொண்டனர். மதுரை சித்திரைத் திருவிழாவில் சில சாதிகளுக்குரிய ஒரு ஆண்டிற்கான கொடுக்கல் வாங்கல் கணக்கை முடிப்பது, திருமணம் நிச்சயம் செய்வது, குடும்ப வழக்குகளை முடித்துக் கொள்வது போன்ற பல விஷயங்கள் நடந்திருக்கின்றன. மராட்டிய கணிகர் சாதியில் செய்திப் பரிமாற்றம் சித்திரை விழாவை அடியொற்றியே இருக்க வேண்டும் என்பது எழுதப்படாத சட்டம்.

விழாவில் செய்திப் பரிமாற்றம் என்ற இந்தச் செயல் நாஞ்சில் நாட்டில் சுசீந்திரத் தேரோட்ட விழா, கோட்டாறு சவேரியார் விழா இரண்டிலும் நடந்திருக்கிறது. சுசீந்திரம் தேரோட்ட விழா மாலையில் நாஞ்சில் நாட்டுப் பன்னிரண்டு பிடாகை மக்களும் கூடி, விவசாயத்

தொழில் பற்றி விவாதித்திருக்கின்றனர். குளம் தூர்வாரும் நாள், விதைக்கும் நாள் பற்றிய வாய்மொழியாகப் பரிமாறிக்கொள்ளும் இடமாக இது இருந்திருக்கிறது.

வருவாய்த் துறை உயர் அதிகாரியான திவான் பேஷ்காரின் அறிவிப்பை பார்வத்தியக்காரர் (கிராம அரிகாரி) வாய்மொழி உத்தரவாத அளவில் பரவ விடுதல் மிக அண்மைக்காலம் வரை வழக்கில் இருந்திருக்கிறது. மகாத்மா காந்தியடிகள் மூன்றாம் முறையாக கன்னியாகுமரி மாவட்டத்துக்கு வந்தபோது, (1934) அவருக்கு அரசுப் பணியாளர்கள் உதவி செய்யக்கூடாது. பொதுமக்கள் அவர் பேசும் கூட்டத்திற்கு செல்லக்கூடாது என்றும் செய்திகள் வாய்மொழியாகவே பரப்பப்பட்டன. (இதற்குப் பலன் கிடைக்கவில்லை என்பது வேறு விஷயம்)

தென்குமரியில் எழுதப்படிக்கத் தெரிந்தவர்கள் மிகக் குறைவாக இருந்த இந்திய விடுதலைப் போராட்ட காலத்தில் சுதேசமித்திரன், இந்து, மணிக்கொடி, சுதந்திரச்சங்கு போன்ற பத்திரிகைகள் வாங்கப் பட்டிருக்கின்றன. இவற்றை ஒருவர் படிக்க மற்றவர் கேட்க, கேட்டவர் வாய்வழி அது பரவியிருக்கிறது. மணிக்கொடி, சுதந்திரச்சங்கு போன்றவை ஐந்து பிரதிகளே வாங்கப்பட்டிருக்கின்றன. ஆனால் இவற்றின் செய்தி நூறுபேருக்கு மேல் எட்டியிருக்கிறது.

வாய்வழிச் செய்தி பரவும் முறை எழுதப்படிக்காத சமூகத்தில் தவிர்க்க முடியாதது என்ற நாட்டார் கொள்கை ஒரு புறம் இருந்தாலும் கன்னியாகுமரி மாவட்டத்தில் 19ஆம் நூற்றாண்டிலேயே பத்திரிகைகள் அச்சிடப்பட்டிருக்கின்றன என்பது முக்கியமான விஷயம். 1820-லேயே நாகர்கோவிலில் அச்சு இயந்திரசாலை வந்துவிட்டது. இதன் பிறகு தேசோபகாரி (1840) பாலதீபிகை (1840) மாதர்போதினி (1840) சுவிசேஷ பிரபல விளக்கம் (1841) சுவிஷேச தீபிகை (1863) போன்ற பத்திரிகைகள் வந்திருக்கின்றன. இந்தப் பத்திரிகைகளில் மாதர்போதினி முக்கியமானது.

மாதர்போதினி பத்திரிகையில் வெளிவந்த ஒரு கட்டுரை உயர்சாதியினராகக் கருதப்பட்ட இந்துக்களிடம் படிக்கப்பட்டு விவாதிக்கப்பட்டு பரவியிருக்கிறது.

'கன்னியாகுமரி மாவட்ட பிரஸ் கிளப் மலர்' 2008 மே

7. ஓட்டன்

ஓட்டன், தான் வேலைபார்க்கும் மிராசுதாரோ அரசனோ பெருவீரனோ யாராக இருந்தாலும் சரி, அவருக்கு நன்றியோடு இருப்பான். அரசியல் செய்திகள் அவனுக்கு நன்கு தெரியும்; நாட்டுநலன் கொண்டவனாய் இருப்பான். அரசருக்காக உளவு பார்ப்பவனாகவும் இருப்பான்.

கன்னியாகுமரி மாவட்டம் சுசீந்திரம் எனும் ஊரிலுள்ள தாணுமாலயன் கோவில் சுமார் 1600 ஆண்டுகளுக்கு முற்பட்டது. இதன் கோபுர அடிஸ்தானம் 600 ஆண்டுகளுக்கும் முந்தையது. ஆனால் கோபுரம் கட்டப்பட்டது 130 ஆண்டுகளுக்கு முன்புதான். இந்தக் கோபுரம் ஏழு நிலைகள் கொண்டது. 96 அடி உயரம், எல்லா நிலைகளிலும் 550க்கு மேற்பட்ட ஓவியங்கள்.

இரண்டாம் நிலையில் கிழக்கு சுவர் வாசல் மேல்பகுதியில் ஐந்து ஓவியங்கள் உள்ளன. இவை அன்றைய காலத்தில் வழக்கிலிருந்து செய்திப் பரிமாற்றத்தைக் கூறுவது. முதல் ஓவியம் ஒருவர் தரையில் அமர்ந்து கைப்பிடி மேஜையில் எழுதும் காட்சி. இறகுப் பேனா, மைக்குப்பி, இரண்டாம் ஓவியத்தில் அதிகாரி கைமேஜையில் அமர்ந்து கடிதத்தில் ஒப்பமிடுகிறார். மூன்றாம் ஓவியத்தில் அரசர்; நான்காம் ஓவியத்தில் கடிதம் அவர் கையில் கொடுக்கப்படுகிறது. ஐந்தாம் ஓவியத்தில் தூதன்தார் பாய்ச்சிக்கொண்டு வெற்றுடம்பாய் கழுத்தில் ஜோல்னாப் பை, கையில் ஈட்டியுடன் இருக்கிறான். இவன் வேகமாக ஓடுகிறான்.

இப்படியாக உள்ள இந்தத் தூதனை கதைப்பாடல்கள் ஓட்டன் என்று கூறும். தென் மாவட்டக் கதைப்பாடல்கள் சிலவற்றில் இவன் தூதனாகவே காட்டப்படுகிறான். ஓட்டன் என்பதற்குக் காலால் நடந்து செல்லும் தூதன் (Runner) என லெக்சிகன் உரை கூறும். இது பழைய சொல். சிலப்பதிகாரம் வேனிற்காதையில் இளம் கால் இகைத்தான் எனபதற்கு அரும்பத உரையாசிரியர் தூதர் என்று பொருள் கூறுகிறார். அடியார்க்கு நல்லார் ஓட்டன் என்ற சொல்லையும் கூறுகிறார். இவர் 12ஆம் நூற்றாண்டினர். எனவே 12 ஆம் நூற்றாண்டில் ஓட்டன் என்னும் சொல் வழக்கில் இருந்ததாகக் கொள்ளலாம்.

தென் தமிழகக் கதைப்பாடல்களில் ஓட்டன் என்ற சொல் பரவலாகக் காணப்படுகிறது. இந்தக் கதைப்பாடல்களில் ஓட்டன் என வருமிடத்தில் பொதுத்தன்மை உண்டு. கதைப்பாடல்களின் கதாநாயகனின் பிறப்பு பற்றிய செய்தி அது.

கதையின் நாயகனின் தாய் குழந்தை இல்லாமல் தவமிருப்பாள். இறைவன் அருளால் கர்ப்பமடைவாள். அவளுக்கு பிரசவம் பார்க்க மருத்துவச்சியை அழைத்துவரும் பொறுப்பை ஓட்டனிடம் ஒப்படைக்கிறான் கர்ப்பிணியின் கணவன். ஓட்டன் மருத்துவச்சியைத் தேடிப்போவான். ஒன்று ரெண்டுபேர் மறுத்துவிடுவார்கள். ஒருத்தியிடம் பேரம் பேசுவான். ஓட்டனின் வாக்கு சாமர்த்தியத்தால் அவள் சம்மதிப்பாள்.

ஓட்டன் மருத்துவச்சியிடம் மருத்துவக் கூலிக்குப் பேரம் பேசுவது விரிவாக வரும். பொன் ஆசை காட்டி அவளை அழைப்பான். இது போன்ற உரையாடல் உடையார் கதை, 'உலகுடையார் கதை, சிதம்பர நாடார் கதை, பொன்னிறத்தாள் கதை' போன்ற நூற்களில் விரிவாக வருகிறது. பொன்னிறத்தாள் கதையில், ஓட்டனிடம் கர்ப்பிணியின் கணவன் பேசும் பகுதி விரிவாக வரும். இதில் ஓட்டனின் சமயோஜித புத்தி வர்ணனை வரும்.

ஓட்டன், தான் வேலை பார்க்கும் மிராசுதாரோ அரசனோ பெரு வீரனோ யாராக இருந்தாலும் சரி, அவருக்கு நன்றியோடு இருப்பான். அரசியல் செய்திகள் அவனுக்கு நன்கு தெரியும்; நாட்டு நலன் கொண்டவனாய் இருப்பான். அரசருக்காக உளவு பார்ப்பவனாகவும் இருபபான்.

ஓட்டனிடம் அடுத்த நாட்டுக்கு அரசியல் செய்தி ஓலை கொடுத்து அனுப்புவது என்ற குறிப்பு சில கதைப்பாடல்களில் உள்ளன. அந்த ஓலையை அப்படியே கொண்டுசெல்ல வேண்டிய கட்டாயம் இல்லை. மனப்பாடம் செய்துகொண்டும் போகலாம். பதில் செய்தியை ஓலையில் கொண்டுவரலாம். நினைவில் இருத்தியும் வரலாம் (தோட்டுக்காரி அம்மன் கதை) ஆமையம்மன்-அம்மானை என்ற நூல்

நாட்டை அரசாளும் நல்லராசனுக்கு செய்தி சொல்ல
ஓட்டன் தனையழைத்து ஓடவிட்டார் அம்மானை
ஓட்டனும் செய்திதனை நெஞ்சிலே
கொண்டுதானே ஓடினார் அம்மனை
என்று கூறும்.
அழகம் பெருமாள் கதைப்பாடல்.
புத்தியால் அறிந்தோர் சொல்லக் கேட்டு
கைகள் தாம்வீசி ஓடினானே

எனக் கூறும். இப்படிப் பல உதாரணங்கள் செல்ல முடியும்.

அரசனுக்குப் பெண் பார்க்கின்ற வேலையையும் ஓட்டனே செய்திருக்கிறான். ஐவர் ராசாக்கள் கதை தொடர்பான இடைச்சி செல்லி கதையில் இது பற்றிய செய்தி விரிவாக வருகிறது. குலசேகரப் பாண்டியனுக்கு வயது 16 ஆகிவிட்டது. பெண்பார்க்க வேண்டும். அவனது தந்தை அமைச்சர்களிடம் ஆலோசித்தார்.

அமைச்சர்கள் “ஊர்ஊராய் அலைந்து செய்தி சொல்ல ஓட்டர்கள் இருக்கிறார்கள். இவர்களைப் பண்டாரம் என்றும் அழைக்கிறார்கள். அவர்களுக்குத் தகுந்த சன்மானம் கொடுத்து நம் காரியத்தைச் சாதிக்கலாம். குலசேகரப் பாண்டியனின் ஓவியத்தை நான்கைந்து வரைந்துகொள்ள வேண்டும். ஒவ்வொரு பண்டாரமும் ஒவ்வொரு திசைக்காய் இளவரசனின் படத்தைக் கொண்டுபோக வேண்டும்; அவன் புகழைப் பாட வேண்டும். நம் குலத்துப் பாண்டியர்களோ வேறு அரசர்களோ இதை அறிந்து வருவார்கள்” என்கிறார்கள்.

‘ஓட்டன்’ என்பவன் குறிப்பிட்ட சாதியைச் சார்ந்தவன் அல்லன். பண்டாரம் ஓட்டனாகவும் இருக்கிறான். பாடவும் செய்கிறான். இது சாதி சார்ந்த தொழில் அல்ல.

ஓட்டன் பற்றிய தனிக் கதைப்பாடல் உண்டு. திருவிதாங்கூர் ராஜ்ஜியத்தை நிறுவிய அனுஷம் திருநாள் மார்த்தாண்டவர்மா (1729-1758) என்ற அரசனின் தூதன் முண்டன். இவனைப் பற்றிய 560 வரிகள் கொண்ட பாடல் அச்சில் வந்திருக்கிறது. இது வில்லுப்பாட்டாகவும் பாடப்படுகிறது.

ஓட்டன் கதையின் ஒரு பகுதியை (298 வரிகள்) சர்வேஸ்வரன் அச்சிட்டிருக்கிறார். (1982) இந்தக் கதையுடன் தொடர்புடைய எட்டுக்கூட்ட தம்புரான் கதை அச்சில் வரவில்லை. ஏட்டு வடிவில் உள்ளது. அகஸ்தீஸ்வரம் ஊர் சி.ராமசாமி நாடார் (1895-1985) என்பவரிடம் ஓட்டன் கதையின் முழுவடிவமும், எட்டுக்கூட்ட தம்புரான் கதை ஏடும் இருந்தது. நான் 80களின் இறுதியில் அவற்றைப் படித்துக் குறிப்பெடுத்திருக்கிறேன். அவர் இறந்தபின் அவரிடம் இருந்த அபூர்வமான சில புத்தகங்களும் ஏடுகளும் திருவனந்தபுரம் சென்றுவிட்டன என்று அறிந்தேன். ஓட்டனைப் பற்றிய சரியான பதிவு இல்லாமல் ஆகிவிட்டது.

ஓட்டன் பட்ட கதை அல்லது ஓட்டக்காரன் கதைத் தலைப்பில் உள்ள இக்கதை மார்த்தாண்டவர்மா என்ற அரசனுக்கு காவலனாக தூதனாக, ஒற்றனாகச் செயல்பட்ட முண்டன் என்பவனின் வரலாறு. இவன் இறுதியில் பகைவரால் கொல்லப்படுகிறான்.

வேணாட்டு அரசவம்சத்தின் கடைசி அரசர் இராமவர்மா. இவரது மருமகன் மார்த்தாண்ட வர்மா. திருவிதாங்கூரின் முதல் அரசர் இவர்; இராமவர்மாவின் வைப்பாட்டி மகன் பப்புதம்பி ராமன் தம்பி அகிய இருவரும் திருவிதாங்கூர் நாட்டிற்கு உரிமை கொண்டாடினர். கோவில் நிர்வாக அமைப்பினர்களான எட்டுவீட்டுப் பிள்ளைமார்கள் தம்பி மார்களைத் தூண்டினர். திருவிதாங்கூர் அரச முறைப்படி மருமகனே ஆட்சிக்கு வர வேண்டும்.

இந்த மாதிரியான உள்நாட்டு விவகாரத்தில் மார்த்தாண்ட வர்மாவிற்கு மிக உதவியாக இருந்தவன் ஓட்டன். இவன் பேச்சு வழக்கில் பிராந்தன் (ஏ.ஆர். நாடார் ஏடு) என்றும் அழைக்கப்பட்டான். ஒரு கட்டத்தில் அரசரைப் போல் வேடம் தரித்து உலாவினான். மார்த்தாண்டவர்மா அரசப்பதவி ஏற்றதும் (1729) ஓட்டனுக்கு கோவில் எடுத்தார்.

இந்த ஓட்டனின் கோவில் நாகர்கோவில் கன்னியாகுமரி சாலையில் பொத்தையடி ஊரில் உள்ளது. அறநிலையப் பாதுகாப்புத் துறைக்கு உரியது. ஓட்டனுக்கு வேறு ஊர்களில் முண்டன் சாமி கோவில் என்னும் பேரில் வழிபாடு உண்டு.

'ஓட்டன்' வெறும் அரசுப்பணியாளன் அல்லன். தேசத்தின் பேரில் பற்றுள்ளவனும்கூட.

'காக்கைச் சிறகினிலே' ஜூன் 2022

8. சாதி விலக்கும் தண்டனையும்

இந்திய மரபில் குறிப்பிட்ட சாதியினரிடம் குற்றேவல் செய்வதற்கு என்றே சில சாதியினர் இருந்தனர். பெரும்பாலும் இந்த சாதிக்காரர்கள் தாங்கள் குற்றேவல் செய்யும் சாதியினரின் ஒரு பிரிவினராக இருந்தனர்; இந்த நடைமுறை இப்போது இல்லை என்றாலும் இதுபற்றிய செய்திகளைத் தொகுக்க முடிகிறது.

நாஞ்சில் நாட்டு வேளாளர்களில் பெரும் நிலச்சுவாந்தார்களின் வீட்டில் நல்லது, கெட்டது காரியங்களை (இறப்பு, திருமணம்) நடத்துபவர்களை விசாரிப்புக்காரன் என்று அழைப்பார்கள். இவர் வேளாளராக இருந்தாலும் அங்கீகாரம் உடையவர்களாய் இருக்கவில்லை. இது குறித்து அழகிய பாண்டியபுரம் பெரிய வீட்டு முதலியார் ஆவணங்களில் சான்று உள்ளது.

மராட்டிய கணிகர் சாதியினரிடம் 12 உட்பிரிவுகள் உண்டு. இவர்களில் மண்லிக்கர் என்ற பிரிவினர் மற்ற பதினோரு பிரிவினருக்கும் அடிமையாய் இருந்து பணி செய்திருக்கின்றனர். திருமணம், இறப்பு சடங்குகளில் இவர்களே உதவினர். மண்லிக்கர் பிரிவில் மற்ற பிரிவினர் மண உறவு வைத்துக்கொள்வதில்லை. இப்போது இந்தப் பிரிவு இல்லை; இவர்கள் மற்ற உட்பிரிவுகளுடன் கலந்துவிட்டனர்.

நாஞ்சில் நாட்டு வேளாளர் கிராமங்களில் நிர்வாக அமைப்பில் குற்றேவல் செய்ய ஒருவர் இருந்தார். அவர் மொறையான் என அழைக்கப்பட்டார். ஊரில் நடக்கும் இறப்பு காரியங்களுக்கு இவரே செய்தி சொல்லப் போவார்; இவர் வேளாளர் சாதியினராக இருந்தாலும் வேளாள நில உடைமையாளர்கள் இவர்களை அடிமை போலவே நடத்தினர்.

உடுப்பி பிராமணர்களுக்கு அடிமையாக இருந்த துளு மொழி பேசிய ஒரு சாதியினர், கேரளம்-கொடுங்கல்லூர் கோவிலின் மீன பரணி விழாவிற்கு வருகின்றனர். இந்தச் சாதியினர் இப்போது துளு பிராமணர்களுக்கு அடிமையாக இருக்கவில்லை என்றாலும் கடன் பட்டவர்களாகவே சொல்லிக்கொள்கிறார்கள். இது போன்று வேறு சான்றுகளைச் சொல்லலாம்.

அடிமைப் பிரிவினருக்கும் அவர்களின் எஜமான சாதிகளுக்கும் முரண்பாடு அல்லது மாறுபாடு வருவதும்; அடிமை சாதியைத் தண்டிப்பதுமான செய்திகள் நாட்டார் வழக்காற்றில் உண்டு.

இப்படியான ஒரு நிகழ்ச்சி கன்னியாகுமரி மாவட்டம், கல்குளம் வட்டம், திருவிதாங்கோடு ஊரில் கிடைத்த கல்வெட்டில் உள்ளது. இந்த ஊரிலுள்ள பெண்கள் பள்ளியின் முன்பகுதியில் உள்ள கல்வெட்டில் இருந்தது. இக்கல்வெட்டு இப்போது பத்மநாபபுரம் அரண்மனை அருங்காட்சியகத்தில் உள்ளது.

இந்தக் கல்வெட்டை திருவிதாங்கூர் தொல்லியல் துறையினர் 1921இல் படி எடுத்திருக்கின்றனர். திருவிதாங்கூர் தொல்லியல் துறை கண்காணிப்பாளராக இருந்த எ.எஸ்.ராமநாத ஐயர் இக்கல்வெட்டைப் படியெடுத்திருக்கிறார். '1924இல்' இக்கல்வெட்டு Travancore Archeological Series தொகுதி 5 இல் (பக் 90) சிறு விளக்கத்துடன் வெளியாகி உள்ளது.

இக்கல்வெட்டை திருவிதாங்கோட்டிலிருந்து பத்மநாபபுரம் அரண்மனை அருங்காட்சியகத்திற்கு 1960 அளவில் கொண்டு சென்றிருக்கின்றனர். அங்கே இப்போது பாதுகாப்பாய் இருக்கிறது.

தமிழக அரசு தொல்லியல் துறையினர் இக்கல்வெட்டை 2004இல் படி எடுத்திருக்கின்றனர். இது கன்னியாகுமரி மாவட்ட கல்வெட்டுத் தொகுப்பு ஆறில் வெளியாகி இருக்கிறது (2008 எண் 514). இதில் கல்வெட்டு பற்றிய குறிப்பு மட்டுமே உள்ளது. வேறு விளக்கம் இல்லை.

இக்கல்வெட்டின் முதல் பக்கத்தில் 26 வரிகளும் இன்னொரு பக்கத்தில் 25 வரிகளும் மூன்றாம் பக்கத்தில் 15 வரிகளும் ஆக 66 வரிகள் உள்ளன. ஒரு வரியில் 3 அல்லது 4 சொற்கள் மட்டுமே உள்ளன. 2022ல் இக்கட்டுரை ஆசிரியர் கல்வெட்டு ஆய்வாளர் செந்தீ நடராஜன் உதவியுடன் மீண்டும் படி எடுத்தார்.

இக்கல்வெட்டு ஸ்வஸ்திஸ்ரீ எனத் தொடங்குகிறது. மலையாள ஆண்டு, 628, சித்திரை மாதம் 9 ஆம் தேதி (1452) வெட்டப்பட்ட இக்கல்வெட்டு இப்போதும் நல்ல நிலையில் உள்ளது.

இந்த ஆவணம் ஜாதி மோதல் தொடர்பான முக்கியமான செய்தியைக் கூறுகிறது. நாட்டின் தென் பகுதியில் வெள்ளநாடார் என்பவருக்கும் வேளாளர் ஜாதியினருக்கும் இடையே பகைமை இருந்தது. இதனால் மோதல் வந்திருக்கிறது. இது தீவிரமான பிறகு, ஆட்சியாளர் நடவடிக்கை எடுக்கவேண்டிய சூழ்நிலை வந்திருக்கிறது. இதில் வேளாளர் அதிகம் பாதிக்கப்பட்டிருக்கலாம்.

இந்தக் கல்வெட்டு அரசரின் உத்தரவு செய்தியை அறிவிப்பது போன்று அமைந்தது. ஏற்கனவே இந்த உத்தரவு அறிக்கையாக வெளியிடப் பட்டிருக்கலாம். இந்தத் தொனி கல்வெட்டில் உள்ளது. இந்த உத்தரவில் வெள்ளநாடாரைக் கட்டுப்படுத்த வேண்டிய செய்தி சொல்லப்படுகிறது.

வெள்ள நாடார் பிரிவினருக்கு எச்சரிக்கை, விலக்கு, தண்டனை தொடர்பான செய்திகள் கல்வெட்டில் உள்ளன. இந்த உத்தரவு வேணாட்டார் வாழும் பகுதிக்கு உட்பட்டது என்று எடுத்துக் கொள்ளலாம். செய்தி வருமாறு.

வெள்ள நாடார் தமிழ் பேசும் பகுதி மக்களிடம் மண உறவு வைத்துக்கொள்ளக்கூடாது; தமிழ்ப் பகுதியில் உள்ளவர்கள் வெள்ள நாடாருக்குப் பெண் கொடுக்கக் கூடாது; வெள்ள நாடார் மக்கள் தமிழ் பேசும் பகுதியில் கூலி வேலை செய்யப் போகக்கூடாது.

தமிழ்ப் பகுதி மக்கள் வெள்ள நாடார் மக்களைக் கூலிக்கு அமர்த்தக் கூடாது. தமிழ் பேசும் ஊர்களிலும் கோவில்களிலும் நிர்வாகப் பொறுப்பிலோ கணக்கு எழுதவோ வெள்ள நாடாரை அமர்த்தக்கூடாது. இதுபோல் வேறு வேலைகளும் இவர்கள் செய்யக்கூடாது.

வெள்ள நாடார்கள் வேளாள மக்களுக்கு ஏதோ ஒரு வகையில் பிழை செய்தார்கள். இப்படிச் செய்தவர்கள் 23 பேர்களின் பெயர்கள் கல்வெட்டில் உள்ளன. இவர்களைக் கண்டதும் கொல்லலாம் என்பது கல்வெட்டின் உத்தரவு (பெயர்கள் பின் இணைப்பில் உள்ளன).

இந்தக் கல்வெட்டு வெட்டப்பட்ட காலத்தில் (கி.பி. 1452) வேணாட்டு அரசர் யார் என்று சரியாகத் தெரியவில்லை. இக்காலகட்ட அரசன் வீர ராம வர்ம குலசேகரன் என்று ஸ்ரீதர மேனன் ஊகிக்கிறார். இந்த அரசன் காலத்தில் வேணாடு திருநெல்வேலி மாவட்டம் களக்காடு ஊர் வரை பரவியிருந்தது.

இந்தக் காலகட்டத்தில் திருவனந்தபுரம் பத்மநாபசுவாமி கோவில் நிர்வாகிகளான யோகக்காரர்கள் அரசு நிர்வாகத்தில் தலையிட்டனர். அரசனுக்கு ஒன்றும் செய்ய முடியாத நிலை. வேணாட்டு அரசர்களின் பெரிய பிரச்சினையே அதுதான். இது 1740 வரை நீடித்தது. திருவிதாங்கூர் அரசர் மார்த்தாண்ட வர்மா இதற்கு முடிவு கட்டினார்.

இது கோவில் நிர்வாகிகள், அரசியல் நிர்வாகிகள் ஆகியோருக்கு இடையே உள்ள தனிப்பட்ட பிரச்சனை மட்டும் அல்ல; கோவில் நிர்வாகிகள் ஊர் நிர்வாகத்திலும் அரசியல் நிர்வாகத்திலும் சாதிப் பிரச்சினைகளிலும் தலையிட்டனர். சாதி மோதல் வருவதற்கு இதுவும் ஒரு காரணம். இது போன்ற ஒரு நிலை மதுரை நாயக்கர் காலத்தில் நடந்திருக்கிறது. சாதிகளின் உட்பிரிவுகள் உரிமை வேண்டி வழக்கு நடந்து இருக்கிறது.

திருவிதாங்கோட்டில் கிடைத்த கல்வெட்டின் சுருக்கமான செய்தியைத் திருநெல்வேலி மாவட்டம் கல்லிடைக்குறிச்சியில்

கிடைத்த கல்வெட்டு ஒன்றும் குறிப்பிடுகிறது. இந்தக் கல்வெட்டு இந்த ஊர், கோட்டைத் தெருவில் தனிக் கல்தூணில் உள்ளது. தமிழில் அமைந்த இந்தக் கல்வெட்டு திருநெல்வேலி மாவட்ட கல்வெட்டுகள் தொகுதி ஒன்றில் வெளியாகியிருக்கிறது (2009 எண் 219). இதில் மலையாள வருஷம் 628 சித்திரை மாதம் 5 ஆம் தேதி (1452) வெட்டப்பட்டது என்ற குறிப்பு உள்ளது. ஒரு வகையில் இந்தக் கல்வெட்டு நடப்பட்டு நான்கு நாட்கள் கழித்துதான் திருவிதாங்கோடு கல்வெட்டு நடப்பட்டிருக்கிறது என்று தெரிகிறது.

கல்லிடைக்குறிச்சி கல்வெட்டில் வேளாளர்களுக்கு வெள்ள நாடார்கள் பிழை செய்துவிட்டனர். தவறு செய்தவர்கள்; கணக்கு கோளரி ஐயப்பன், ஐயப்பன் குமரன், அண்டூர் செழியங்கன் ஆகியோர்." வேறு சிலரும் இருக்கலாம். இப்படியாக வேளாளரைப் பிழைத்த மூன்று பேர்களைக் கொன்று பரிகாரம் செய்ய வேண்டும்.

தமிழ் பேசும் பகுதிகளில் வெள்ள நாடார்களைக் கூலி சேவகத்திற்கு அமர்த்தக்கூடாது. அவர்களுடன் மண உறவு வைக்கக்கூடாது; அவர்களுக்கு ஊர் அல்லது கோவில் நிர்வாகத்தில் பதவி கொடுக்கக் கூடாது. தேசநலன் காரியமாக இவர்களைப் பணியில் அமர்த்தக்கூடாது; என்னும் செய்திகள் உள்ளன.

இந்தக் கல்வெட்டு 44 வரிகள் கொண்டது. ஒரு வரி சரியாகத் தெரியவில்லை. திருவிதாங்கோடு கல்வெட்டில் குற்றவாளிகள் என குறிப்பிடப்படும் பெயர்கள் கல்வெட்டில் இல்லை.

இந்தக் கல்வெட்டில் வேளாளருக்கு வெள்ள நாடார் பிழைத்தது, மலையாள வருஷம் 561 மீன மாதம் ஞாயிறு 29 ஆம் தேதி என உள்ளது. இதை கி.பி 1386 பங்குனி மாதம் என எடுத்துக்கொள்ளலாம். அப்படியானால் வெள்ள நாடார் வேளாளரைப் பிழைத்து 166 வருடங்கள் கழித்து இந்த உத்தரவு வந்தது என ஆகும். இது பொருந்தவில்லை, இதனால் கல்லிடைக்குறிச்சி கல்வெட்டில் கொடுக்கப்பட்ட ஆண்டு தவறு எனக் கருதலாம்.

திருவிதாங்கோடு கல்வெட்டை முதலில் படி எடுத்த இராமநாத ஐயர், இந்த மோதலுக்குக் காரணமான சாதியினர் வெள்ள நாடார் என்பவரே! கல்வெட்டில் அப்படியே உள்ளது. இவர் வெள்ள நாடார் அல்லர் வெள்ள நாடர் என்பதே சரி. இவர்கள் வேளாளரின் ஒரு பிரிவினராக இருக்கலாம். திருவனந்தபுரம் அருகே வெள்ளநாடு என்ற ஒரு பகுதியில் உள்ள வெள்ளாளரின் உட்பிரிவினர் ஆக இருக்கலாம் என்கிறார்.

இந்தக் கல்வெட்டு இருந்த இடம் (திருவிதாங்கோடு) தமிழ் பேசிய பகுதி அல்ல; நாஞ்சில் நாட்டு வேளாளர்கள் திருவிதாங்கோடு

வேளாளருடன் உறவு வைத்துக்கொள்வதை குறைவாகக் கருதினர். இவை எழுபதுகளில்கூட இருந்தது. இது முரண்பாடான புரியாத புதிர்.

திருவிதாங்கூர் வரலாற்றை எழுதிய டி.கே.வேலுப்பிள்ளை வேணாட்டில் குறிப்பிட்ட ஜாதியினர் தலையெடுத்து மேலே சென்றபோது, அவர்களின் உட்பிரிவினர் சிலரை விலக்கி, வைக்கும் அளவுக்கு நிலை மோசமாக இருந்தது என்கிறார். வெள்ள நாடார். வேளாளர் பகைமையும் அதன் விளைவையும் இதனுடன் தொடர்பு படுத்திப் பார்க்கலாம்.

பின் இணைப்பு

கல்வெட்டில் குறிப்பிடப்படும் குற்றவாளிகள்

ஐயப்பன் மார்த்தாண்டன், குமரன் ராமன், ஐயப்பன் ஆண்டி, மார்த்தாண்டன், மழவராயன், தும்பிச்சில் மார்த்தாண்ட மழவராயன், நம்பன் தொண்டைமான், மார்த்தாண்ட பணிக்கன், காரைக் குன்றன், சொட்டூர் முதலியார், பார்பன்பார்பன் மக்கள் இரண்டு பேர், படைக்கல முத்தையன், மாடம்பி, நிரப்பார ஈச்சம்பி, பேரூர் நாயர், அய்யன் பாப்பன், மார்த்தாண்டன், ஆரு செம்பிய பணிக்கன், சடையன்கோதை, வளவன் கண்ணன், இழிகம் முருகன், தூவத்து ராமன்

'உங்கள் நூலகம்' ஜனவரி 2023

9. பிள்ளையைக் கொன்ற பாட்டு

தமிழகத்தின் வட பகுதிகளில் கொலைச்சிந்துகள் பெருமளவில் கிடைக்கின்றன. தென் மாவட்டங்களில் குறைவாகவே சேகரிக்கப் பட்டுள்ளன. தாமிரபரணியில் நடந்த வெள்ளப்பெருக்கு மதுரை பகுதியில் நடந்த முறையற்ற பால் உறவால் நடந்த கொலை, அதனால் நடந்த தொடர் கொலைகள், முறையற்ற திருமணம், காவல் துறைக்குச் சவால் விட்டுக்கொண்டிருந்த மணிக்குறவன் போன்ற குற்றவாளிகள் எனச் சிலரைப் பற்றிய சிந்துகள் வந்திருந்தாலும் அவை எண்ணிக்கையில் குறைவுதான். தென்மாவட்டங்களில் கதைப்பாடல்கள்தாம் அதிகம் கிடைக்கின்றன.

கொலைச்சிந்து நடந்த நிகழ்ச்சியின் அடிப்படையில் எழுதப்படுவது, கொலையின் முடிவு சட்டப்படி தெரிந்த பின்பே கொலைச்சிந்து வெளிவரும். பெரும்பாலும் மிகைப்படுத்தல் இல்லாமலும் இருக்கும். கொலைப்பட்டவரை வீரனாக, கடவுளாக மாற்றும் போக்கு சிந்துகளில் கிடையாது.

1956ஆம் ஆண்டு வரை கேரளத்தின் ஒரு பகுதியாக இருந்த தென் திருவிதாங்கூரில் (இன்றைய கன்னியாகுமரி மாவட்டம்) தமிழ் இலக்கிய ஏடுகள் கிடைக்கவில்லை. நாட்டார் எழுத்து இலக்கியங்கள் கிடைக்கவில்லை என்று எழுதிய முந்திய ஆய்வாளர்களின் கணிப்பைப் புறந்தள்ளும் சான்றுகள் இப்போது கிடைத்துக்கொண்டிருக்கின்றன.

எண்பதுகளின் ஆரம்பத்தில் என் முனைவர் பட்ட ஆய்விற்காக தகவல் சேகரிக்க தென் தமிழகம் முழுக்க அலைந்துகொண்டிருந்த சமயம் காரைக்குடி கோட்டையூர் ரோஜா முத்தையா செட்டியாரின் நூல் நிலையத்துக்கும் போயிருந்தேன். அவரது சேகரிப்பில் கன்னியாகுமரி மாவட்டம் தொடர்பான சில கதைப்பாடல்களின் பெயர்களும் இருந்தன. அவர் என்னிடம் காட்டிய நீண்ட பேரேட்டில் சில கதைப்பாடல்களின் பெயர்கள் இருந்தன. அவற்றைப் படித்துப் பிரதி செய்ய முடியாத நிலை. பெயர்களை மட்டும் எழுதிக் கொண்டேன். அவற்றில் சிலவற்றைத் திருநெல்வேலி பாலம் பழைய புத்தகக் கடையில் வாங்கினேன்.

ரோஜா முத்தையா செட்டியாரின் நூல் நிலையத்தில் நான் சந்தித்த இளம்பெண், என் பேச்சில் மலையாள வாடை இருப்பதைப் பார்த்து என்னைப் புரிந்துகொண்டாள். செட்டியார் அவரது வீட்டிற்குப் போயிருந்தார். நூல்நிலையக் குவியலின் உள்ளே போக அனுமதி கிடையாது. அந்தப் பெண் திருவிதாங்கூர் தொடர்பான கொலைச்சிந்து

ஒன்று இங்கே உள்ளது என்றாள். என் ஆய்வுக்கு அப்பாற்பட்ட விஷயம் அது என்றாலும் என் ஊரோடு தொடர்புடையது என்ற காரணத்தால் அந்த சிந்தைக் கேட்டேன்.

அந்தப் பெண் புத்தகக்குவியல் வரிசையில் நுழைந்து தேடி ஒரு சிந்து நூலை எடுத்துத் தந்தாள். அதை அவரது வீட்டு முன் பகுதி திண்ணையில் இருந்தே பிரதி செய்துகொண்டேன். அப்போது ஆராய்ச்சியாளர்கள் செட்டியாரிடம் பணம் கொடுத்துத்தான் புத்தகங்களைப் பார்க்க முடியும். ஏற்கெனவே கடிதம் போட்டுவிட்டு பதிவு செய்யவேண்டும். என் கோட்டா அன்றுடன் முடிந்தது.

நான் பார்த்த அந்தச் சிந்துப் பாடலின் முன் பக்க அட்டையில் போலீஸ்இன்ஸ்பெக்டர் மிஸ்டர் பிலீப்பைக் கொன்ற பாட்டும் சுசீந்திரத்தில் பிள்ளையைக் கொன்ற பாட்டும் என்னும் தலைப்பு இருந்தது. 31 பக்கங்கள் கொண்ட இந்த கொலைச்சிந்து நூலின் பின்னிணைப்பாக போலீஸ் இன்ஸ்பெக்டரைக் கொன்ற நிகழ்ச்சி பற்றிய சிந்து பாடலின் ஒரு பகுதி கொடுக்கப்பட்டிருந்தது.

பிள்ளையைக் கொன்ற பாட்டு சிந்தை மட்டும் நான் பிரதி செய்து கொண்டேன். இந்த சிந்து பாடலை எழுதியவர் பாறசாலை கோலப்பபிள்ளை ஆவார். இந்தச் சிறு பிரசுரத்தின் விலை ஓரணா. இந்த நூல் திருவனந்தபுரம் ஸ்ரீதர் பவர் பிரசில் அச்சடிக்கப்பட்டது. நூலாசிரியரின் ஊர் இப்போது திருவனந்தபுரம் மாவட்டத்தில் உள்ளது.

பிள்ளையைக் கொன்ற பாட்டு நூலில் முதல் எட்டு வரிகளில் கணபதி வாழ்த்து வருகிறது. இது, "சரண கமலாலயத்தில்" என்ற மெட்டில் அமைந்தது. நூலின் முதல் 42 வரிகள் ஆனந்தக் களிப்பிலும் அடுத்த 82 வரிகள் நொண்டிச் சிந்திலும் அமைந்தவை. தாயாரின் ஒப்பாரிப் பாடல் அதில் இருந்தது. இது பத்தினி கர்ணிகையே என்ற மெட்டில் பன்னிரெண்டு வரிகளில் அமைந்தது. ஆக, முதல் பகுதி நூலில் 144 வரிகள் உள்ளன.

இதன் இரண்டாம் பகுதி 1920 ல் வந்தது. எழுதியவர். அச்சகம் முதல் பகுதியில் உள்ளது போலவே இருக்கிறது. இரண்டாம் பகுதியில் 133 வரிகள் உள்ளன. எல்லாம் நொண்டிச்சிந்து, ஆனந்தக்களிப்பு, ஒப்பாரிப் வகை ஆகிய வடிவில் அமைந்தவை. இரண்டு பகுதிகளிலும் 274 வரிகள் உள்ளன.

இந்த கொலைச்சிந்து கன்னியாகுமரி மாவட்டம் அகஸ்தீஸ்வரம் வட்டம் சுசீந்திரம் ஊரில் நடந்த ஒரு கொலையைப் பற்றியது. இந்த சிந்து கூறும் கொலை நிகழ்ச்சி முதல் உலகப்போர் முடிந்த சில ஆண்டுகளில் (1917 - 1918) நடந்திருக்கலாம். கொலை முடிந்து குற்றவாளிகள் தண்டிக்கப்பட்ட பின்புதான் கொலைச்சிந்து வெளி வந்திருக்கிறது.

சுசீந்திரம் ஊரின் மேற்குத் தெருவில் ராமன் பிள்ளை என்பவர் இருந்தார். இவர் சுசீந்திரம் தாணுமாலயன் கோவிலுக்கு பலசரக்கு, விறகு போன்றவற்றைக் கொடுப்பதற்குக் குத்தகையை எடுத்திருந்தார். அதனால் ஓரளவு வசதி உடையவராய் இருந்தார். கோவில் வேலை என்பதால் ஊரில் செல்வாக்கு இருந்தது.

ராமன் பிள்ளைக்கு ஒரு தங்கை இருந்தாள். அவள் சிறு வயதிலேயே திருமணமானவள். அவளது கணவன் ஒரு வெள்ளப் பெருக்கின்போது சுசீந்திரம் அருகே உள்ள பழைய ஆற்றில் விழுந்து இறந்தான். அவளுக்கு ஒரு மகள் உண்டு. பெயர் ராஜம். கணவரின் இழப்பிற்கு பிறகு ராஜமும் அவளது அம்மாவும் இராமன் பிள்ளையின் வீட்டிலேயே இருந்தனர்.

ராஜம் நல்ல சூட்டிகையான பெண். அம்மாவைப் போல் நல்ல அழகும் நிறமும் உடையவள். அவள் சுசீந்திரம் தெற்கு தெருவில் இருந்த மலையாளப் பள்ளியில் ஐந்தாம் வகுப்பு படித்து வந்தாள். அப்போது பெண்கள் பள்ளியில் படிப்பது அபூர்வமான காரியம்.

அது ஆவணி மாதம். மூன்றாம் வாரம் திங்கள்கிழமை காலை கோவில் பூசை முடிந்த சமயம். தெருவில் மக்கள் நடமாட்டம் அதிகம் இல்லை. ராஜத்தின் மாமி சிறிய செம்பை மருமகள் ராஜத்திடம் கொடுத்து சன்னதி தெருவில் போய் மோர் வாங்கிக்கொண்டு வா என்றாள் ராஜம் போனாள்; மோரை வாங்கிவிட்டாள். பராக்கு பார்த்துக் கொண்டே தெருவில் நடந்தாள்.

ராஜத்தின் பின்னே சுசீந்திரம் ஊரில் கூலி வேலை செய்து கொண்டிருந்த சொக்கலிங்கம் என்பவன் வந்தான். ராஜத்தின் கழுத்தில் கிடந்த தங்கமாலை அவன் கண்ணை உறுத்தியது. கொஞ்ச நாளாக அவன் அவளைக் கவனித்துக்கொண்டு வந்திருக்கிறான். அவள் தனியாகச் செல்லும் நேரத்துக்குக் காத்திருந்தான்.

சொக்கலிங்கம் அவள் அருகே வந்து வாஞ்சையாகப் பேசினான். ராஜம், உன் அம்மா தண்டங்கீரை வாங்கி வரச் சொன்னாள். வாங்கிவிட்டேன். காவடி மடத்தில் வைத்திருக்கிறேன் என்னுடன் வா. அதைத் தந்துவிடுகிறேன் என்றான். ராஜம் ஏற்கனவே அவனைப் பார்த்திருக்கிறாள். அவன் சொன்னதை நம்பினாள். அறியாத அந்த சிறுமி அவன் பின்னே சென்றாள்.

இருவரும் காவடி மடத்தை அடைந்தனர். அங்கே சுப்பையா என்பவனும் இருந்தான். காவடி மடத்திற்குப் போன ராஜம் சொக்கலிங்கமும் சுப்பையாவும் பேசுவதைக் கேட்டதும் மிரண்டு போனாள். அவர்களது போக்கைப் புரிந்துகொண்டாள். மோர் பாத்திரத்தை கீழே போட்டுவிட்டு ஓட ஆரம்பித்தாள். ஒருவன் அவளைத் துரத்திச் சென்று அமுக்திப் பிடித்துக்கொண்டான்.

ராஜத்தை அலாக்காகத் தூக்கி தோளில் போட்டுக்கொண்டான். வாயைப் பொத்தினான். அவள் கையெடுத்து கும்பிட்டாள். கெஞ்சினாள். நகையை எடுத்துக்கொண்டு என்னை விட்டு விடு என்றாள். ஆனால் அவன் விடவில்லை. சுப்பையாவும் அவளைப் பிடித்துக்கொண்டான். ஒருவன் காவடி மடத்தில் கிடந்த அடுப்புச் சாம்பலை அவள் வாயில் திணித்தான். இன்னொருவன் அங்கே கிடந்த பழைய பித்தளை விளக்கு எடுத்து ராஜத்தின் தலையில் அடித்தான். அவள் இறந்தாள்.

நாற்பது ரூபாய் விலையுள்ள ஏழரைக் கழஞ்சு (மூன்று சவரன்) தங்க மாலையை கழட்டி மடியில் வைத்துக்கொண்டான் சொக்கலிங்கம். அவளது பிணத்தை பெரிய கோணிச் சாக்கில் கட்டினான். காவடி மடத்தின் பின்புறம் உள்ள கழிவு ஓடையில் மறைத்து வைத்தான். ஊர் அடங்கியதும் இருட்டு நேரத்தில் வெளியே எங்கேயாவது பிணத்தைப் போட வேண்டும் என்று அவர்கள் பேசிக் கொண்டார்கள்.

இது இப்படி இருக்கும்போது மோர் வாங்கப் போன ராஜம் வரவில்லையே என்று அவளது மாமி பரிதவித்தாள். கணவரிடம் சொன்னாள். அவர் மருமகளைத் தேட ஆரம்பித்தார். உறவினர்களும் நண்பர்களும் கிணறு குளம் குட்டை என்று எல்லா இடங்களிலும் தேடினர். அவளைக் கண்டுபிடிக்க முடியவில்லை. ராஜத்தின் அம்மா நினைவு மங்கி வீட்டுத்திண்ணையில் கிடந்தாள்.

சுசீந்திரம் ஊர் இருட்ட ஆரம்பித்தது; வீதிகளின் சந்தியில் மட்டும் மின்னிட்டாம் பூச்சி போல கல்தூணில் எண்ணெய் விளக்குகள் தெரிந்தன. யாரும் காண முடியாது என்பதை உணர்ந்த அந்தக் கொலைகாரர்கள் கோணி மூட்டையைத் தூக்கிக்கொண்டு நடந்தார்கள். ஊரின் வடக்கே இருந்த பழையாற்றில் மூட்டையைப் போட்டு விடலாம் என்பது அவர்களது யோசனை.

ஆற்றின் அருகே ஒருவன் சென்றான். ஆறு எப்போதும் போல் நீர் நிறைந்து ஓடியது. சுத்தமான நீர். கரையில் பொடி மணல் பச்சரிசி போலப் பரந்து கிடந்தது. அந்த நேரத்திலும் ஆற்றுமணலில் சிலர் பேசிக்கொண்டிருந்தார்கள். அவர்களைத் தாண்டி ஆற்றை அணுகமுடியாது. அவர்கள் பிடித்துக் கொள்வார்கள் என்றான் ஒருவன்.

அவர்கள் அங்கிருந்து திரும்பினார்கள். திருவாவடுதுறை மடத்தை அடுத்து இருந்த முந்நூற்று நங்கைகோவிலுக்கு அருகே வந்தார்கள். கோவிலின் பின்னே சப்பாத்திக் கள்ளிகள். நிறைந்து கிடந்தன. அந்த புதரில் சாக்குமூட்டையைப் போட்டார்கள். அடுத்த நாள் அந்த கோவிலுக்கு பூஜைக்கு வந்த உவச்சன் பூசாரி சப்பாத்திக் கள்ளியின் மேல் கிடந்த சாக்குமூட்டையைப் பார்த்தார்.

பூசாரிக்கு சந்தேகம் வந்தது. அது என்ன என்பதை பிரித்துப் பார்ப்பதற்கு தைரியம் வரவில்லை. தாணுமாலயன் கோவில் அதிகாரியிடம் அந்த விஷயத்தைச் சொன்னார். இரண்டு மூன்று கோவில் பணியாளர்கள் சாக்கைப் பிரித்து பார்த்தார்கள். ராஜத்தின் பிணம்; செய்தி பரவியது; கோவில் அதிகாரி காவலரை அழைத்தார்.

அப்போது நாகர்கோவிலில் இடலாய்க்குட என்ற இடத்தில் மட்டும் ஒரு காவல் நிலையம் இருந்தது. (இப்போது அந்த இடத்தில் நிலப் பதிவு அலுவலகமும் பாவலர் மேல்நிலைப் பள்ளியும் உள்ளன) காவல் நிலையத்தில் குமாரன் தம்பி என்னும் போலீஸ் அதிகாரி இருந்தார். அவர் சுசீந்திரம் ஊருக்கு வந்து புலன்விசாரணையைத் தொடங்கினார்.

ராஜம் மோர் வாங்கப் போனபோது பின்னே சென்ற சொக்கலிங்கத்தை அடையாளங் கண்டு வயதான பெண் ஒருத்தி சாட்சி சொன்னாள். குற்றவாளிகள் பிடிபட்டனர். வழக்கு நடந்தது. தண்டனை கிடைத்தது. குற்றவாளிகள் திருவனந்தபுரம் பூஜப்புரை சிறையில் அடைக்கப்பட்டனர்.

சிந்து பாடல் இத்துடன் முடிந்துவிட்டது.

★ ★ ★

90 களின் கடைசியில் சுசீந்திரம் ஊர் தாணுமாலயன் கோவிலைப்பற்றி ஒரு புத்தகம் எழுத நான் செய்தி சேகரிக்க அந்த ஊருக்குச் சென்றபோது அந்த ஊரில் வயதானவர்களிடம் ராஜம் கொலை வழக்கு பற்றி விசாரித்தேன். அது அவர்களுக்குத் தெரியவில்லை அந்தக் கொலை முடிந்து 70 ஆண்டுகளுக்கு மேல் ஆகிவிட்டன, ஒருவர் தான் முந்திய தலைமுறையினர் வழி கேட்ட செய்தியைச் சொன்னார். அதுவும் மிகைப்படுத்தல் ஆகத் தோன்றியது.

குற்றவாளிகள் தண்டனை முடிந்து சுசீந்திரம் ஊருக்கு வரவில்லை. எங்கே போனார்கள் என்பது தெரியாது. அவர்களது உறவினர்கள்கூட ஊரை விட்டு குடிபெயர்ந்துவிட்டார்கள் ராஜத்தின் அம்மா மொட்டை அடித்து காவி உடுத்தி சன்னியாசி தாணுமாலயன் கோவிலே கதி என்று கிடந்தாள். அண்ணன் தன் வீட்டுக்கு அழைத்தும் போகவில்லை.

அக்காலத்தில் தேவதாசி ஒழிப்பு சட்டம் வந்த சமயம் கோவில் பணிக்குப் பெண்கள் தேவைப்பட்டார்கள். ஓய்வு ஊதியம் பெற்ற தேவதாசி பெண்களும் தினச் சம்பளம் வாங்கிக்கொண்டு கோவிலில் பணி செய்தார்கள். ராஜத்தின் அம்மா சம்பளம் வாங்காத பணியாளராக கோவிலிலே வாழ்ந்தாள். சாப்பாடு கோவிலிலே. ஒருநாள் காவடி மடத்தில் அவள் செத்துக் கிடந்தாளாம்.

'மானுடம்' மே - ஜூலை 2023

10. சீதம்மாவும் மாலைக்குட்டியும்

கிழக்கிந்திய கம்பெனி அதிகாரிகளைப் பகைத்துக்கொண்டு போர் செய்து உயிர்த் தியாகம் செய்த நேர்மையான தளபதியான வேலுத்தம்பி (1765 - 1809) பற்றிய செய்திகளைச் சேகரிக்கச் சென்றபோது, கோவிலில் ஊழல் செய்து தண்டனை பெற்ற இரண்டு அதிகாரிகளைப் பற்றிய கதைகளைக் கேட்டேன்.

இவர்களின் சிற்பங்கள் கன்னியாகுமரி மாவட்டம் சுசீந்திரம் தாணுமாலயன் கோவில் முதல் சுற்றில் உள்ள சுப்ரமணியன் சன்னதியின் முன்பகுதியில் இருப்பதாகச் சொன்னார்கள். இந்தச் சிற்பங்கள் பற்றிய கதைகளில் இவர்கள் அதிகாரிகள், தண்டனை பெற்றவர்கள் என்பது முக்கியமான கதை. இக்கதை இப்போதும் வழங்குகிறது.

சுப்ரமணிய சன்னதியின் எதிரே உள்ள நீண்ட மண்டபத்தில் வலது, இடது புறங்களில் இரண்டு தேவதாசிகளின் சிற்பங்களும் உள்ளன. இவற்றின் அருகே சிறு மேடையின் மேல் பத்மாசன கோலத்தில் இரண்டு ஆண் சிற்பங்கள். ஒன்றை ஒன்று பார்த்தபடி இருக்கின்றன.

பொதுத் தொன்மங்களைத் தங்கள் மனோலயத்துக்குத் தக்கபடி கூட்டியோ குறைத்தோ கூறுகின்றவர்களில் கதாகாலட்சேப காரர்களுக்கும் கோவில் வழிகாட்டிகளுக்கும் முக்கிய இடம் உண்டு. கதாகாலட்சேபகாரர்கள் பார்வையாளர்களின் தரத்திற்குத் தக்கவாறு புராணங்களின் நிகழ்ச்சிகளை மாற்றியோ கூட்டியோ கற்பனையைக் கலந்தோ கூறுவதுண்டு. கோவில் வழிகாட்டிகளும் தங்களிடம் மாட்டிக்கொண்டவர்களின் பொருளாதார நிலை, ஆட்களின் எண்ணிக்கை, கோவில் இருக்கும் இடத்தின் அன்னியத் தன்மை ஆகியவற்றைக் கணக்கில் எடுத்துக்கொண்டு கதையைக் கூட்டியோ குறைத்தோ சொல்லுவார்கள்.

அப்படியாக உருவாக்கப்பட்ட கதைகளில் சுப்பிரமணியன் சன்னதியில் உள்ள இந்த இரண்டு சிற்பங்களும் விட்டுப் போகவில்லை. கோவில் அதிகாரிகள் இரண்டு பேர்கள் கோவில் நிவந்தப் பணத்தைக் கவர்ந்துவிட்டனர். கோவில் நிர்வாகிகளான யோகக்காரர்கள் அதைக் கண்டுபிடித்துவிட்டனர். செய்தி வேலுத்தம்பி தளவாயின் காதுகளுக்குப் போனது. அவர் இரண்டு பேரையும் கடுமையாகத் தண்டிக்க ஆணையிட்டார்.

அந்த அதிகாரிகளுக்குக் கொடுக்கப்பட்ட தண்டனை வித்தியாசமானது. தடிமனான மரப்பலகையில் அதிகாரிகளைச்

சம்மணம் போட்டு உட்காரவைத்து அவர்களின் கைகள் தொடைகளின் மேல் இருக்குமாறு செய்து உள்ளங்கையில் ஆணியை அடிக்க உத்தரவிட்டாராம் தளவாய். இது கோவில் அதிகாரிகளுக்குப் பாடமாக இருக்கட்டும் என்பது முடிவு. அவர்களை அப்படியே உட்கார வைத்து ஆணியடித்துக் கோவில் முன் வாசலில் இரண்டு பக்கங்களிலும் அமர்த்தி விட்டார்களாம்.

தண்டனை பெற்றவர்கள் இறந்த பிறகு சிற்பங்களாக வடிக்கப் பட்டார்கள். அந்த சிற்பங்களைச் சுப்பிரமணியர் சன்னதியில் வைத்தனர். இந்த சன்னதி மண்டபத்தில்தான் கோவில் நிர்வாகிகள் உட்கார்ந்து கூடி விவாதிப்பது வழக்கம். இதற்கு ஆவணச் சான்று உண்டு.

உண்மையில் இந்த சிற்பங்கள் கோவில் வாகனங்கள் இருக்கும் அறையில் கிடந்தனவாம். 1930ல்தான் இந்த சிற்பங்கள் சுப்ரமணிய சன்னதியின் முன்பு வைக்கப்பட்டன என்று இந்த கோவிலைப் பற்றி விரிவாக ஆராய்ந்த கே. கே. பிள்ளை கூறுகின்றார். இந்த சிற்பங்களின் கையில் ஆணி போல் தெரிவது உள்ளங்கையின் குழிவுகளாக இருக்கலாம். என்பது ஒரு ஊகம். இந்த அதிகாரிகளின் மனைவிகளான தேவதாசிகளின் சிற்பங்களும் இங்கு உள்ளன என்ற கதையும் உண்டு.

தண்டனை பெற்ற அதிகாரிகளின் சிற்பங்கள் இருக்கும் இடத்திற்கு எதிரே உள்ள தூண்களின் இடது, வலது பக்கங்களில் இரண்டு தேவதாசிகளின் சிற்பங்கள் உள்ளன. இந்தக் கோவிலில் உள்ள சிற்பங்களில் மிக நேர்த்தியாக அழகியல் உணர்ச்சியுடன்கூடிய சிற்பங்கள் இவை. இவற்றைப் பற்றியும் வாய்மொழியாகக் கதைகள் உள்ளன.

நாகர்கோவில் திருவனந்தபுரம் சாலையில் இருக்கும் தக்கலை என்ற ஊரின் அருகே உள்ள கேரளபுரம் என்ற கிராமத்துச் சிவன் கோவில் 14ஆம் நூற்றாண்டு ஆரம்பத்தில் கட்டப்பட்டது. இந்தக் கோவில் ரிஷப மண்டபத்தில் இரண்டு தேவதாசிகளின் சிற்பங்கள் உள்ளன. இவர்களை அம்மாவும் மகளும் என்று கூறுகின்றனர். ஒருவகையில் சுசீந்திரம் தேவதாசிகளின் சாயலை கேரளபுர தேவதாசிகளின் சிற்பங்களில் காணலாம். இதற்கும் ஒரு கதை உண்டு.

சுசீந்திரம் சிவன் கோவில் சுப்பிரமணியர் சன்னதியில் உள்ள தேவதாசி சிற்பம், மலையாள சாயலில் கொண்டையுடன் ஒப்பனையுடன் வலது கையில் அகல்விளக்குடன் உள்ளது. இவளைச் சீதம்மா என்கின்றனர். இவளது தாயின் சிற்பம் வடபுறம் உள்ளது. இவள் பெயர் மாலைக்குட்டி. இப்பெண் ஒப்பனையுடன் கொண்டையுடன் பாண்டி நாட்டுப் பாணியில் இருக்கிறாள்.

சீதம்மாவின் கணவர் கேரளபுரம் கோவில் நிர்வாக அதிகாரியாக இருந்தார். இவர் மலையாளி. தமிழ் தேவதாசிப் பெண்ணைத் திருமணம் செய்து கொண்டார். அதற்கெல்லாம் அப்போது தடையோ மறுப்போ இல்லை.

கேரளபுரம் கோவிலில் தமிழ்நாட்டு மாணிக்கவாசகருக்கு வழிபாடு உள்ளது. இங்கு 16ஆம் நூற்றாண்டில் செய்யப்பட்ட மாணிக்கவாசகரின் செப்புப்படிமம் உள்ளது. இதைக் கோவிலுக்குக் கொடுத்தவன் மலையாள அரசன். சுசீந்திரம் கோவிலில் மாணிக்க வாசகர், காரைக்கால் அம்மையார், திருஞானசம்பந்தர், திருநாவுக்கரசர் என்னும் சைவ அடியவர்களின் செப்புப்படிமங்கள் உள்ளன. இவர்களுக்கு வழிபாடும் உண்டு.

சுசீந்திரம் ஊரில் உள்ள பேரம்பலம் கோவிலில் 63 நாயன்மார்களின் அழகிய செப்புப் படிமங்கள் உள்ளன. இவை 17 ஆம் நூற்றாண்டின் ஆரம்பத்தில் உள்ளவை. இக்காலத்தில் வேணாட்டரசர் களின் பொறுப்பில் இக்கோவில் இருந்தது. கோவிலை நிர்வகித்தவர்கள் தமிழ் அறியாத மலையாள நம்பூதிரிகள்

சுசீந்திரம் கோவில் திருவிழாவில் ஞானசம்பந்தர் ஞானப்பால் குடித்த நிகழ்ச்சி நிகழ்கிறது. 70 ஆண்டுகளுக்கு முன்பு வரை சமணரைக் கழுவேற்றிய நிகழ்ச்சி நாடகமாக நடந்திருக்கிறது. இந்தச் சடங்கையும் நாயன்மார்களுக்கு வழிபாடு செய்வதிலும் மலையாள நம்பூதிரிகளுக்கு எந்த வெறுப்பும் இல்லை.

மலையாளத் தாக்கம் உடையதும் மலையாள அரசர்கள் ஆட்சிக்கு அடங்கியதும் மலையாள நம்பூதிரிகளின் தாந்திரீக வழிபாட்டுக்கு உட்பட்டும் இருந்த இந்தப் பகுதிகளில்' தேவதாசிகள் சுயத்தை இழக்காமல் இருக்கிறார்கள். சைவ அடியார்களின் வழிபாடும் தடையின்றி நடந்து இருக்கிறது. ஆனால் இன்று இந்த வழிபாட்டிலும் சடங்கிலும் மாறுபாடு வந்ததற்குத்தான் காரணம் புரியவில்லை.

★★★

வரலாறு / சமூகம்

11. தென்குமரியில் செப்பேடுகள்

செம்புத்தகடுகளில் பொறிக்கப்பட்ட எழுத்து ஆவணங்களைச் செப்பேடுகள் அல்லது செப்புப்பட்டயம் என்கின்றனர். இவை கல்வெட்டு போன்று வரலாற்றுக்கு உதவுபவை. இவற்றின் அமைப்பு காலந்தோறும் மாறுபடும். சித்திரமேழி பெரிய நாட்டார் சாசனம் கலப்பை வடிவில் உள்ளது.

செப்பேடுகள் பெரும்பாலும் செவ்வக வடிவில் இருக்கும். தலைப்பகுதியிலோ இறுதியிலோ வரைபடம் இருக்கும். அரசு முத்திரையும் உண்டு. செப்பேட்டில் வடமொழி எண்கள் கலி, சகம், கொல்லம், தமிழ் ஆண்டுகள், மாதம், தேதி, நட்சத்திரம், திதி, கரணம் இருக்கும்.

தமிழகத்தில் 6 ஆம் நூற்றாண்டுக்கு முன்பே செப்பேடுகள் கிடைக்கின்றன. தமிழகத்தில் 600க்கு மேல் செப்பேடுகள் கண்டெடுக்கப்பட்டாலும் பாதி அளவில்தான் அச்சில் வந்துள்ளன. கரந்தைச் செப்பேடு மிக அதிக எடையுள்ளது. பொதுவாகச் செப்பேடுகள் கிடைத்த இடத்தின் அடிப்படையில் பெயர் பெறும்.

திருவிதாங்கூர் கல்வெட்டுத் தொகுதிகளில் கன்னியாகுமரி மாவட்டம் தொடர்பாகப் பத்து செப்பேடுகள் காணப்படுகின்றன. இவற்றில் எட்டு திருவனந்தபுரம் அருங்காட்சியகத்தில் உள்ளன. இரண்டு தனியாரிடம் இருப்பவை. இவை தவிர இரண்டு செப்பேடுகள் சுமார் 5 ஆண்டுகளுக்கு முன் கண்டுபிடிக்கப்பட்டன. இவை தனியாருக்கு உரியவை. இந்தச் செப்பேடுகள் கிடைத்த இடத்தை வைத்தே பெயர் பெறுகின்றன.

செப்பேடுகள்-1

கன்னியாகுமரி பகவதி அம்மன் கோவில் செப்பேடுகள். இப்போது திருவனந்தபுரம் அருங்காட்சியகத்தில் உள்ளன. கன்னியாகுமரி பகவதி அம்மன் கோவில் மிகப் பழமையானது. 9ஆம் நூற்றாண்டு கல்வெட்டு உண்டு. இக்கோவிலில் 84 கல்வெட்டுகள் கண்டுபிடிக்கப்பட்டுள்ளன; எல்லாம் அச்சில் வந்துள்ளன. இவை பிற்காலச் சோழர், பிற்காலப் பாண்டியர், சேரநாட்டார், நாயக்கர் திருவிதாங்கூர் எனப் பல அரசர்கள் காலத்தவை. பத்தொன்பதாம் நூற்றாண்டு கடைசியில் இக்கோவிலில் திருவிழாக் காலத்தில் உக்கிராணப் புரையில் (பல சரக்கு வைக்கும் அறை) இந்தச் செப்பேடுகளைக் கண்ட கோவில் சிப்பந்தி, பழைய பாத்திரங்களுடன் சேர்த்துவிட்டார். திருவிழா முடிந்த பின்பு

இப்படி ஒரு பொருள் அபூர்வமாகக் கிடைத்தைச் சொல்லியிருக்கிறார். இதைக் கேள்விப்பட்ட கோவில் ஸ்ரீகாரியம் இரண்டு செப்பேடு களையும் தனியே எடுத்து வைத்தார். பின் இவை செல்லம் வகை (அரண்மனை) ஆவணக் காப்பகத்துக்குக் கொண்டு செல்லப்பட்டன.

திருவிதாங்கூர் கல்வெட்டுத் துறையில் எ.எஸ். ராமநாத அய்யர் இயக்குநராக இருந்தபோது, திருவனந்தபுரம் செல்லம் வகையிலிருந்த இரண்டு செப்பேடுகளையும் தலைமைச்செயலர் வழி பெற்றார். படித்து விரிவாக ஆராய்ந்து திருவிதாங்கூர் தொல்லியல் வரிசையில் (தொகுதி 4; பக் 106; எண் 23) வெளியிட்டார்.

இந்தச் செப்பேடுகள் சக ஆண்டு 1682 மலையாள ஆண்டு 985 சித்திரை 16 ஆம் நாள் எழுதப்பட்டது (கி.பி 1760). இக்கோவிலுக்கு அரசரும் பிறரும் நன்கொடை கொடுத்து செலவழித்த விபரங்கள் செப்பேட்டில் உள்ளன. நிபந்த காரியங்கள் குறித்த விபரம் வரமாறு; அம்மனுக்குச் சந்தனக்காப்புக்கு, பிராமண போஜனத்துக்கு, கோவில் வடக்கிடம் பகுதியில் சித்திரம் எழுத, கன்னி விநாயகர் கோவில் மராமத்துக்கு, வெள்ளிக்கிழமை ஸ்ரீபலிக்கு 400 வெள்ளக்கலசம் செய்வதற்கு ஆக இவற்றிற்காக இந்தப் பணம் 11,953 கொடுக்கப்பட்டது.

இதில் திருவிதாங்கூர் அரசர் பாலராமவர்மர் பங்கு 3000 பணம் தான். எஞ்சிய 8,953 பணமும் பொதுமக்கள் கொடுத்தவை. இப்பணம் செலவழிக்கவேண்டிய விபரமும் உள்ளது. பிராமண போஜன வகைக்குப் பணம் 1,325; ஸ்ரீ கோவிலின் வடக்கு பக்கம் படம் வரைய பணம் 550; 400 வெள்ளிகலசம் வாங்க பணம் 12,000.

இவற்றைக் கொடுத்தவர்கள் சுசீந்திரம் ஊர் வேளாளர்கள், புத்தேரி ஊர் பகவதிப் பட்டன், முத்து பெருமாள் பட்டன், கோட்டாறு செட்டு சமூகத்தினர், கன்னியாகுமரி ஊர் தேசதாசிக் குடிகள் ஆகியோராவர். தமிழ் மொழியில் உள்ள இந்தச் செப்பேடு 37 வரிகள் கொண்டது. இந்தச் செப்பேட்டில் முக்கியமான வரலாற்றுச் செய்தி உண்டு.

கேரளத்தில் திருவிதாங்கூர் அரசு கி.பி. 1728 முதல் 1948 வரை நிலவியது. என்றாலும் திருவிதாங்கூர் அரசர்கள் தன்னை வேணாட்டு அரசராகவே கூறிக்கொண்டனர். இது கல்வெட்டுகளில் காணப்படாத செய்தி.

பாலராம பாரதம் என்னும் நாட்டிய சாஸ்திர நூல் கேரள ஓலைச் சுவடிப் புலத்தில் உள்ளது. இது சமஸ்கிருத நூல். இதில் திருவிதாங்கூர் ராஜ்ஜியம் வேணாடு எனக் குறிக்கப்படுகிறது என்கிறார் செப்பேடு பதிப்பாசிரியர். இதில் கூறப்படும் அரசர் பாலராம வர்மா ஆவார். கன்னியாகுமரிச் செப்பேடு கூறும் அரசரும் இவரே. திருவனந்தபுரம்

பத்மநாப சுவாமி கோவில் ஒற்றைக்கல் மண்டபத்தில் உள்ள கல்வெட்டு வழி இச்செப்பேடு கூறும் அரசரின் வம்சா வழியும் தெரிகிறது.

சுசீந்திரம் தாணுமாலயன் பெருமாள் கோவில் வாகன மண்டபத்தில் இரண்டு ஆளுயரச் சிற்பங்கள் உள்ளன. இவற்றில் உயரமானது கார்த்திகைத் திருநாள் என்ற தர்மராஜா என்கிறார் கே.கே.பிள்ளை. செப்பேடு கூறும் அரசர் இவரே என்கிறார் சுப்பிரமணிய அய்யர். இந்த அரசரின் காலம் 1758-1798 ஆகும்.

இந்தச் செப்பேடு தென் திருவிதாங்கூர் கடல் வரலாற்றுக்கு உதவுவது. கன்னியாகுமரி கோவிலுக்குப் பெருமளவு நிபந்தம் கொடுத்தவர்கள் கோட்டாறு செட்டி சமூகத்தினர் என்பது ஒரு செய்தி. அதோடு 400 வெள்ளி கலசத்தின் விலை 1200 பணம் அதாவது ஒன்றின் விலை 30 பணம் தான்.

செப்பேடு-2

கன்னியாகுமரி பகவதி அம்மன் கோவிலில் கிடைத்த இன்னொடு செப்பேடு திருவனந்தபுரம் அருங்காட்சியகத்தில் உள்ளது. (T.A.S. Vol.5) இச்செப்பேடு 25 செமீ நீளம், அகலம் 12 செ.மீ, தமிழ், கிரந்தம் என இரு எழுத்துகள்; 65 வரிகள். இந்த செப்பேடுகள் நடுவில் தெலுங்கு மொழி எழுத்து வடிவில் ராமநாதசாமி சகாயம் என உள்ளது.

இப்பட்டயம் ஒரு விலை ஆதாரம். திருவிதாங்கூர் அரசர் பத்மநாபதாசர் வஞ்சிகுல பாலராம வர்மா சேகரப்பெருமாள் மகாராஜா 4000 பணத்துக்கு தாக்கூர் என்னும் கிராமத்தை விலைக்கு வாங்கியிருக்கிறார். ராமேஸ்வரம் ராமநாத சுவாமி கோவிலுக்கு நிவந்தக் கட்டளைக்கு அந்தக் கிராமத்தான் வருவாயைச் செலவழித்துக் கொள்ளலாம் என்று அரசர் குறிப்பிட்டதைச் செப்பேடு கூறுகிறது.

இந்தச் செப்பேடு சக ஆண்டு 1691, மலையாள வருஷம் 945, விரோதி வருஷம் ஐப்பசி மாதம் 23ஆம் தேதி ஞாயிற்றுக்கிழமை (1769 நவம்பர் 3) எழுதப்பட்டது. ராமநாதபுரம் அரசர் விஜயரகுநாத சேதுபதி காலத்தது (1747-1772). இங்கு விலைக்கு வாங்கப்பட்ட நிலம் பற்றிய விபரமும் செப்பேட்டை எழுதியவர் பெயரும் உள்ளன.

திருவிதாங்கூர் அரசர்களுக்கும் இரமேஸ்வரம் அரசர்களுக்கும் உள்ள தொடர்புக்கு வேறு சான்றும் உண்டு. தர்மராஜா இராமேஸ்வரத்திற்குச் சென்றது பற்றிய ஒரு கதைப்பாடல் உண்டு. தர்ம ராஜாவின் ராமேஸ்வர யாத்திரை என்ற இக்கதைப் பாடல் அச்சில் வரவில்லை.

செப்பேடுகள்-3

நாகர்கோவில் ஒழிகின சேரி பழையாற்றுப் பாலத்திலிருந்து தென்புறம் இரண்டு கிலோ மீட்டர் தொலைவில் உள்ள கோச்சப் பிடாரம் என்னும் குக்கிராமத்தில் ஒரு விஷ்ணு கோவில் உள்ளது. மூலவர் பொலிந்து நின்றருளிய எம்பெருமாள். இந்தக் கோவிலில் உள்ள கி.பி. 1495 ஆம் ஆண்டுக் கல்வெட்டு இவ்வூரைக் குலசேகரச் சதுர்வேதி மங்கலம் என்று கூறும். இவ்வூர் கோதக்கன் அகரம் என்றும் கோதேஸ்வரம் பிள்ளையார் அகரம் எனவும் அழைக்கப்படுகின்றது.

இந்த ஊர்க்கோவிலில் இருந்த ஒரு செப்பேட்டை ராமநாத அய்யர் நேரடியாகப் பெற்றிருக்கிறார். இது, இப்போது திருவனந்தபுரம் அருங்காட்சியகத்தில் உள்ளது. ராமநாத அய்யர் இந்தச் செப்பேட்டை ஆராய்ந்து அச்சில் கொண்டுவந்திருக்கிறார். (TAS vol 6 page 138).

இந்தச் செப்பேடு மலையாள வருஷம் 778 கார்த்திகை மாதம் 13 ஆம் நாள் (1603) எழுதப்பட்டது. இது தர்ம சாசனப் பட்டயம். வெளியிட்டவர் இரவிவர்மரான குலசேகரப் பெருமாள். நாஞ்சில் நாட்டு கோட்டாறான மும்முடிச்சோழபுரத்து கோதச்சம் அகரம் உதைய மார்த்தாண்டன் சதுர்வேதி மங்கலம் என்ற அக்கிரகாரத்து பொலிந்து நின்றருளிய பெருமாள் கோயிலுக்குக் கொடுத்த நிவந்தம் பற்றியது இந்தச் செப்பேடு.

இந்தக் கோவிலில் கும்பாபிஷேகம் நடத்தவும் உஷா பூஜை அத்தாள பூஜை, உச்ச பூஜை, கேட்டை திருவோண நட்சத்திரங்களில் விசேச பூஜை செய்யவும் இந்த அரசர் நிவந்தம் கொடுத்திருக்கிறார். இந்தச் செப்பேடு 37 நீண்ட வரிகள் கொண்டது. இந்தச் செப்பேட்டில் 11 முதல் 27 வரிகளில் கோவில் சடங்குகள், விழாக்கள் பற்றிய செய்திகள் வருகின்றன. இதற்குரிய செலவு அதற்கு விடப்பட்ட நிவந்தம் குறித்த விபரம் உள்ளது. இந்தச் செப்பேடு 17 ஆம் நூற்றாண்டில் கோவில் விழா பற்றியும் அறிய உதவுகிறது. நிவந்தம் கொடுத்த குலசேகரப்பெருமாள் கேரளபுரம், திருவட்டாறு போன்ற ஊர்களில் உள்ள கோவில்களுக்கு நிவந்தம் கொடுத்துள்ளார். இந்த அரசர் 597 முதல் 1607 வரை வேணாட்டை ஆண்டவர்.

இந்தக் கோவிலில் 1494 ஆம் ஆண்டுக் கல்வெட்டு ஒன்று உள்ளது. இதில் முக்கியமான செய்தி உள்ளது. ஆரிய தேசத்திலிருந்து தமிழகம் வந்த கங்காதர பிரம்மச்சாரி என்பவர் இக்கோவிலில் பிராமணர்களின் உணவிற்காக 2000 பணம் கொடுத்திருக்கிறார். இது போலவே நாகர்கோவில் கிருஷ்ணன் கோவிலுக்கும் வட இந்திய பிராமணர் ஒருவர் (மலையாள வருஷம் 661, கி.பி, 1486) நிவந்தம் கொடுத்திருக்கிறார்.

செங்கல்பட்டு மாவட்டம் பகுதியில் உள்ள சில கோவில்களுக்குக் காஷ்மீர் பிராமணர்கள் நிவந்தம் கொடுத்துள்ளனர் (TAS vol 6 P. 137).

இந்தச் செய்தியின் வழி ஒரு விஷயம் தெரிகிறது. காஷ்மீரிலிருந்து கன்னியாகுமரி வரை பயணம் செய்வது கற்பனை அல்ல, தொன்மமும் அல்ல, இப்படி வருபவர்கள் கோவில்களுக்கு நிவந்தம் கொடுப்பது என்னும் வழக்கத்தையும் வைத்திருக்கிறார்கள் என்றும் தெரிகிறது.

செப்பேடுகள்-4

இந்தச் செப்பேடு சுசீந்திரம் (கன்னியாகுமரி மாவட்டம்) ஊர் கோவில் பணியாளரின் வீட்டில் கண்டெடுக்கப்பட்டது. அவர் கல்வெட்டுத் துறையினரிடம் அதைக் கொடுக்க மறுப்பு தெரிவித்ததால் அவரது வீட்டில் வைத்தே மைப்படி எடுத்தனர். அந்தப்படி இப்போது திருவனந்தபுரம் அரங்காட்சியகத்தில் உள்ளது.

இந்தச் செப்பேடு 12½ இஞ்சு நீளமும் 1½ இஞ்சு அகலமும் உடையது. ஒரு பக்கத்தில் 7 வரிகள் என இரண்டு பக்கங்களில் 14 வரிகள் உள்ளன. சகம் 1367 மலையாள ஆண்டு 621 ரத்தாட்சி ஆண்டு அய்ப்பசி மாதம் சனிக்கிழமை அன்று எழுதப்பட்டது. (கி.பி. 1444 அக்டோபர் 3). இந்த ஆவணத்தில் எழுத்துப்பிழைகள் உள்ளன.

சுசீந்திரம் தாணுமாலயன் கோவில் கைலாசநாதர் சந்நிதியிலும், கொன்றையடி சந்நிதியிலும் நிர்வாகம் செய்ய 23 பரதேசி பிராமணர்களை ஆனவாள் என்னும் பதவியில் நிர்வகித்தது குறித்த செய்தி இப்பட்டயத்தில் உள்ளது. இவர்கள் மூங்கிலடி சிவனின் அடிமைகளாக யோகப்பரதேசிகளாக இருப்பார்கள். இவர்கள் இந்தச் சந்நிதியில் பூசையும் நயினார் அடியந்தரமும் நடத்த வேண்டும். இதற்குக் காராண்மையாக ஒரு ஆளுக்கு 21 கோட்டை விதைப்பாடு நிலம் கொடுக்கப்பட்டது. ஆக 483 கோட்டை விதைப்பாடுள்ள நிலம் வழங்கப்பட்டது. மட்டுமன்றி ஆட்ட விஷேசம் நடத்த 2000 பணமும் கொடுக்கப்பட்டது.

இந்தச் செப்பேடு குறிப்பிடும் ஆனவாள் என்பது ஒரு பதவி. இது அதிகாரம் தொடர்பான அல்லது பணி தொடர்பான சொல். மொத்தக் கோவிலையோ கோவிலின் சில பகுதிகளையோ நிர்வகித்த மேற்பார்வையாளர்கள் ஆனவாள் எனப்பட்டனர். இது கல்வெட்டுகளில் வரும் சொல். கவிமணி தேசிக விநாயகம் பிள்ளை தன் கட்டுரை ஒன்றில் ஆனவாள் என்பவர் கோவிலின் அந்தண மேற்பார்வையாளர் ஆவார். "ஆனைமேல் ஏறியவன் என்று இதற்குப் பொருள் கூறலாம்" என்கிறார் (Kerala Society papers Series 5 1930 Pages 219).

இந்தச் செப்பேடுகளில் வரும் பரதேசி என்ற சொல் தமிழ் பிராமணர்களைக் குறிப்பது. ஒரு வகையில் இது அந்நியர்கள் என்னும் பொருளில் வருகிறது. தென்திருவிதாங்கூர் (இன்றைய கன்னியாகுமரி மாவட்டம்) கோவில்களில் கி.பி. 13ஆம் நூற்றாண்டிற்கு முன் தமிழ்

பிராமணர்களே கருவறைப் பூசகராய் இருந்தனர். 13ஆம் நூற்றாண்டிற்குப் பின் மலையாள பிராமணரான நம்பூதிரிகளும் துளு பிராமணரான போத்திகளும் கருவறைப் பூசை செய்யும் உரிமையைப் பெற்றனர். பிற்காலத்தில் கருவறைக்குள் தமிழ்ப் பிராமணர்கள் செல்ல முடியாததாயிற்று. இது ஏன் என்று தெரியவில்லை. இன்று வரை இந்த நிலை தொடருகிறது.

சுசீந்திரம் கோவிலில் இன்றும் சித்திரசபை, கோபுரவாசல், தட்சணாமூர்த்தி கோவில், கொன்றையடி கோவில் ஆகியவற்றிற்கு மட்டும் தமிழ் பிராமணர்களான நம்பியார்கள் பூசை செய்கின்றனர். தென் திருவிதாங்கூரில் நம்பூதிரி சாதியினர் தமிழ் பிராமணர்களைப் பரதேசி என அழைக்கும் வழக்கம் 90களில்கூட சாதாரணமாய் இருந்தது. திருவட்டாறு கோவில் நம்பூதிரி ஒருவரை நான் 1990 இல் பேட்டிகண்டபோது, தமிழ்ப் பிராமணர்களைப் பரதேசி என்றே பேட்டியின் இறுதி வரை குறிப்பிட்டார்.

கன்னியாகுமரி மாவட்டக் கோவில்களில் கருவறை பூசகர்களுக்குத் தட்டுப்பாடு வந்தபோது (2009), தமிழ்ப் பிராமணர் களை நியமிக்கலாம் என்று கோவில் நிர்வாகக் குழு யோசித்தபோது மறுப்பு வந்தது. அதனால் யோசனை கிடப்பில் போடப்பட்டது. பரதேசியான தமிழ்ப் பிராமணர்கள் கருவறை பூசகருக்கு (மேல் சாந்தி) துணையாளாக (கீழ் சாந்தி) என்னும் அளவில்தான் இன்றும் செயல்படுகின்றனர்.

இந்தச் செப்பேட்டில், "மூங்கிலடியில் அனுக்கிரகமான காலத்திலும் அந்த அடிமைகள் யோகிப் பரதேசிகள்" என்று குறிப்பிடப்படுகிறது. இதனால் இவர்களுக்குக் கோவிலில் உள்ள சமூக அந்தஸ்து தெரியவரும். காராண்மையான நிலம் கொடுக்கப் பட்டாலும் பரதேசிகள் அடிமைகளே.

செப்பேடுகள்-5

கல்வெட்டு ஆய்வாளரும் சிற்பவியல் அறிஞருமான T.A. கோபிநாதராவ் திருவிதாங்கூர் சமஸ்தானத்தில் கல்வெட்டுத் துறையில் சேர்ந்த சமயம் பண்டித கணேசபிள்ளை என்பவர் ராவுக்கு உதவியாளராக நியமிக்கப்பட்டார். கணேசபிள்ளை இலங்கைக்காரர். அவரது குடும்பத்தினர் 19ஆம் நூற்றாண்டு ஆரம்பத்தில் நாஞ்சில் நாட்டில் குடியேறினர். கணேசபிள்ளை நாஞ்சில் நாட்டில் தேரூரில் திருமணம் செய்துகொண்டார். இவர் வட்டெழுத்து, கிரந்தம் அறிந்தவர். கல்வெட்டு ஆய்வாளர்.

கணேசபிள்ளை, மனோன்மணியம் சுந்தரனாரின் உதவியாளராக முதலில் நியமிக்கப்பட்டபோதுதான் தென்திருவிதாங்கூரில் முதல்

கல்வெட்டை ஆரல்வாய் மொழியில் கண்டுபிடித்தார். இவர் கோபிநாதராவிடம் உதவியாளராகச் சேர்ந்ததும் ஆய்அரசன் கோக்கருநந்தடக்கனின் செப்பேடுகள் பற்றிச் சொல்லி இருக்கிறார்.

இந்தச் சமயத்தில் திருவிதாங்கூரின் தலைமைச் செயலராக இருந்த எல்.சரஸ்ராம் ராவ் என்பவர் ஆறு செப்பேடுகளைக் கோபிநாதராவிடம் கொடுத்திருக்கிறார். ஹொசூர் கச்சேரியில் பாதுகாப்பாய் அவை இருந்தன. அந்தச் செப்பேடுகள் கிடைத்த இடம் பற்றிய குறிப்புகள் மட்டும் இருந்தன. பிற விபரங்கள் இல்லை.

ஆறு செப்பேடுகளில் ஒன்று விக்கிரமாதித்ய வரகுணன் பற்றியது. மற்ற ஐந்தும் கோக்கருநந்தடக்கன் பற்றியது. அப்போதுதான் பண்டித கணேசபிள்ளை கோக்கருநந்தடக்கனைப் பற்றிச் சொல்லியிருக்கிறார். இந்த ஐந்து செப்பேடுகளும் தமிழில் எழுதப்பட்டவை. எழுத்து வடிவம் தமிழ்.

கோபிநாதராவுக்குக் கிடைத்த ஐந்து செப்பேடுகளில் திருவிடைக்கோடு ஊரிலிருந்து கிடைத்த செப்பேடு முக்கியமானது. கன்னியாகுமரி மாவட்டத்தில் சிவராத்திரிப் பயணத்தில் செல்லும் கோவில்களில் ஒன்பதாவது கோவில் திருவிடைக்கோடு ஊரில் உள்ளது. இவ்வூர் நாகர்கோவில் திருவனந்தபுரம் சாலையில் வில்லுக்குறி பாலத்தின் கிழக்கில் ஒரு கிலோ மீட்டர் தொலைவில் உள்ளது.

இக்கோவிலில் கிடைத்துள்ள கல்வெட்டுகளில் பழமையானது கி.பி. 869 ஆம் ஆண்டினது. கோக்கருந்தடக்கனுடையது. இக்கோவில் வரலாறு 7 ஆம் நூற்றாண்டு வரை செல்லுகிறது. இக்கோவிலில் பதினான்கு கல்வெட்டுகள் கிடைத்துள்ளன. எல்லாம் அச்சில் வந்துள்ளன. இக்கல்வெட்டுகளில் குறிப்பிடப்படும் கோக்கருநந்தடக்கன் கி.பி. 857 முதல் 885 வரை ஆய்நாட்டை ஆண்டவன். இவன் ஸ்ரீ வல்லபன் பார்த்திபசேகரன் எனவும் அழைக்கப்பட்டான்.

இந்த அரசனின் நாடு திருப்பாப்பூரிலிருந்து (திருவனந்தபுரத்திலிருந்து எட்டு கல் தொலைவில் உள்ள ஊர்) நாகர்கோவில் வரை பரவியிருந்தது. இவன் காலத்தில் விழிஞம் முக்கிய துறைமுகம். பார்த்திவசேகரபுரம் (கல்குளம் வட்டம்) விஷ்ணு கோவிலைக் கட்டியவன் இவன். காந்தளூர்ச்சாலை கல்வி நிலையத்தை ஏற்படுத்தியவன். திருவிடைக்கோடு இவனது ஆட்சிக்கு உட்பட்ட பகுதி. இந்த ஊரில் உள்ள சிவன் கோவிலின் கருவறை ரகசிய அறையிலிருந்து தான் செப்பேடு எடுத்துள்ளனர்.

ஐந்து மெல்லிய தகடுகளால் ஆன இந்த ஆவணம் 73 நீண்ட வரிகள் கொண்டது. இவற்றில் 69 வரிகள் தமிழில் அமைந்தவை. எஞ்சியவை சமஸ்கிருத மொழியில், கிரந்த எழுத்து வடிவில்

அமைந்தவை. தமிழ்ப் பகுதியிலும் கிரந்தச் சொற்கள் உண்டு. இந்தச் செப்பேட்டில் கலி ஆண்டு 14.49087 ஆம் நாள், அரசனின் 9 ஆம் ஆட்சி ஆண்டு எழுதப்பட்டது. பெரும்பாலும் கி.பி. 864 ஆம் ஆண்டில் உள்ளதாக இருக்கலாம் என ஊகிக்கின்றனர்.

இந்தச் செப்பேடு பார்த்திவ சேகரபுரம் கோவிலுக்கு அரசன் கொடுத்த நிவந்த நிலம் பற்றிக் கூறுகிறது. முஞ்சிறை கோவில் சபை வழி இந்த நிலம் கொடுக்கப்பட்டது. இந்த நிலத்தின் விபரம் விரிவாக வருகிறது.

பாத்திவ சேகரபுரம் கோவிலில் ஒரு சாலை இருந்தது. சாலை என்பது கல்விச்சாலை. இங்கு 95 சாத்தர்கள் (மாணவர்கள்) படித்தனர். இவர்களின் படிப்புச் செலவிற்குக் காராண்மையாக நிலம் விடப்பட்டிருந்தது. இந்தச் சாலைக்கும் விஷ்ணு கோவிலின் பராமரிப்பிற்குமான நிலம் குறித்த செய்தி செப்பேட்டில் உள்ளது.

கோக்கருநந்தடக்கன் என்ற ஆய்அரசன் பார்த்திவசேகரபுரம் விஷ்ணு கோவிலைப் பிரதிட்டை செய்தவன். இக்கோவிலில் ஓராண்டில் ஏழு நாட்கள் விழாக்கள் நடந்திருக்கின்றன. பங்குனி மாதத்தில் விசாக நட்சத்திரத்தில் இந்த விழா முடியும் நாளிலிருந்து ஏழு நாட்களுக்கு முன்பு விழா ஆரம்பமாகும் என்பது நடைமுறை.

விழாவின் இறுதியில் ஆறாட்டு விழா நடக்கும். இந்த விழாக்காலங்களில் விஷ்ணு கோவிலில் பணிபுரிந்தவர்களும் கோவிலை ஒட்டி இருந்த சாலையில் ஆசிரியர்கள், பணியாளர்களும் இரண்டு மடங்கு சம்பளத்தை அன்பளிப்பாகப் பெற்றனர். சாத்தர் களுக்கு தனி அன்பளிப்பு கொடுக்கப்பட்டது. இது போன்ற காரியங்களுக்காக நிலம் ஒதுக்கப்பட்டிருந்தது.

பார்த்திவ சேகரபுரம் கோவிலில் தினமும் நடந்த பணிகள் பற்றிய குறிப்புகள்கூட இச்செப்பேட்டில் உள்ளன. அவை அகநாழிகைப் பணி, ஆட்ட காலங்களில் (விழாச் சமயம்) 12 முதல் 36 குடம் நீர் எடுத்துக் கொடுப்பது, மாலை கட்டுவது, விளக்குப் பொருத்துவது, பஞ்சகவ்வியம் தெளிப்பது, இசைக்கருவிகள் இசைப்பது ஆகியன. இந்த வேலைகளுக்குத் தனியாக நிலம் தானமாகக் கொடுக்கப்பட்டது.

இந்தக் கோவிலை ஒட்டிய இடத்திலிருந்த சாலையில் 95 மாணவர்கள் படித்தனர். இவர்கள் பவிஷ்ய சரணம், தயித்திய சரணம், தலவகார சரணம் என்னும் மூன்று பிரிவினர். இவர்களின் உணவிற்காக ஒதுக்கப்பட்ட நிலத்தின் எண்ணிக்கையும் கல்வெட்டில் வருகின்றது. முதல் பிரிவில் 45, இரண்டாம் பிரிவில் 36 மூன்றாம் பிரிவில் 14 என 95 கலங்கள் (சாப்பாட்டுப் பாத்திரம்) சாலையில் இருந்தன.

இந்தச் சாலையில் வேறுவேறு நாடுகளிலிருந்து வந்து மாணவர்கள் படித்தனர். இவர்களுக்குரிய கட்டுப்பாடு பற்றியும்

செப்பேட்டில் குறிப்பு உண்டு, சட்டன் பிழைக்கப் பேசினால் அஞ்சுகாணம் பொன் தண்டம்; இரண்டு சட்டர்கள் தகராறு செய்தால் ஒரு காசு தண்டம்; சாலையில் ஆயுதங்கள் வைத்திருந்தால் அவர்கள் வெளியேற்றப்படுவர். சாலையில் வெள்ளாட்டியை (பெண் வேலைக்காரி) வேலைக்கு வைக்கக்கூடாது. மீறினால் தண்டம். உள்பூசல் செய்தால் உணவு நிறுத்தப்படும். இதுவும் ஒருவகை தண்டம்தான். சாலைப் பணியாட்களை அவமதிக்கக்கூடாது. மீறி அவமதித்தால் ஒரு காசு தண்டம். ஒரு சாத்தன் இன்னொரு சாத்தனைக் கெட்டவார்த்தைகளால் பேசினால் 5 காணம் தண்டம். இந்தச் சாலையில் வியாகர்ணம், தர்கம், மீமாம்சம் போன்றனவும் கற்பிக்கப்பட்டன.

செப்பேட்டில் குறிக்கப்படும் கோக்கருநந்தடக்கன் இக்கோவில் கல்வெட்டிலும் குறிப்பிடப்படுகிறான். இவன் ஆய் வம்சத்தியராய் இருந்தாலும் பிரபலமாகாதவன். கழுகுமலை கல்வெட்டும் பாளையம் செப்பேடும் ஆய்குலத்தைக் கூறும். பி. ராகவையா குறுப்பு என்பார். கழுகுமலைக் கல்வெட்டு கூறும் கருநந்தடக்கன் இந்தக் கோகருநந்தனே என்கிறார்.

செப்பேடு-6 (பார்த்திவசேகரபுரம் செப்பேடு)

பார்த்திவசேகரபுரம் கோவிலிலிருந்து எடுக்கப்பட்டு, திருவனந்தபுரம் ஹொசூர் கச்சேரியில் கொண்டுசெல்லப்பட்ட இந்தச் செப்பேடு, திருவனந்தபுரம் அருங்காட்சியகத்தில் உள்ளது. இதை யார் எப்போது அடையாளம் கண்டுகொண்டு சென்றார்கள் என்னும் விபரங்கள் கிடைக்கவில்லை.

இந்தச் செப்பேடு 36 செ.மீ நீளமும் 7 செ.மீ அகலமும் கொண்டது இரண்டு பக்கங்களிலும் எழுதப்பட்டது. மொத்தம் 8 வரிகள்தாம் உள்ளன. சிறு சிதைவு உண்டு. அதனால் சில எழுத்துக்களைப் புரிய முடியவில்லை என்கிறார் கோபிநாதராவ். செப்பேட்டின் மொழியும் எழுத்தும் தமிழ். விக்கிரமாதித்திய வரகுணன், பார்த்தீஸ்வரம், ரட்சபோகம், ஸ்வஸ்தி ஶ்ரீ என்னும் சில கிரந்தச் சொற்களும் உண்டு.

விக்கிரமாதித்த வரகுணனின் 8 ஆம் ஆட்சியாண்டில் பங்குனி மாதம் எழுதப்பட்டது இச்செப்பேடு. வரகுணன், திருநந்திக்கரையில் பார்த்திவ சேகரபுரம் விஷ்ணு கோவிலுக்கு ரட்சபோகமாக விட்டுக் கொடுத்த நிலம் பற்றி இச்செப்பேடு பேசுகிறது. இதில் எழுதப்பட்ட ஆண்டு குறிக்கப்படவில்லை.

ஆய் மன்னனான கோக்கருநந்தனின் திருவிடைக்கோடு கல்வெட்டு, பார்த்திவசேகரபுரம் வேறு செப்பேடுகள் ஆகியவற்றின் வழி இந்தச் செப்பேட்டின் காலத்தை ஊகிக்க முடிகிறது. கோக்கருநந்தனின் ஒரு செப்பேடு கி.பி.864 ஆம் ஆண்டினது என்பதைக் கலிவருஷ நாள் கணக்கில் ஊகித்துள்ளனர்.

பாத்திவசேகரபுரம் எட்டுவரிச் செப்பேட்டில் தெங்கன் கிழவன் என்பவன் குறிக்கப்படுகிறான். வரகுணனின் செப்பேட்டிலும் இவன் வருகிறான். இதனால் தெங்கன் கிழவன் என்பவன் கோக்கருநந்தன் தடக்கன் காலத்திலும் வரகுணன் காலத்திலும் வாழ்ந்திருக்கிறான் என்று தெரிகிறது. இதனால் விக்கிரமாதித்ய வரகுணன் கோக்கரு நந்தனின் மகனாகவோ வாரிசாகவோ இருக்கலாம் என்றும் இவன் காலம் 9 ஆம் நூற்றாண்டு என்றும் கோபிநாதராவ் கூறுகிறார்.

ராவ் மேலும் சில செய்திகளை இச்செப்பேட்டின் வழி முன் வைக்கிறார். வரகுணனின் மனைவி சேந்தி; இவளது தந்தை தெங்கன் கிழவன். இவன் தன் மகள் ஆய்குலமாதேவி சேந்திக்கு 32 கோட்டை விதைப்பாடு நிலத்தை விட்டுக் கொடுக்கிறான். இதைப் பார்த்திவ சேகரபுரம் கோவில் பெருமக்கள் மேற்பாடு செய்ய வேண்டும்.

கவிமணி தேசிக விநாயகம் பிள்ளை கோபிநாதராவின் கருத்தை மறுத்து எழுதியிருக்கிறார். சாசன ஆராய்ச்சி என்ற கட்டுரையில் கவிமணி தன் கருத்தைப் பின்வருமாறு கூறுகிறார்.

கோக்கருநந்தடக்கனின் வாரிசாகவோ மகளாகவோ விக்கிரமாதித்தன் இருக்கலாம். இந்த ஆய் அரசன் கி.பி. 9 ஆம் நூற்றாண்டினன்.

தெங்கன் கிழவன், தன் மகள் முருகன் சேந்தியை வரகுணனுக்கு மணமுடித்தான் என்று கூறுவது தவறு. இந்தச் செப்பேட்டில் வரும் திருவடி சேர்த்தல் என்பதற்குத் திருமணம் செய்து கொடுத்தல் என்று பொருள் கொள்ளுகிறார் கோபிநாதராவ். உண்மையில் இதற்கு அர்ப்பணித்தல் என்பதுதான் பொருள்.

பார்த்திவசேகரம் கோவிலுக்குத் தன் மகன் சேந்தியை அர்ப்பணித்து (திருவடி சார்த்தி) தேவதாசியாக்கினான் தெங்கன் கிழவன். இதற்கு 32 கேட்டை விதைப்பாடு நிலம் கொடுத்திருக்கிறான். இதைக் கோவில் மக்கள் மேற்பார்வை செய்ய வேண்டும். முருகன் சேந்தியைத் தேவதாசியாக்கிய புனிதமான செயலை இச்செப்பேடு கூறுகிறது என்கிறார் கவிமணி.

செப்பேடு-7

விளவங்கோடு வட்டம் முஞ்சிறை என்னும் கிராமத்து மடத்தில் இரண்டு செப்பேடுகள் கிடைத்துள்ளன. இந்த மடம் முஞ்சிறை திருமலை கோவிலின் பின்புறம் உள்ளது. சிவராத்திரி அன்று தரிசனம் செய்யும் 12 சிவாலயங்களில் முதல் கோவில் முஞ்சிறை சிவன் கோவில். இக்கோவிலின் பின் புறம் நம்பூதிரிகளின் மடம் உள்ளது. இங்குக் கிடைத்த இரண்டு செப்பேடுகளில் ஒன்று 13 வரிகள் கொண்டது.

மொழி மலையாளம். ஆனால், எழுத்து வித்தியாசமான வட்டெழுத்து. மலையாள மொழி முழுமையாய்த் தமிழிலிருந்து பிரிந்து செல்லும் சூழலில் அமைந்தது (T.A.S. vol IP. 427).

இந்தச் செப்பேடு மடம் - நிர்வாகம் தொடர்பானது. சகம் 1692, ம.ஆ. 945 (கி.பி.1770) மதுவிதிர்த்தி வருஷம் இடப மாதம் ஞாயிற்றுக்கிழமை 5 ஆம் தேதி எழுதப்பட்டது. இச்செப்பேட்டைத் தாமிர சாசனம் எனக் குறிப்பிடுகிறது. இந்த மடத்தில் குன்னூர் நம்பூதிரி என்பவர் இருந்தார். இந்த மடத்தின் நிர்வாகம் பற்றிய செய்திகள் இதில் உள்ளன. இதில் முஞ்சிறை, ஆவிட்டத்தூர், குன்னூர், மடப்புறம், குடக்காடு, குருமூர் என்றும் ஊர் பெயர்கள் வருகின்றன. நம்பூதிரி என்ற சொல் பேச்சுவழக்கில் நம்பூரி எனப்பட்டது. இச்செப்பேட்டில் குறிப்பிடப்பட்ட நம்பூதிரிகளில் பலர் கொல்லத்தில் வாழ்ந்தவர்கள்.

செப்பேடு-8

முஞ்சிறை சிவாமி மடத்திலிருந்து (நம்பூதிரி மடம்) எடுக்கப்பட்டது. இப்போது இது திருவனந்தபுரம் அருங்காட்சியகத்தில் உள்ளது. இரண்டு பெரிய செப்பேடுகள். முதல் தகடு 45 செ.மீ. நீளம், 6 செ.மீ அகலம். செப்பேட்டில் முதல் தகட்டில் 16 வரிகளும் இரண்டாம் தகட்டில் 10 வரிகளும் உள்ளன. இது வித்தியாசமான வட்டெழுத்து. மொழி மலையாளம். இது ஒப்பந்த ஆவணம். விழா சடங்குகளில் நடந்த செலவு பற்றியும் சிலருக்கு சாப்பாடு போட்டது பற்றியும் செய்திகள் உள்ளன.

இச்செப்பேட்டில் திருவோணம், பூர்ணிமா, அயன சங்கிராந்தி எனச் சில சடங்குகள் பற்றியும் குறிப்புகள் வருகின்றன. ஒரு வருஷத்தில் வரும் எல்லா துவாதசிகளிலும் சடங்கு நடத்த 67 அச்சு பொன் செலவழிக்கப்பட்டது. துலாம், மிதுனம், கன்னி, கும்ப மாதங்களில் 30 பேருக்கு சாப்பாடு போடப்பட்டது. இப்படியாக இந்தச் சடங்குகளுக்கு வந்தவர்கள், அவர்களின் ஊர் பற்றிய செய்திகளும் உள்ளன. சில பெயர்கள் வலம்புரிப்பட்டர், கண்ட நாராயணன், அத்திமங்கலம் திருவிக்கிரமன், ஆனபுரத்துக் கங்காதரன். இச்செப்பேடு 13 ஆம் நூற்றாண்டினது (TAS vol 3 P 207).

செப்பேடு-9 (வடசேரி செப்பேடு)

நாகர்கோவிலின் ஒரு பகுதியான வடசேரியில் உள்ள கிருஷ்ணன் கோவிலில் கிடைத்த செப்பேடு. திருவனந்தபுரம் அருங்காட்சியகத்தில் உள்ளது. இதை ராமநாத அய்யர் வெளியிட்டுள்ளார். இந்தச் செப்பேடு 27 செ.மீ.நீளம், 16 செ.மீ அகலம் உடையது. செப்பேட்டின் மேல் வைணவ, தென்கலை அடையாளம் உண்டு. செப்பேட்டின் முதல் பக்கத்தில் 39 வரிகளும் இரண்டாம் பக்கத்தில் 42 வரிகளும் ஆக 81 வரிகள் உள்ளன. தமிழ் மொழியில் தமிழ் எழுத்து வடிவில் இது அமைந்தது.

இச்செப்பேடு சக ஆண்டு 1091, மலையாள ஆண்டு 945, விரோகித வருஷம் புரட்டாதி மாதம் 27 ஆம் தேதி (கி.பி. 1770) எழுதப்பட்டது. இது பூர்தர்மர்மதான பிரமாணர் எனப்படும் இதை எழுதியவர் நாஞ்சில் நாட்டு வடசேரி ஆதித்யவர்ம சதுர்வேதிமங்கலம் ரூப நாராயண எம்பெருமாள் ஆவார். ஸ்ரீ கிருஷ்ணன் கோவில் இருக்கும் கிராமத்தில் தெற்கு மாடத் தெருவில் சவுண்டிய கோத்திரம் ஆபத்தம்ப சூத்திரம் வைத்தியலிங்கம் புத்திரன் ராமலிங்கத்தின் மனைவி ஜானகி, பர்வதவர்த்தினி ஆகிய இருவரும் தினமும் எட்டுபேர்கள் சாப்பிடவும் திருவோண நட்சத்திரத்தில் 9 பேர்கள் சாப்பிடவும் நிவந்தமாக நிலம் அளித்திருக்கிறார்கள். இந்த நிலம் ஈசாந்திமங்கலம் தெள்ளாந்தி மடைப் போக்கில் உள்ளது. சில விபரங்கள் விரிவாக வருகின்றன. அதோடு சாப்பாடு கொடுக்க வேண்டிய பொருட்களின் விபரமும் உள்ளது (அரிசி, நெய், உப்பேரி, வெஞ்சணம்) ஓம்படைக்கிளவி உண்டு (TAS vol 5 P 120).

செப்பேடு-10 (பத்மநாபபுரம் செப்பேடு)

கன்னியாகுமரி மாவட்டம் கல்குளம் வட்டம் பத்மநாபபுரம் ஊர்ப் பிரமுகரான மருத நாயகம்பிள்ளை என்பவரின் வீட்டில் ஒரு செப்பேடு இருப்பதாக அறிந்த கல்வெட்டுத் துறையினர் அவரது வீட்டிற்குச் சென்றனர். செப்பேட்டைப் பார்த்தனர். அவர் அதைத் துறையினரிடம் கொடுக்க மறுத்துவிட்டார். அதனால் அவரது வீட்டில் வைத்து மைப்படி எடுத்தனர். இது 1925இன் நிகழ்ச்சி.

இந்தச் செப்பேட்டின் பிரதி ஹொசூர் கச்சேரியில் இருந்ததை யாரும் அடையாளம் காணவில்லை. வாசுதேவப் பொதுவாள் ஹொசூர் கச்சேரி ஆவணங்களைப் பட்டியலிடச் சொன்னபோது இந்தச் செப்பேட்டின் பிரதி கிடைத்தது. இந்த மூலத்தை மட்டும் அவர் வெளியிட்டுள்ளார்.

இந்தச் செப்பேடு இரண்டு தகடுகள் கொண்டது. முதல் பக்கத்தில் 9 வரிகள் இரண்டாம் பக்கத்தில் 12 வரிகள் ஆக 21 நீண்ட வரிகள். மொழியும் எழுத்தும் தமிழ். மலையாள வழக்கு அதிகம். இச்செப்பேடுகள் கொல்லம் வருஷம் 541 தை மாதம் 21 ஆம் தேதியில் எழுதப்பட்டது. (கி.பி.1366) செப்பேடு மறுபிரதி செய்யப்பட்டிருக்கலாம்.

கல்குளம் (பத்மநாபபுரம்) மேற்குத் தெரு இலங்கத்து வீடு அண்ணன் மார்த்த பிள்ளை மூத்த அண்ணனின் குடும்பத்திற்கு அப்போதைய வேணாட்டு அரசர் கொடுத்த விருதுகள், தானாமானம் பற்றிய செய்திகள் இச்செப்பேட்டில் விரிவாக வருகின்றன. இவற்றின் பட்டியல் நீண்டது.

முத்துச்சகட்டி, தொங்கல் உள்ள நவரத்தினக்குடை, முத்துக்குஞ்சம், பவளக்குஞ்சம், தவளச்சங்கு ஆகியன, இப்படிப்பல. இந்தச் செப்பேட்டில் குறிக்கப்படும் அரசர் மலை மண்டிலத்து திருவிதாங்கோடு இரவிவர்மரான மகாராஜா குலசேகரப் பெருமாள் ஆவார்.

பாண்டியராஜ்ஜியத்து வள்ளியூர் சமஸ்தானத்தில் குருபூதாள திப்பிறை தீபம் புலவர் இந்தக் குடும்பத்திற்குத் தீட்சை கொடுக்கிறார். இந்தக் குடும்பத்தாருக்குக் குடைபிடித்துச் செல்ல ஒருவர் செல்லலாம். குந்தம் முதலிய ஆயுதங்களுடன் செல்லலாம். சாமரம் வீச இருவர் இருக்கலாம். காலில் வீரத்தண்டை, கையில் வெற்றிச் சங்கிலி அணியலாம். காளாஞ்சி ஏந்தியவர்களும் வரலாம். ஆலவட்டம் வீச ஒருவனை வைத்துக்கொள்ளலாம்.

இவர் பல்லக்கில் பட்டணப்பிரவேசம் புறப்பட்டார். இசைக்கருவிகள் இசைக்கலாம். இவரது வீட்டில் வரும் நல்லது கெட்டது சடங்குகளை விமரிசையாக ந[illegible] த்தலாம். இந்தத் தா[illegible] மானங்கள் "கல்லும் காவேரியும் புல்லும் பூமியும் ஒள்ள மட்டும் ஆசெந்திரதாரமெ சந்ததிப் பிரவேசமே சந்திராதித்தர் ஒள்ளவரை" உண்டு. இதைத் திருவிதாங்கோடு, குலசேகரப் பெருமாள் சகலகலா மார்த்தாண்ட ஆதித்தர் பூபதி கற்பித்தது.

இந்தச் செப்பேட்டில் வரும் சில சொற்கள் குந்தம், தவளம், ஈட்டி, முள்முனை, வல்லயம், புலிநகம், கபாலசூலம், கரும்படம், கலசப்பாளை, காளாஞ்சி, கவிச்சுகெட்டிய, வீரவானிப்பட்டு, அரசிலைதூக்கு, ஆலாஸ்தி, சக்கரவாளப் பச்சைக்குடை, பிரமாலை வாதல்நடை(TAS vol 8P 20).

செப்பேடுகள்-11 (வடசேரி சங்கர சிந்தாமணி கோவில் பட்டயம்)

நாகர்கோவில் வடசேரிப் பகுதியில் வஞ்சி ஆதித்தன் புதுத்தெருவில் சங்கர சிந்தாமணி கோவில் உள்ளது. இக்கோவிலின் புனரமைப்புப் பணி நடந்தபோது சிறு சுரங்கம் ஒன்றைக் கண்டுபிடித்தனர். அதனுள் அனுமன் சிற்பம், சில பூஜை பாத்திரங்கள், வேறு சில சாமானங்கள், இந்தச் செப்பேடு ஆகியன இருந்தன.

இந்தச் செப்பேடு 270 செ.மீ நீளம், 16 செ.மீ அகலம், 450 கிராம் எடை உடையது. இரண்டு பக்கங்களிலும் 35 நீண்ட வரிகள்; தமிழ்மொழி, தமிழ் எழுத்தும் இச்செப்பேட்டில் கலிவருஷம் 4499, சகம் 1249, கொல்லம் 509 என ஒரு ஆண்டு எழுதப்பட்டிருக்கலாம்.

இந்தச் செப்பேட்டில் சுவாமியின் சமாதி வரலாறு சுருக்கமாக வருகிறது. இவர் அயோத்தியில் பிறந்தவர்; காசியில் இருந்தவர். 400

ஆண்டுகள் தேசாந்திரியாக அலைந்தவர். பண்டைய தென் திருவிதாங்கூருக்கு 1728 இல் வந்திருக்கிறார் 20 ஆண்டுகள் கடுக்கரை மலையில் இரண்டு இருளர்குலப் பெண்கள் இறந்து கிடப்பதைக் கண்டு அவர்களை உயிர்ப்பித்தார்.

இவர் நாகர்கோவில் வடசேரிக்கு வரும்போது கடுக்கரை ஊர் சிறுவர்கள் இரண்டுபேர் வந்தனர். 1748 இல் இரண்டு சிறுவர்களும் இருபுறமும் இருக்க இவர்ஜீவசமாதி அடைந்தார். இதன் பிறகு வடசேரி ஊர்மக்கள் இவருக்கு வழிபாடு நடத்தினர். இவருக்குப் பூசை நடத்தும்போது செய்ய வேண்டிய விதிமுறைகள் செப்பேட்டில் உள்ளன.

களக்குடி ராமலிங்கம் என்பவர் சமாதிவிழாவில் பூசை செய்ய ரூ550 கொடுத்திருக்கிறார். வடிவேல் முருகையா மெய்யன் என்பவரும் உதவியிருக்கிறார். இந்தச் சாமியின் சங்கத்தார் தவிர பிறர் யாரும் சமாதியைத் தொட்டுப் பூஜை செய்யக்கூடாது.

இந்தப் பட்டயம் ஏற்கெனவே இருந்த பட்டயத்தின் பிரதி என்கின்றனர். இது பற்றிய விபரம் தெரியவில்லை. இதில் நகரா (ஒரு இசைக்கருவி). சேண்டை வாத்தியம், ராஜபாதை, சாலியக்குடி எனச் சொற்கள் வருகின்றன.

இச்செப்பேட்டைச் செம்பவளம் ஆய்வுத்தளம் தலைவர் செந்நீ நடராசன், செயலர் அ.கா.பெருமாள் ஆகியோர் இனம் கண்டு பிரதி செய்தனர்.

(ஆவணம் ஆண்டிதழ், தமிழகத் தொல்லியல் கழகம், எண் 28 பக் 98.)

செப்பேடுகள்-12 (தென்காசிப் பட்டயம்)

நாகர்கோவில் ஸ்ரீராம் என்பவரின் வீட்டிலிருந்து செந்தீ நடராஜன் பெற்ற பட்டயம். 17 செ.மீ நீளம், 2 செ.மீ அகலம், நிறை 480 கிராம். ஒரு பக்கம் 21 வரிகள், மொழி சமஸ்கிருதம்; எழுத்து கிரந்தம். கடைசிப் பெயர் தமிழில்.

திருநெல்வேலி மாவட்டம் தென்காசி அருகே ஒரு குக்கிராமத்தில் சைவ கோளகிமடம் இருந்தது. இங்குள்ள சுப்பிரமணியர் என்பவர் மீனாட்சி சுந்தரேஸ்வரர் வழிபாட்டுக்கு நிலம் கொடையாக அளித்திருக்கிறார். கொடுத்தவர் பாண்டிய வம்சம் வீரசூர மஹிபதி மகன் பூபதி ஆவார். இந்த நிபந்தம் கொடுத்த வருஷம் சகம் 771 என உள்ளது. இதன்படி கி.பி.849 ஆம் ஆண்டு என வரும். இக்காலம் பிற்காலப் பல்லவர், முற்காலப் பாண்டியர்கள் ஆட்சி செய்த காலம். இது பொருந்துமாறில்லை.

இதனால் இந்த நிபந்தம் சகம் 1771 இல் எழுதப்பட்டிருக்கலாம். இது கி.பி.1849 இல் வரும். இக்காலத்தில் பாண்டியர் வம்சத்தினர் என்று சொல்லிக்கொண்ட சிலர் இருந்தனர். இவர்களில் ஒருவர் இந்த நிவந்தனையைக் கொடுத்திருக்கலாம்.

தென்காசி பகுதியில் 10 ஆம் நூற்றாண்டிலேயே கோளகி மடம் வந்துவிட்டது. பாசுபத, லகுலீச சைவர்கள் நெல்லைப் பகுதியில் இருந்தனர். லகுலீசர் சிற்பங்களும் கிடைத்துள்ளன. இந்த மடத்தின் பொறுப்பைப் பிராமணர்களே வகித்தனர். நர்மதா நதி அருகே உள்ள தென்காசி கோளகி மடத்தில் இருந்த ஈசான சிவாச்சாரியாரின் அருள்பெற்ற ஹரிச்சந்திரர் பரம்பரையினர் இங்கு இருந்தனர்.

‘நெய்தல் ஆய்வு’ ஜூலை – செப்டம்பர் 2022

12. தென்குமரியில் ஏற்பட்ட எழிற்சி

கேரள சமூக வரலாற்றை எழுதியவர்கள் சுவாமி விவேகானந்தரின் ஒரு கிண்டல் பேச்சை சொல்லிவிட்டுக் கடந்து செல்லுகிறார்கள். விவேகானந்தர் 1882 டிசம்பரில் திருவிதாங்கூர் வந்துவிட்டு, இதே மாதம் 24, 25, 26 ஆம் நாட்களில் கன்னியாகுமரிக்கு வந்தார். அப்போது அவர் திருவிதாங்கூரைப் பைத்தியக்காரர்களின் ராஜ்ஜியம் என்றார். இப்படியாக அவர் சொன்னதற்கு இங்கு ஜாதி துவேசம் தலைதூக்கி நின்றதுதான் ஒற்றைக் காரணம். அவர் நேரில் பார்த்ததைத்தான் சொன்னார்.

திருவிதாங்கூரில் ஒடுக்கப்பட்ட சாதியினரை அவர்ணா என்று கூறுவர். இந்த வகையில் சக்கிலியர், கக்காளர் உட்பட 19க்கு மேற்பட்ட சாதியர் இருந்தனர். இவர்களுக்கு கோவிலுக்குச் செல்லும் உரிமை கிடையாது. கோவில் குளங்களிலோ ஊர்க்குளங்களிலோ ஊர்ப் பொதுக்கிணறுகளிலோ குளிக்கும் உரிமையும் கிடையாது.

திருவிதாங்கூரில் வழங்கிய தீட்டு, புலை என்னும் சொற்கள் வாழ்க்கை வட்டச் சடங்குகள் சார்ந்தவை மட்டுமல்ல. சாதிகளின் உறவு சம்பந்தப்பட்டவையும்கூட. இப்போது கூட இச்சொற்களின் பொருள் மாறவில்லை; மாதவிடாய் சமயத்தில் பெண் தீட்டானவள்; குழந்தை பெற்றால் தீட்டு; இறப்பு நிகழ்வும் தீட்டு; இதைப் புலை என்றும் குறிப்பர். ஆனால் இந்தத் தீட்டுகள் காலவரையறைக்குள் அடங்கியவை. குழந்தை பெற்றவளுக்கு 41 நாட்களே தீட்டு. மற்ற தீட்டுகளுக்கும் விதிவிலக்குண்டு. ஆனால் பிறப்பால் வரும் தீட்டு அல்லது புலை எப்போதும் தீராதது.

புலை என்பதற்கு மணிமேகலையில் அசுத்தம் என்ற பொருள் வருகிறது. இச்சொல்லுக்கு இழிவு, தீட்டு, பொய், விபச்சாரம், கீழ்மகள் என்ற பொருள்களும் உள்ளன. இவை செவ்விலக்கியங்களில் வழங்குகின்றன. புலையன் என்ற சாதி இதன் அடிப்படையிலானது. நாட்டார் வழக்கிலும் இதே பொருள்தான். தென் திருவிதாங்கூரில் இப்போதும் இது வழக்காற்றில் உள்ளது.

ஈழுவர் பிராமணரிடமிருந்து 36 அடியும் நாயர் சாதியினரிடமிருந்து 12 அடியும் தள்ளி நிற்க வேண்டும். மிகவும் ஒடுக்கப்பட்ட பட்டியலில் வரும் புலையர் பிராமணரிடமிருந்து 96 அடியும் நாயர் சாதியினரிடமிருந்து 12 அடியும் தூரத்தில் நிற்க வேண்டும்; நாயர் நம்பூதிரியிடமிருந்து 7 அடி தொலைவில் நிற்க வேண்டும்.

புரதவண்ணார் உயர்சாதியினர் கண்ணில் படாமல் செல்ல வேண்டும். ஒடுக்கப்பட்ட பெண்கள் நீர்க் குடத்தை இடுப்பில் வைக்கக் கூடாது. தலையில் வைக்க வேண்டும். இவர்கள் குடை பிடிக்கக் கூடாது. சில சாதியினர் உயர் வர்க்கத்தினரின் பெயர்களைச் சூட்டிக் கொள்ளக் கூடாது.

கோவில்களுக்கு காய்கறிகள் கொடுக்க வேண்டும். தெப்பத் திருவிழாவில் தெப்பம் கட்ட ஈறல் சேகரிக்க வேண்டும். எல்லாம் சரி, ஆனால் இந்த சாதிகளுக்குக் கோவில்களில் உரிமை இல்லை. இப்படிச் சொல்லிக்கொண்டே போகலாம்.

இப்படி எல்லாம் திருவிதாங்கூரில் இருந்தாலும் தேவதாசி ஒழிப்பு, அடிமை ஒழிப்பு, கோவில் நுழைவு உரிமை எனச் சமூகச் சீர்த்திருத்த விஷயங்களும் வேகமாக நடந்திருக்கின்றன. ஒரு வகையில் பிரிட்டீஷ் ஆட்சியின் கீழிருந்த தமிழகப் பகுதிகளைவிட இங்கு மிக வேகமாகவே இச்செயல்பாடுகள் நடந்திருக்கின்றன.

திருவிதாங்கூரில் ஜாதிரீதியாக உருவாக்கப்பட்ட அமைப்புகள் அந்தச் சாதிகளிடம் விழிப்புணர்வை உருவாக்கியிருக்கின்றன. 1903ல் தோன்றிய ஸ்ரீ நாராயணகுரு தர்மபரிபாலனம் கேரள ஈழுவ மக்கள் வாழ்வில் புதிய சகாப்தத்தை உருவாக்கியது. 1907ல் உருவான யோக சேமா நம்பூதிரிகளின் சில பழக்கங்களுக்கு எதிர்ப்புத் தெரிவித்தது.

வெங்கானூர் அய்யன்காளி உருவாக்கிய (1907) ஜாதி ஜன பரிபாலன யோகம், புலையர் சமூக விடுதலைக்குப் போராடியது. மன்னத்துப் பத்மநாபன் நிறுவிய (1914) நாயர் சர்வீஸ் சொசைட்டி, நாயர் சமூகத்தை ஒத்த சாதிகளையும் உட்பிரிவுகளையும் ஒன்றாக்கியது.

சகோதரர் அய்யப்பனின் சகோதரர் சங்கம் (1917) ஒட்டுமொத்த ஒடுக்கப்பட்டவர்களுக்காகக் குரல்கொடுத்தது. அப்துல்காதர் மவுலவி என்ற பன்மொழிக் கவிஞரின் திருவிதாங்கூர் முஸ்லிம் மகாசபை பெரும் சாதனை செய்தது.

இருபதாம் நூற்றாண்டின் ஆரம்பத்தில் இதுபோன்ற அமைப்புகள் உருவாவதற்கு முன்பே 19ஆம் நூற்றாண்டின் ஆரம்பத்தில் தென் திருவிதாங்கூரில் தாமரைக்குளம் என்ற கிராமத்தில் வாழ்ந்த அய்யா வைகுண்டர் என்ற ஞானி, நாடார் சாதியினரின் சமூக மேம்பாட்டிற்காகத் தன் ஆன்மிகப் பலத்தைப் பயன்படுத்தினார்.

இவை எல்லாம் தனிமனிதர்கள், தனிப்பட்ட சாதிகளின் போராட்டங்கள். இவை அல்லாமல் திருவிதாங்கூர் சமஸ்தானத்தில் சமூகத்தின் பொதுவான சில பிரச்சனைகள் எதிர்ப்பின் காரணமாகவோ, எதிர்ப்பில்லாமல் சாதாரணமாகவோ தீர்க்கப்பட்டிருக்கின்றன. இந்த இடத்தில் திருவிதாங்கூர் சமஸ்தானத்தை அறிந்துகொள்ளவேண்டிய அவசியம் இருக்கிறது.

வேணாட்டு அரச வம்சத்தினரும் திருவிதாங்கூரின் முதல் அரசருமான அனுஷம் திருநாள் மார்த்தாண்ட வர்மா (1729-1758) தம் கால அரசியல் ரீதியான பகையை முறியடித்தார். இவர் திருவிதாங்கோடு என்ற ஊரின் பெயரைச் சமஸ்தானத்துக்கு வைத்துக்கொண்டார். இப்பெயர் பின்னர் திருவிதாங்கூர் ஆனது.

மார்த்தாண்டவர்மாவிலிருந்து சித்திரைத் திருநாள் என்னும் அரசர் வரை 12 பேர்கள் 220 ஆண்டுகள் இந்த ராஜ்ஜியத்தை ஆட்சி செய்தனர். இந்த ஆட்சியாளர்களில் மூன்று ராணிகளும் அடங்குவர். இந்தியாவில் கிழக்கிந்தியக் கம்பெனி அரசும் பிரிட்டீஷ் அரசும் 18, 19, 20ஆம் நூற்றாண்டுகளில் பொதுமக்களின் சாதிய விஷயங்களிலும் வேறு சமூக மாற்றங்களிலும் ஆர்ப்பாட்டத்துடன் செய்த மாற்றங்களை மூச்சு பேச்சில்லாமல் திருவிதாங்கூர் அரசு செய்திருக்கிறது.

திருவிதாங்கூரில் நம்பூதிரி ஆண், நம்பூதிரி பெண் குற்றவாளிகளைத் தண்டிப்பது, சோதனை செய்வது என்ற வழக்கம் பிரத்யாயம், ஸமார்த்த விசாரம் எனப்பட்டது. பெண் குற்றவாளி எனச் சந்தேகப்படப்பட்டவர் விஷப்பாம்பு இருக்கும் மண்குடத்துக்குள் கையைவிட்டு சத்தியம் செய்ய வேண்டும். ஆண் நம்பூதிரி குற்றவாளி கொதிக்கும் நெய்ப்பாத்திரத்துக்குள் கையைவிட்டு சத்தியம் செய்ய வேண்டும்.

இந்தக் கொடுமையைத் திருவிதாங்கூரின் கிழக்கிந்தியப் பிரதிநிதிகள் கண்டும் காணாதது மாதிரிதான் இருந்தார்கள். சுவாதித் திருநாள் என்ற அரசர் (1829 - 1847) நம்பூதிரி குற்றவாளிகளைத் தண்டிக்கும் நிகழ்வை ஓசையின்றித் தடைசெய்தார்.

விபச்சாரிகளை மொட்டையடித்து எருமைச்சாணியைத் தண்ணீரில் கரைத்து அவள் தலையில் ஊற்றி வெயிலில் நிற்கவைக்கும் தண்டனை ஒன்று தென்திருவிதாங்கூர் கிராமங்களில் இருந்தது. இத்தண்டனையைக் கிராம அதிகாரிகளே நிறைவேற்றினர். அரசர் அல்லது அவரது திவானின் (முக்கிய மந்திரி) காதுகளுக்குச் சில சமயம் போகாமலே இது நடக்கும், சில கிராம அதிகாரிகள் விபச்சாரிகளை ஊரைவிட்டுக் குடிபெயரும்படியும் தண்டனை கொடுத்தார்கள். இந்த வழக்கத்தைச் சுவாதித் திருநாள் ஓசையின்றி நிறுத்தினார்.

சேது லட்சுமிபாய் என்னும் அரசியின் காலத்தில் (1925 - 1931) மருமக்கள்வழி முறை ஒழிக்கப்பட்டது. (1926) கோவில்களில் தேவதாசிகளை நியமிக்கும் வழக்கம் நிறுத்தப்பட்டது. (1930) கிராமத் தெய்வங்களுக்கு உயிர்ப்பலி கொடுக்க தடைச்சட்டம் வந்தது. சித்திரைத் திருநாள் அரசர் காலத்தில் எல்லா சாதியினரும் கோவிலில் நுழையும் உரிமை பெற்றனர். (1936) இவற்றில் கோவிலில் நுழையும் போராட்டம் மட்டும் காங்கிரஸ் கட்சியுடன் தொடர்புடையது.

இப்படியாக உள்ள சமூக மாற்றங்கள் வேகமாக நிறைவேறும் அளவுக்கு சமூகம் தன்னைத் தயார்படுத்திக்கொண்டதைத் திருவிதாங் கூரின் சிறப்பாகக் கொள்ளலாம்.

இந்த இடத்தில் திருவிதாங்கூர் வரலாறு நாட்டார் வழக்காற்றியல் செய்திகளுடன் எப்படி ஒத்துப்போகிறது என்று பார்க்கலாம். 1729 முதல் 1949 வரை உள்ள 220 ஆண்டுகளின் வரலாற்றை ஆவணங்கள், அரசுக் குறிப்புகள், கிழக்கிந்தியக் கம்பெனிக் கோப்புகள், நாட்குறிப்பு கள், மிஷனரி அறிக்கைகள் போன்றவற்றின் அடிப்படையில் எழுதியுள்ளனர்.

இப்படி எழுதியவர்களில் பாச்சமுத்து, சங்குண்ணி மேனன், நாகம் அய்யா, வேலுப்பிள்ளை எனச் சிலர் முழுமையாகவும், இளங்குளம் குஞ்சம்பிள்ளை போன்றவர்கள் உதிரியாகவும் எழுதியுள்ளனர். இந்த வரலாற்று நூற்களில் கூறப்படாத தகவல்கள் நாட்டார் வழக்காற்றுச் செய்திகளில் உள்ளன. இவை முழுமையாக வரையறை செய்யப் படவில்லை. வட்டாரரீதியான வரலாற்றுக்குச் சுவையான செய்திகளைக் கொடுப்பவை இவைதான்.

நாட்டார் வழக்காற்றியல் செய்திகளை ஆவணங்களாக மட்டுமல்ல, இதை வரலாற்று முறையியலாகவும் எடுத்துக் கொள்ளலாம். லூயிஸ் என்பவரின் இக்கருத்தை சுகோதுக்கோ என்பவர் ஆழமாக ஆராய்ந்து வாய்மொழிச் செய்திகளைக்கூட வரலாறாகப் பரிசீலனை செய்யலாம் என்கிறார்.

திருவிதாங்கூர் சுவடிப் பாதுகாப்பகத்திலும் கிராமங்களிலும் வில்லிசைக் கலைஞர்களிடம் உள்ள கதைப்பாடல்கள் 600-க்கு மேல் இருக்கலாம். இவற்றில் வரலாறு, சமூகம் தொடர்பான விஷயங்களைக் கூறும் கதைப்பாடல்கள் 160 அளவில் தேறுகின்றன. திருவிதாங்கூர் வரலாற்றையும் சமூகத்தையும் அறிய 40 கதைப்பாடல்களிலிருந்து செய்திகள் சேகரிக்கலாம்.

இந்தக் கதைப்பாடல்கள் தவிர நாட்டார் கலைகள், வாய்மொழிப் பாடல்கள், கதைகள், ஓவியங்கள், கைவினைப் பொருள்கள் ஆகிய வற்றிலிருந்து தென்திருவிதாங்கூரில் வட்டாரரீதியான ஒரு வரலாற்றை மீட்டெடுக்க முடியும். இவற்றைப் பின்வருமாறு வகைப்படுத்தலாம்.

ஆரம்பகால திருவிதாங்கூர் அரசர்களான மார்த்தாண்டவர்மா, தர்மராஜா பற்றிய செய்திகள்;

தென்பாண்டி நாட்டுக்கும் தென் திருவிதாங்கூருக்கும் உள்ள உறவு தென்திருவிதாங்கூரில் குடியேறிய பிராமணர், நாடார், வேளாளர், அருந்ததியர், காட்டு நாயக்கர், புல்லுக்கட்டி நாயக்கர், செட்டி, செட்டு, கணிகர் பற்றிய செய்திகள்; சாதி காழ்ப்பு குறித்த தகவல்கள்.

விடுதலைப் போர் குறித்த செய்திகளும், பிற செய்திகளும் என வகைப்படுத்தலாம்.

திருவிதாங்கூர் அரசர்களில் நாட்டார் தலைவனாக (Folk Hero) அனுஷம் திருநாள் மார்த்தாண்டவர்மா என்ற அரசர் மட்டுமே உள்ளார். இவர் தன் தாய்மாமா இராம வர்மாவிடமிருந்து ஆட்சியைப் பெற்றார். திருவிதாங்கூர் அரசுரிமை மருமக்கள்வழிப் பட்டதால் இது முறையானது. ஆனால் ராம வர்மாவின் மக்கள் ஆட்சிக்கு உரிமை கோரி கலகம் செய்தனர். கடைசியில் அவர்கள் அழிக்கப் பட்டனர். இந்த நிகழ்ச்சியைத் தம்பிமார் கதை, எட்டு கூட்ட தம்புரான் கதை ஆகிய இரண்டும் விரிவாகக் கூறுகின்றன.

தர்மராஜாவின் ராமேஸ்வர யாத்திரை என்னும் அச்சில் வராத கதைப்பாடல், கார்த்திகைத் திருநாள் இராம வர்மா என்ற அரசர் ராமேஸ்வரத்திற்குத் தன் பரிவாரங்களுடன் சென்று திரும்பிய நிகழ்ச்சியை விவரிக்கிறது. இதில் திருநெல்வேலி, ராமநாதபுரம் மாவட்டம் வழி உள்ள தர்ம மடங்கள், கோவில்கள் பற்றிய செய்திகள் வருகின்றன.

தமிழகத்தில் பெருவழிச் செல்லும் பயணிகளுக்குப் புகலிடமாக இருந்த கல்மடங்கள் எப்படி இருக்க வேண்டும் என்பதை நேரடியாகப் பார்த்து செயல்படுத்திய செய்தி 'தர்மராஜாவின் யாத்திரை' கதைப்பாடலில் உள்ளது. அதோடு 18ஆம் நூற்றாண்டில் தென் திருவிதாங்கூர் மக்களின் உணவு, பயணம், உடை, உறவுமுறை, மகப்பேறு எனப் பல விஷயங்களை இக்கதைப்பாடல் கூறுகிறது.

கன்னியாகுமரி பகவதி கோவிலில் 18ஆம் நூற்றாண்டில் நடந்த திருட்டு பற்றிய செய்தி கன்னியாகுமரி களவுமாலை என்னும் கதைப்பாடலில் உள்ளது. இதில் அக்கால தேவதாசிகளின் நிலைபற்றியும் கோவில் வழிபாட்டில் பூசகர்கள் செய்த தில்லுமுல்லு பற்றியும் பல விஷயங்கள் உள்ளன. இவை வரலாற்றாசிரியர்கள் கூறாதவை.

தென் கேரளத்தில் தமிழர்களை - அவர்கள் திருச்சி, தஞ்சை மாவட்டத்தினராக இருந்தாலும் பாண்டிக்காரர்கள் என்று அழைப்பது மரபு. இதற்குக் காரணம் திருவிதாங்கூருக்கும் தென்பாண்டி குறுநில மன்னர்களுக்கும் 18, 19ஆம் நூற்றாண்டில் இருந்த தொடர்புதான் காரணம். இது குறித்து கிழக்கிந்தியக் கம்பெனி ஆவணங்களோ வேறு சான்றுகளோ இல்லை. ஆனால் பத்துக்கு மேற்பட்ட கதைப்பாடல்களில் இது பற்றிய செய்திகள் உள்ளன. அதோடு, இங்கு நடைமுறையில் உள்ள நாட்டார் தெய்வ வழிபாட்டுச் செய்திகளும் இதற்கு உதவ முடியும்.

கன்னியாகுமரியில் கடற்கரை மீனவர்கள் குறுநிலத் தலைவர்களாகவும் படைத்தலைவர் களாகவும் இருந்தார்கள் என்பதற்கு வாய்மொழிச் செய்திகள் மட்டுமல்ல, மன்னன் மதிப்பன் கதை போன்ற சில கதைப்பாடல்களிலும் சான்றுகள் உள்ளன. இது குறித்த செய்தி செண்பகராமன் பள்ளு என்ற செவ்வியல் இலக்கியத்திலும் உண்டு. தென் கேரள வரலாற்றாசிரியர்கள் இது பற்றி ஏதும் கூறவில்லை.

தென் திருவிதாங்கூரில் குடியேறிய சாதிகள், குடியேறிய காலகட்டம் பற்றிக் கல்வெட்டுகளில் குறைவாகவே செய்திகள் உள்ளன. குறிப்பாக தெலுங்கு, கன்னடம் பேசிய மக்கள் தென் திருவிதாங்கூரில் வந்தது பற்றிய செய்திகள் கன்னடியன் போர் முதலான சில கதைப்பாடல்களில் காணப்படுகின்றன. நாட்டார் தெய்வ வழிபாடு தொடர்பான செய்திகளிலும் இதைத் தேடமுடியும்.

தெலுங்கு மக்கள் மட்டுமல்ல நாடார், விசுவகர்மா, மறவர், வேளாளர், யாதவர் எனப் பல சாதியினர் குடிபெயர்ந்துள்ளனர். வடகேரளப் பிராமணர்கள் தென் திருவிதாங்கூருக்கு வந்தனர். இதுபோன்ற பல செய்திகள் திவான் வெற்றி முதலாக 12க்கு மேற்பட்ட கதைப்பாடல்களில் உள்ளன.

18, 19 ஆம் நூற்றாண்டு தென் திருவிதாங்கூரில் சாதிக்கலவரம், சாதிக்காழ்ப்பு, சாதி வெறுப்பு குறித்த பல செய்திகள் கதைப்பாடல்கள், வாய்மொழிப் பாடல்கள், பழமொழிகள் ஆகியவற்றில் உள்ளன. தீண்டத்தகாதவர் யாவர்? ஒடுக்கப்பட்ட சாதிகளுக்கிடையே நிலவிய தாரதம்மியம், முக்குவர் இழிவானவர், குறவர் சேர்க்க முடியாத சாதி என்னும் பல செய்திகள் இந்தக் கதைப்பாடல்களில் உள்ளன.

ஒருவரின் பெயரைக் கேட்பது போலவே ஜாதியைக் கேட்பது சாதாரணமாயிருக்கிறது. பெண்கள்கூட சாதிப்பெயரைத் தன் பெயருடன் சேர்த்துக் கூறுவது வழக்கமாயிருந்தது. இது மிகக் குறிப்பிட்ட சாதியினரிடம் இருந்த வழக்கம்.

தென்திருவிதாங்கூரில் தெலுங்கு மக்களின் மேல் வெறுப்பு குறித்த செய்திகள் வெளிப்படையாகப் பதிவு செய்யப்பட்டுள்ளன. தெலுங்குப் படையெடுப்புகள் நாஞ்சில் நாட்டில் தொடர்ந்து நடந்திருக்கின்றன. தெலுங்குப் படைகள் பெண்களின் தாலிகளை அறுத்தது, பாத்திரங்களைக் கொள்ளையடித்தது என்னும் செய்திகள் கதைப்பாடல்களில் மட்டுமல்ல, பழமொழிகளிலும் வழக்காறு களிலும் உள்ளன.

தென் திருவிதாங்கூரில் குடியேறிய வடுகத்து வங்காளக்காரர் ஆடு மாடு மேய்ப்பவர்களாகவே தொழில் செய்தனர். 18ஆம் நூற்றாண்டின் இறுதியில் இதே சாதியினர் அரசு அதிகாரிகளின் வீடுகளிலும்

கோவில்களை அடுத்த தோட்டங்களிலும் மலம் அள்ளும் தொழிலுக்குத் தள்ளப்பட்டனர். மதுரை நாயக்க அரசர்கள் காலத்தில் பெரிய கட்டிடக் கட்டுமானம், குளம் கட்டுமானம் போன்றவற்றிற்காக இளம் கன்னிகளைப் பலி கொடுத்தார்கள்; தாந்திரிக வழிபாட்டில் இளம் கன்னிகளை நிர்வாணமாக அமர்த்தி பூஜை செய்யப் பயன்படுத்தினர் என்பன போன்ற காரியங்களால் தென் திருவிதாங்கூர் கிராமங்களின் தெலுங்கு மக்கள் சிலர் குடிபெயர்ந்தனர் என்னும் வாய் மொழிச் செய்திகள் உண்டு.

நாஞ்சில் நாட்டில் 'வடுகச்சி' (தெலுங்கு பேசிய பெண்) என்ற சொல் இழிவானதாகவே கருதப்பட்டிருக்கிறது. 'அடுகிச்சி முடுகிச்சி வடுகச்சி கல்யாணம்' என்னும் வழக்காறு ஐவர் ராசாக்கள் கதையில் கிண்டலான பிரயோகமாக வருகிறது. தர்மராஜாவின் ராமேஸ்வர யாத்திரை என்ற கதைப்பாடலில் தெலுங்குப் பெண்களிடம் கவனமாக இருங்கள் என்று தளவாய் வீரர்களிடம் எச்சரிப்பதான ஒரு செய்தி வருகிறது. கன்னியாகுமரி களவுமாலை நூலில், திருடர்களின் பட்டியலில் தெலுங்குச் சாதிகளின் பெயர்களும் உள்ளன.

இப்படிப் பல செய்திகள். இவர்களின் நாட்டு விடுதலை பற்றிய செய்திகளும் உண்டு. வாய்மொழிப் பாடல்களிலும், நாட்டார் நிகழ்த்துக் கதைப்பாடல்களிலும் விடுதலைப் போராட்டச் செய்திகள் வருகின்றன. வெள்ளைக்காரனுக்கு எதிராகப் பேசப்பட்ட செய்திகள் கிண்டலாகக் காட்டப்பட்டுள்ளன. பஞ்சாப் படுகொலை, அந்நியத்துணி பகிஷ்கரிப்பு, பகத்சிங் தூக்கில் தொங்கிய நிகழ்வு பற்றிய தகவல்கள் களியலாட்டப் பாடல்களில் உள்ளன. இப்பாடல்களை ஒடுக்கப்பட்ட மக்கள் பாடினர் என்பது குறிப்பிடத்தக்கது.

நீராதாரம், விவசாயம் பற்றிய செய்திகள் நாட்டார் வழக்காற்றுச் செய்திகளில் நிறையவே உள்ளன. ராப்பாடி என்னும் இரவு நேர யாசகன் பாடும் பாடல்களில் நெல் வகைகளின் பெயர்கள் உள்ளன. நான் தொகுத்த பாடல்களில் 66 வகையான நெல்லின் பெயர்களும், நெல் பயிருக்கு வரும் 13 வகையான நோய்கள் பற்றியும், இவற்றைத் தீர்க்கும் மருந்துகள் பற்றியும் மழை பெய்வதற்கான அறிகுறி பற்றியும் விரிவான செய்திகள் உள்ளன.

இப்படியான பல வட்டாரரீதியான செய்திகள் முழுதும் தொகுக்கப்பட்டால் விரிவான பண்பாட்டு வரலாற்றை எழுத முடியும்

'உங்கள் நூலகம்' ஆகஸ்ட் 2021

13. இவர்களுக்கு மரியாதை இருந்தது

வைதீகக்கோயில்கள் பற்றி வந்த நூல்களில் பெரும்பாலானவை கல்வெட்டுக்கள் வேறு ஆவணங்கள் சார்ந்து எழுதப்பட்டவை. இவை கோவில் கட்டுமானம், வரலாறு, சிற்பங்கள் குறித்தே விவரிக்கின்றன. பிற நூல்கள் எதிர்கால நலம் குறித்த சோதிடம், தொன்மம் பார்வையில் விற்பனை கருதி வெளியிடப்பட்டவை சுற்றுலாப் பயணிகள் வாங்குவதற்காகவே எழுதப்பட்டவனவும் உண்டு.

பொதுவாகக் கோவிலுக்கும் சமூகத்துக்கும் உள்ள உறவு, கோவில் தொடர்பான வழக்காறுகள் கோவிலின் தோற்றத்திற்கும் ஜாதிக்கும் உள்ள உறவு போன்ற பல விஷயங்களைப் பெருமளவில் கணக்கில் எடுக்காமல் எழுதப்பட்ட நூற்கள் அதிகம். கோவிலைக் குறித்து நூலை எழுதுபவன் நாட்டார் வழக்காற்றியல் ஆய்வாளனைப்போல களஆய்வு செய்து எழுத வேண்டும். வரலாற்று ஆசிரியர்களில் சிலர் அப்படி எழுதியுள்ளனர்.

கோவில்களுக்குள் நுழைவதற்கு உரிமை இல்லாதவர்கள் அந்தக் கோவிலுடன் தொடர்புடையவர்களாய் இருந்திருக்கிறார்கள். கோவிலின் சடங்குகள் ஒன்றில் ஏதோ ஒருவகையில் இவர்களுக்குத் தொடர்பு இருந்திருக்கிறது. இப்படிப்பட்ட செய்திகளை வாய்மொழி மரபில் இன்றும் தேட முடியும்.

திருவனந்தபுரம் பத்மநாபசுவாமி கோவில் தோன்றியது பற்றி மரபு வழியான ஒரு செய்தி வழங்குகிறது. இந்தக் கதையை அந்தக் கோவிலைப் பற்றி எழுதியவர்கள் எல்லோருமே சொல்லுகிறார்கள். அது புலையர் ஜாதிக்கும் அந்தக் கோயிலுக்கும் உள்ள தொடர்பு குறித்தது.

திருவரங்கத்தில் அரங்கனின் கோவில் பூசகர்களுக்கிடையே பூசல் ஏற்பட்டது. அதனால் பூசகர் ஒருவர் திருவரங்கத்தை விட்டு குடிபெயர்ந்தார். அவருடன் அரங்கனும் சேர்ந்துகொண்டான். இவர்களுடன் கோவிலில் இருந்த சேத்திர கால பூதம் உட்பட மூன்று பூதங்களும் குடிபெயருகின்றன.

திருவரங்கன் பூதங்களுடன் திருக்குறுங்குடி என்ற ஊருக்கு வருகிறான். அவர்களை அங்கே நிறுத்திவிட்டு அனந்தங்காட்டின் அடர்ந்த காட்டில் குழந்தையாய் கிடக்கிறான். குழந்தை அழுகிறது, அப்போது அங்கே தற்செயலாக வந்த புலையனும் புலைச்சியும்

அந்தக் குழந்தையைப் பார்க்கின்றார்கள். புலைச்சி குழந்தையை எடுத்து மார்போடு அணைத்து பால் கொடுக்கிறாள், குழந்தை சிரிக்கின்றது.

புலையன் குழந்தையைக் கிடத்துவதற்கு புல் மெத்தை தயார் செய்கிறான். புலைச்சி குழந்தையைப் புல் மெத்தை மேல் கிடத்துகிறாள். உடனேயே அது ஐந்து தலைப் பாம்பாக மாறுகிறது. அதைக் கண்ட புலையனும் புலைச்சியும் பயந்து போய் அங்கிருந்து ஓடி விடுகின்றார்கள்.

இந்தச் செய்தியை அரசன் அறிகின்றான். அந்தக் குழந்தை அனந்தபத்மநாபனாக மாறுகிறது. அரசன் அங்கே ஒரு கோயில் கட்டுகிறான். அந்தக் குழந்தையை முதலில் கண்ட புலையனுக்கும் புலைச்சிக்கும் விவசாய நிலம் ஒன்றைக் கொடுக்கின்றான். இது திருவனந்தபுரம் பத்மநாபசாமி கோவில் உருவானதற்கான கதை.

திருவனந்தபுரம் பத்மநாபசுவாமி கோவிலுக்கு புலையர். சமூகத்தைச் சார்ந்த ஒருவனின் வயலிலிருந்து நெற்கதிரை கோவில் நிறை சடங்கிற்குக் கொடுப்பது என்ற வழக்கம் மிக அண்மைக் காலத்தில் கூட இருந்தது. இருபதாம் நூற்றாண்டு ஆரம்பத்தில் திருவனந்தபுரம் கிழக்கே கோட்டை அருகே பெரிய வயல் வெளி இருந்தது. அதில் ஒரு வயலின் பெயர் உப்பரிக்கண்டம்.

அந்த வயலுக்கு உரியவன் ஒரு புலையன். அவனுக்குக் கோயிலில் சில உரிமைகள் இருந்தன. திருவனந்தபுரத்திற்கு மகாத்மா காந்தி வந்த போது (1924) புலையர்கள் உப்பரிக்கண்ட வயல் பகுதியிலிருந்து மகாத்மாவைப் பார்த்திருக்கிறார்கள். இப்படியான செய்திகளைத் திருவனந்தபுரம் கோவில் வரலாற்றை எழுதியவர்கள் சொல்கின்றார்கள்.

கன்னியாகுமரி மாவட்டத்தில் உள்ள வைதீகக் கோவில்களில் குறிப்பிட்ட சில சாதிக்காரர்களுக்குச் சடங்குரீதியான சில உரிமைகள் உள்ளன.

இந்த மாவட்டத்தில் கல்குளம் வட்டத்திலுள்ள பொன்மனை என்ற கிராமம் நீர்ச் செழிப்புள்ள கிராமம். இந்த ஊரில் உள்ள கோவிலில் இருக்கும் சிவன் தீம்பிலான் குடி மகாதேவர் எனப்படுகிறார். இந்தப் பெயருக்குப் பின்னால் ஒரு கதை உண்டு.

பொன்மனை ஊரைச் சுற்றிய பகுதிகள் காடாக இருந்தன குறிப்பிட்ட ஒரு பகுதி கொடும் காடாக இருந்தது. அதற்குள் யாரும் நுழைய மாட்டார்கள். மலையான் என்னும் பழங்குடி மக்களே அந்தக் காட்டுக்குச் சென்று மூலிகை தேடுவார்கள். அப்படியாக ஒருவர் மூலிகை தேடச் சென்றபோது ஒரு நிகழ்ச்சி நடந்தது.

அவர் ஒரு செடியை வெட்டிய போது கத்தி கல்லில் பட்டது. அவர் அதைக் கவனிக்கவில்லை. மீண்டும் வெட்டினார் ரத்தம் வந்தது.

அவர் பயந்து தன் இருப்பிடத்திற்கு வந்தார். முதியவர்களிடம் செய்தியைச் சொன்னார். அவர்கள் அந்த இடத்துக்குச் சென்று பார்த்தனர். சுயம்புவாக ஒரு லிங்கம் முளைத்து இருப்பதைக் கண்டனர். அதற்கு வழிபாடு செய்தனர். சில நாட்களில் அங்கே கோவில் உருவானது. இந்தக் கோவில் பின்னர் மலையான் மக்களிடமிருந்து வேறு சாதிக்காரர்களிடம் கைமாறியது. வைதீக தெய்வமாக ஆகியது.

அந்தக் கோவிலுக்குச் சிவனை முதலில் கண்ட மலையான் தீம்பிலான் என்பவரின் பெயரையே சூட்டினார்கள் இந்த சிவன் தீம்பிலான் ஈஸ்வரன் எனப்பட்டான். பின்னர் தீம்பிலேஸ்வரன் ஆனான். பொன்மனை கோவிலின் உருவாக்கக் கதையை இப்போதும் சொல்லுகிறார்கள். என்னிடம் இந்தக் கதையைச் சொன்ன கோவிலின் முக்கிய பூசகர் (மேல்சாந்தி), தீம்பிலானின் கத்தி பட்ட அடையாளம் கருவறை சிவனின் உச்சியில் உண்டு என்றார்.

சில ஆண்டுகளுக்கு முன்பு வரை இப்பகுதி மலையான் மக்களுக்கு இந்தக் கோவிலில் சடங்குரீதியான தொடர்பு இருந்திருக்கிறது. ஏழாம் திருவிழாவில் கோவிலைச் சுற்றி யானை பவனி வரும். அப்போது ஊர்வலத்தைப் பார்க்க மலையான் மக்கள் வருவார்கள். அவர்கள் சிவனை வழிபாடு செய்வதற்கு என்று தனி இடம் ஒதுக்கப்பட்டிருந்ததாம்.

திருவிடைக்கோடு சிவன் கோவில் கன்னியாகுமரி மாவட்டம் கல்குளம் வட்டத்திலுள்ளது. இந்தக் கோவிலில் கிடைத்த ஆய் மன்னனின் செப்பேட்டின் காலம் கி.பி.869. ஆகவே இக்கோவிலின் காலம் கிபி 9 ஆம் நூற்றாண்டுக்கு முற்பட்டது என்று தெரிகிறது.

திருவிடைக்கோடு ஒரு காலத்தில் அடர்ந்த காடாக இருந்தது. மா, பலா, வாழை எனப் பலவகையான மரங்கள் நிறைந்து கிடந்தன. அப்போது இதை பஞ்சம் தாங்கும் விளை என்று சொன்னார்கள். பசித்தவர்கள், வழிப்போக்கர்கள் இந்தக் காட்டில் பழங்களைத் தின்று பசியாறினார்கள்.

ஒருமுறை இந்தப் பஞ்சம் தாங்கி விளைக்குப் பறையர் ஜாதி சிறுவனும் இசுலாமியச் சிறுவனும் பழம் பறிப்பதற்கு வந்தார்கள். ஒருவன் நாக மரத்தில் ஏறிப் பழங்களைப் பறித்துக் கீழே போட்டான். கீழே விழுந்த பழங்களை இன்னொருவன் பொறுக்கிக் கொண்டி ருந்தான். அப்போது வில்வ மரத்தின் கீழே நாகப் பழங்கள் விழுந்து கிடப்பதைப் பார்த்து, தன் கையில் இருந்த அரிவாளால் அவற்றை ஒதுக்கினான்.

அந்த நேரத்தில் ஒரு சிவலிங்கத்தைக் கண்டான். அதை ஊர் மக்களிடம் சொன்னான். மக்கள் அங்கே சென்றனர். சுயம்புவாக நின்ற அந்த லிங்கத்தைக் கண்டனர். சிவலிங்கத்தின் தலையில் சடை தெரிந்ததால் சடையப்பர் என அழைத்தார்கள். இந்தக் கதை

எப்படியாக இருந்தாலும் பறையர், இஸ்லாமியர் என இரு சமூகங்களுக்கும் சடங்கு ரீதியான தொடர்பு வரக் காரணம் ஆயிற்று. இக்கோவிலில் இன்றும் இது தொடர்கின்றது என்பது முக்கியமான விஷயம்.

மார்கழி மாதம் திருவாதிரை நட்சத்திரம் அன்று இக்கோவிலில் விழா நடக்கிறது. கோயில் திருவாதிரை சடங்கில் ஆளூர் முஸ்லிம் சாதியினர் ஒருவர் பங்குகொள்ளுகிறார். இந்த ஊரும் கல்குளம் வட்டத்தில் உள்ளது. இங்கு இசுலாமிய மக்கள் பெருமளவில் வாழ்கின்றனர்.

இந்த ஊரில் குறிப்பிட்ட ஒரு குடும்பத்தைச் சார்ந்தவர் இரண்டு பரிவட்டங்களை (சிறிய துண்டு), நெய்வார், இதை திருவிடைக்கோடு ஊர், கால்வாய்க் கரையில் உள்ள பாறையடி கிராமத்தில் வாழும் பறையர் சாதியைச் சார்ந்த ஒருவரிடம் கொடுப்பார். சடையப்பர் என்னும் பொதுச்சொல்லால் இக்குடும்பத்தினர் அழைக்கப்படுகின்றனர்.

ஆளூர் முஸ்லிம் கொடுத்த பரிவட்டத்தைப் பாறையடிகாரர் திருவிடைக்கோடு சடையப்பர் கோவிலுக்குத் திருவாதிரை நாளில் கொண்டு கொடுப்பார். பரிவட்டம் கொடுக்கும் நிகழ்ச்சி கோவில் சடங்குகளில் ஒன்றாகக் கருதப்படுகிறது. பரிவட்டம் செய்து கொடுக்கும் இஸ்லாமியர் இதை கௌரவமாகக் கருதுகின்றார். பரிவட்டத்தைக் கோவிலுக்குக் கொண்டு கொடுக்கும் பறையர் சமூகத்து ஆளும் பக்தி கலந்த மரியாதையுடன் இதைச் செய்கின்றார்.

பரிவட்டம் கொண்டுவரும் சடையப்பர் குலத்து ஆள் 41 நாட்கள் விரதம் இருக்க வேண்டும் என்ற நியதி ஒரு காலத்தில் இருந்தது. இதற்காகவே இவர் திருவிடைக்கோடு மலைப்பகுதிக்குச் சென்று விடுவார்: அங்கே கிழங்கு காய்கனிகளைத் தின்று 41 நாட்களைக் கழிப்பார். திருவாதிரையன்று ஊருக்கு வருவார். இது முந்தைய காலத்து வழக்கம் இப்போது நடைமுறை மாறிவிட்டது.

பரிவட்டத்தைத் தலையில் சுமந்து வருவதற்கு நடைமுறை உண்டு. இரண்டு பரிவட்டங்களையும் வாழை இலையில் வைத்து பொதிந்து அதை தலையில் சுமந்து, நடந்தே கோவிலுக்குக் கொண்டுவருவார். அவருடன் ஒற்றை முரசு அடிப்பவர் வருவார். அவரது ஜாதி மக்கள் சிலரும் உடன் வருவார்கள். வாழையிலைப் பொதியைக் கோவிலுக்கு கொண்டு கொடுத்ததும் பூசகர் அந்தப் பரிவட்டங்களில் ஒன்றை சாஸ்தாவுக்கும் இன்னொன்றைச் சிவனுக்கும் சாத்துவார். பரிவட்டம் கொண்டுவந்தவர்களுக்கும் வெற்றிலை பாக்கு பலகாரங்கள் கொடுப்பார்கள். முந்திய காலங்களில் பரிசுப் பொருட்கள் கொடுத்தார்கள். இந்த சடங்கு இப்போதும் தொடருகிறது. இதைச் செய்பவர்கள் பெருமையாகவே நினைக்கின்றனர்.

கன்னியாகுமரி மாவட்டத்தில் உள்ள பன்னிரண்டு சிவாலயங்களில் மூன்றாவதாக வரும் கோவில் திற்பரப்பு என்னும் ஊரில் உள்ளது. இந்த ஊர் நீர் சிறப்புடையது. இங்கு ஒரு அருவி உண்டு, மரங்கள் நிறைந்து கிடக்கின்றன. இந்த ஊரில் 2 ஏக்கர் நிலப்பரப்பில் இருக்கும் கோவில் மூலவரை வீரபத்திரர் என்கின்றார்கள். இக்கோவிலில் பத்து நாள் விழாவில் காணிக்காரர் என்னும் பழங்குடி மக்களுக்குச் சடங்கு ரீதியான உரிமை இப்போதும் உண்டு.

பத்தாம் நாள் சடங்கு கோவிலின் எதிரே உள்ள மிகப்பெரிய ஆற்றில் நடக்கும். இந்த விழாவில் அரவங்காடு அல்லது அரச நாடு காணிக்காரர்களுக்கும் மலையர் என்னும் பழங்குடியினருக்கும் பங்கு உண்டு. அரவங்காடு இந்த மாவட்டத்தில் விளவங்கோடு வட்டத்தில் உள்ளது. இங்கு ஒரு சாஸ்தா கோவில் இருக்கிறது. இவர் நாட்டார் தெய்வமாக வழிபடப்படுகிறார். இதை எல்லா ஜாதிக்காரர்களும் வழிபடுகின்றனர்.

சாஸ்தா கோவில் ஊர்க் கோவிலாக இருந்தாலும் எல்லா சடங்குகளையும் காணிக்காரர்களே செய்கின்றனர். ஒரு மாதத்தில் சாஸ்தாவுக்குப் பூஜையை 15 நாட்கள் காணிக்காரர்களும் 15 நாட்கள் மலையர்களும் செய்கின்றனர். இந்த சாஸ்தாவுக்குச் சனிக்கிழமை விசேஷம். இந்த நாளில் 1 பலி உண்டு. சாமி ஆட்டம் உண்டு. இக்கோவிலுக்கு வரும் நாயர் முதலாக உள்ள எல்லா ஜாதியினரும் பழங்குடியினரான மலையர் பூசாரிகளை வணங்கியே பிரசாதம் பெறுகின்றனர்.

திற்பரப்பு மகாதேவர் கோவில் ஆறாட்டு விழாவின் முக்கிய நிகழ்ச்சி அரவங்காடு காணிக்காரர்கள் வருவதுதான். இந்த விழா அன்று காணிக்காரர்களும் மலையர்களும் காலையிலேயே வர ஆரம்பித்துவிடுவர். இதைப் புனித யாத்திரையாக அவர்கள் கருதுகின்றனர். இந்த யாத்திரையில் கோவில் பூசகர் சாஸ்தாவின் அமர்ந்தகோல செப்பு விக்கிரகத்தை தலையில் சுமந்து வருவார். பழங்குடி பக்தர்களுக்குத் திற்பரப்பு ஊர்மக்கள் இளநீர் கொடுத்து உபசரிப்பர். இந்த உபசரிப்பில் ஒரு வகை அச்சம் இருக்கும்.

பழங்குடியினரின் சாஸ்தா ஊர்வலம் கோதை ஆற்றின் அக்கரைக்கு பகல் 12 மணி அளவில் வந்துவிடும். தற்காலிகமாக் கட்டப்பட்டிருக்கும் ஓலைக் குடிலில் ஊர்வலக்காரர்கள் இருப்பார்கள் உத்தேசமாக ஒரு மணி ஆனதும் தலைமைப் பூசகர் சாஸ்தாவைத் தலையிலே தூக்குவார். அவருக்கு ஆவேசம் வரும். இதன் அடையாளமாக பாட ஆரம்பிப்பார். அக்கரையில் இருந்து ஊர்வலம் இக்கரைக்கு வரும்.

மகாதேவர் கோவிலின் எதிரே மேற்குப் பக்கம் உள்ள இசக்கி கோவிலுக்கு வந்ததும் அவர் நின்றுவிடுவார். சாஸ்தாவுக்கு மகாதேவர்

கோவிலில் நுழையும் உரிமை இல்லை, அவர் ஒடுக்கப்பட்ட ஜாதிக்காரர் ஒருவரின் தோட்டத்தில் இளநீர் குடித்து விட்டார் என்பதால் அவருக்குக் கோவிலின் உள் பகுதியில் நுழைய அனுமதி கிடையாது.

சாஸ்தாவைச் சுமந்திருக்கும் சாமியாடி இசக்கி கோவில் அருகே உள்ள அகல் விளக்கை ஒரு முறை வேகமாகச் சுற்றி வருவார். மறுபடியும் ஆற்றின் அக்கரைக்குப் போக ஆரம்பிப்பார். ஊர்மக்களும் அவர் பின்னே ஓடுவார்கள். சாமியாடி அக்கரையில் இருக்கும் பந்தலில் அமர்வார். கொஞ்ச நேரத்தில் மீண்டும் அவருக்கு அருள் வரும். சாஸ்தாவைத் தரையில் வைத்துவிட்டு வேகமாக ஓடி ஆற்றில் குதிப்பார். அவருடன் இருப்பவர்கள் ஆற்றிலே சாடி அவரை வலுக்கட்டாயமாக இழுத்து வருவர்.

மகாதேவர் கோவில் சார்பாக அவருக்கு அரிசி, தேங்காய், சூடம், சாம்பிராணி, வெற்றிலை போன்றவற்றை ஒரு தட்டில் வைத்துக் கொடுப்பர். இதோடு அவர்களின் சடங்கு முடிந்துவிடும்.

மதுரை அழகர் கோவிலில் நுழைவதற்கு மறுக்கப்பட்ட சாஸ்தா அரவங்காடு ஊருக்குக் குடிபெயர்ந்தார் என்ற கதை மலையன் இன மக்களிடம் வழங்குகிறது.

பன்னிரு சிவாலயங்களில் முதல் கோவிலான முஞ்சிறை திருமலை கோவில் விழாவில் ஒன்பதாம் நாள் நிகழ்ச்சியில் வேட்டை சடங்கு நடக்கிறது. இது பிற கோவில்களில் இருந்து வேறுபட்ட சடங்கு. பொதுவாக வேட்டைச் சடங்கில் இளநீரை வைத்து அதன்மேல் அம்பால் குத்துவது என்ற வழக்கம் எல்லா கோயில்களிலும் உள்ளது.

இந்தச் சடங்கை கோவில் பூசகரான நம்பூதிரி பிராமணரே செய்வார். ஆனால் முஞ்சிறை வேட்டைச் சடங்கில் வேட்டைக்குரிய இளநீருக்குப் பதில் கோழிக்குஞ்சு ஒன்றை வைக்கின்றனர். இதை பிற்படுத்தப்பட்ட குருப் என்னும் ஜாதியைச் சேர்ந்த ஒருவரே கொண்டு வருகிறார். இந்த வேட்டைச் சடங்கை இவரே நிகழ்த்துவார். இன்றும் இது தொடர்கிறது.

நாகர்கோவில் திருவனந்தபுரம் சாலையில் குமார கோவில் சந்திப்பிலிருந்து இரண்டு கிலோமீட்டர் மேற்கு குமாரகோவில் ஊர் உள்ளது. இது வேளி மலை அடிவாரத்தில் இருப்பது. இந்த முருகன் கோவிலில் வைகாசி மாதம் பத்து நாட்கள் திருவிழாக்கள் நடக்கும். பத்தாம் நாள் விழாவில் வள்ளிக்கும் முருகனுக்கும் திருக்கல்யாண நிகழ்ச்சி நடக்கும்.

இந்த விழாவில் பிற்பகல் 3 மணிக்கு முருகன் வள்ளி ஆகியோரின் செப்புப்படிமங்கள் பல்லக்கில் பவனி வரும். அப்போது மலைக்

குறவர்கள் என்னும் பழங்குடியினர் ஆயுதங்களுடன் கூட்டமாக வந்து பல்லக்கு ஊர்வலத்தைத் தடுப்பார்கள். கொஞ்ச நேரத்தில் அவர்கள் தோல்வியுற்றதாக பாவனை காட்டி பின் வாங்குவர் முருகனிடம் சரண் அடைவார்கள். வள்ளிக்கு ஸ்ரீதனமாக நிலமும் வேறு பொருள்களும் கொடுப்பதாக வாக்களிப்பார்கள். அதைப் பட்டியல் போட்டுக் கொடுப்பார்கள். இந்தப் பட்டியலைக் கோவில் அதிகாரி சப்தமாக படிப்பார் . இதோடு இந்த நிகழ்ச்சி முடிந்துவிடும். இந்தக் கோவிலில் மலைக்குறவர்களுக்கு உள்ள உரிமைச் சடங்கு இன்றும் தொடர்கிறது.

கன்னியாகுமரி கடற்கரை ஓரத்தில் இருக்கின்ற பகவதி கோயிலில் வைகாசி மாதம் விசாக நட்சத்திர விழா பத்து நாட்கள் நடக்கிறது. இதன் தொடக்கத்தில் கொடிமரத்தில் ஏற்றுவதற்கு உரிய கொடிப் பட்டத்தை நாகர்கோவிலில் ஒரு பகுதியில் இருக்கும் பட்டாளியார் என்ற ஜாதியினர் கொடுக்கின்றனர். இன்னும் இந்த மரபு உள்ளது. இது சடங்காகவும் செய்யப்படுகிறது.

இந்தக் கொடிப்பட்டத்தின் நடுவில் கொம்புள்ள மான் மேலே சூரிய சந்திரர்கள் மானின் இடது வலதுபுறம் விளக்குகள் பூஜை மணி, கெண்டி போன்ற பொருள்கள் இருக்கும். பட்டாரியார் சமூகம் நெசவுத் தொழில் செய்கின்ற பிற்படுத்தப்பட்ட ஜாதியில் அடங்குவர்.

நாஞ்சில் நாட்டு மலை அடிவாரத்திலுள்ள கடுக்கரை என்ற ஊரில் ஆயினூட்டுத் தம்பிரான் கோவில் உள்ளது. நாஞ்சில்நாட்டு 12பிடாகை மக்களும் சேர்ந்து நடத்தும் கொடை விழா 12 ஆண்டுகளுக்கு ஒருமுறை நடக்கும். இந்த விழாவில் நாற்பத்தி ஒன்று செம்பு அரிசி பொங்கி தம்பிரானுக்குப் படைப்பர். மலைபோல் குவிக்கப்பட்டிருக்கும் படைப்பு சாதம், பூசை நிகழும்போது இரண்டாக வெடித்துவிடும். இதன் ஒரு பகுதி ஊர் மக்களுக்கு; இன்னொரு பகுதி எல்லா ஜாதிக்காரர்களுக்கும் என்பது ஒரு நடைமுறை.

இந்தத் தம்பிரானின் விழா ஊட்டு என்னும் சொல்லால் குறிக்கப்படுகிறது. இந்த விழாவில் காணிக்காரருக்குச் சில உரிமைகள் உண்டு. ஊட்டு விழாவில் இரவிலேயே காணிக்காரர் வந்துவிடுவார். இரவு பூசையின்போது தேர் செய்து அதில் ஏழு கன்னிமார்கள் உருவங்களை வைத்து பாடுவார்கள். பின்னர் தென்னை ஓலையில் யானை, குதிரை போன்ற உருவங்களைச் செய்து அதைத் தன் உடம்போடு கட்டிக்கொண்டு ஆடுவார். சாத்துப் பாட்டு என்ற ஒரு பாட்டையும் பாடுவார். நந்தினி என்ற இசைக்கருவியில் மீட்டிப் பாடுவார்.

காணிக்காரர்கள் தம்பரானின் அம்சமாகக் கருதப்படுவர். இவர்கள் இப்படிப் பாடுவதால் நாஞ்சில் நாட்டில் மழை செழிக்கும்; வயல் விளையும் என்பது நம்பிக்கை. இதற்காக இவர்கள் கேட்ட பொருட்களைக் கொடுக்கின்றார்கள்.

14. சி.பி. ராமசாமி அய்யரும் சிம்சனின் ஜீப்பும்

"அப்போது சூரியன் மறையும் நேரம். சுசீரந்திரம் தெற்குத் தெருவில் நாயக்கர் கொட்டாரத்தின் அருகே போலீசார் துப்பாக்கியுடன் நின்றார்கள். மேலத்தெரு மலையில் துப்பாக்கி சூடு நடந்தது. ஜனங்கள் அலறியடித்துக் கொண்டு ஓடினார்கள். ஒரு கிழவி; ஜம்பர் அணியாதவள்; 80வயதுகூட இருக்கலாம்; அதிவேகமாக ஓடினாள். தென்மேற்கு மூலையில் இருந்த நாலடி உயரமுள்ள சுவரை தம் பிடித்து ஏறி சாடினாள். என் போலிஸ் பயிற்சியில் கூட நான் அப்படிச் செய்யவில்லை. உயிரைக் காப்பாற்ற உடலில் சக்தி தானாக வந்துவிடுகிறதா? அந்தக் காட்சியை இன்னும் மறக்க முடியவில்லை."

கன்னியாகுமரி மாவட்டம் சுசீந்திரம் தாணுமாலயன் கோவில் மார்கழித் திருவிழாவில் (1947 ஜனவரி 6) நடந்த கலவரத்தின்போது போலீஸ் துப்பாக்கிச் சூடு நிகழ்ச்சியைப் பற்றிய போலிஸ் அதிகாரி எழுதிய மலையாளக் கட்டுரையின் ஒருபகுதி இது.

இந்தக் கட்டுரையை தியாகி சிவன்பிள்ளை அவர்கள்தான் எனக்குப் படித்துக் காட்டினார். அவரது 80-ஆவது விழா மலருக்காக அவரை நான் பேட்டி கண்டபோது-இந்தக் கலவரம் பற்றியும் பேசினார். இவரைப் போன்ற தியாகிகள், பழம் காங்கிரஸ்காரர்கள் சிலரும் சொன்னார்கள்.

தியாகி நாகலிங்கம் பெரும்பாலும் பழைய அனுபவத்தைப் பேசும்போது மிகைப்படுத்தல் இல்லாமல் பேசுவார். ஆனால், அவருக்கு திருவிதாங்கூர் திவானாக இருந்த சேட்பட் பட்டாபிராமன் ராமசாமி அய்யரைப் (1879-1966) பற்றி பேசும்போது கொஞ்சம் மிகைப்படுத்தல் ஆரம்பமாகிவிடும்.

அய்யர் மிகப் பிரபலமான வழக்குரைஞர்; சென்னை ராஜதானியில் அட்வகேட் ஜெனரல்; இன்னும் எவ்வளவோ பதவியில் இருந்தார். மிகவும் நுட்பமாக விஷயங்களை அணுகியவர் என்பதை எல்லாம் கொஞ்சமும் கணக்கில் எடுக்காமல் எடுத்த எடுப்பிலேயே துவேசத்துடன் பேச ஆரம்பிக்கும் தியாகிகள் சிலரைச் சந்தித்திருக்கிறேன்.

சி.பி. யிடம் கொண்ட துவேசத்தை அறியுமுன் திருவிதாங்கூரின் சமஸ்தானக் காங்கிரஸ் உருவான வரலாற்றைக் கொஞ்சம் அறிய வேண்டிய அவசியம் இருக்கிறது.

1938 இல் ஹரிபுராவில் கூடிய காங்கிரஸ் மகாசபை இந்திய சமஸ்தானங்களில் வாழ்கின்ற மக்கள், காங்கிரஸ் தாபனம் வழி தங்களின் ஜனநாயக உரிமையை நிலைநாட்டிக்கொள்ளலாம் என்று தீர்மானம் நிறைவேற்றியது. இந்த நிலையில் திருவிதாங்கூர் காங்கிரஸ்காரர்களும் தங்கள் கோரிக்கையை முன்வைத்தனர். இதன் விளைவு 1938 இல் திருவிதாங்கூர் சமஸ்தானக் காங்கிரஸ் தோன்றியது.

திருவிதாங்கூரில் சமஸ்தானக் காங்கிரஸ் ஆரம்பித்த புதிதிலேயே சி.பி. இராமசாமி அய்யரை எதிர்த்தது. கேரளத்தை விட்டு திவானை வெளியேற்ற வேண்டும் என்ற நோக்கத்தை முன்னிலைப்படுத்தியது. இந்தக் கருத்தை, மகாத்மா எதிர்த்தார். சமஸ்தானக் காங்கிரஸ் தனிமனிதனைக் கீழே தள்ள வேண்டும் என்று விரும்புவதைவிட பொறுப்பாட்சி பெற வேண்டும் என்று போராடுவது நல்லது என்றார்.

சமஸ்தானக் காங்கிரசுக்கும் திவானுக்கும் ஏற்பட்ட போராட்டத்தில் திருவிதாங்கூர் தமிழர்கள் தீவிரம் காட்டவில்லை. தமிழர்கள் திவானை எதிர்க்க சமஸ்தானக் காங்கிரசுக்கு ஆதரவு கொடுக்காதது மலையாளிகளுக்கு எரிச்சலைத் தந்தது. எனவே சமஸ்தானக் காங்கிரஸ்-திவான் போராட்டம் மலையாளி திவான் போராட்டமாக மாறியது.

அகில இந்திய காங்கிரஸ்காரர்கள் இந்தியாவில் விடுதலைக்குப் பின் மாநிலங்களை மொழிவாரியாகப் பிரிக்க வேண்டும் என்ற கருத்தில் மாறுபாடு கொள்ளவில்லை. இதன் பிரதிபலிப்பு திருவிதாங்கூரிலும் தெரிந்தது. அப்போது மலையாளப் பிரதேசங்களில் மலபார் மாகாணக் காங்கிரஸ் கொச்சி பிரஜா மண்டில், திருவிதாங்கூர் சமஸ்தானக் காங்கிரஸ் ஆகிய மூன்று அரசியல் ஸ்தாபனங்கள் செயல்பட்டன. இவ்வமைப்பின் பெரிய தலைவர்கள் கன்னியாகுமரி முதல் காசர்கோடு வரையுள்ள பகுதிகளை உள்ளடக்கியதாகக் கேரளம் இருக்கும் என்று சொல்ல ஆரம்பித்தனர்.

ஐக்கிய கேரளம் என்ற வார்த்தை தென் திருவிதாங்கூரில் ஒலிக்க ஆரம்பித்தபோது காங்கிரஸ் கட்சிக்குள் எதிர்ப்புவர ஆரம்பித்தது. இதைப் பயன்படுத்தி தென் திருவிதாங்கூர் காங்கிரஸ்காரர்களைப் பயமுறுத்த ஆரம்பித்தார் சி.பி. இதற்குரிய கருவி சிம்சன்.

இந்த விஷயத்தை எல்லாம் தியாகி நாகலிங்கம் விரிவாக சொல்லிவிட்டு சிம்சன் கதைக்கு வந்தார். அது அவர் சொந்த அனுபவம்.

நாகர்கோவில் நாகராஜா கோவில் அருகே உள்ள திலகர்தெரு தான் தியாகி நாகலிங்கம் அவர்களின் பூர்வீகம், இந்தத் தெருவில் 'திலகர் வாசிப்பு சாலை' இருந்தது. இதன் பொறுப்பு நாகலிங்கத்தின் கையில். இங்கு காங்கிரஸ் கொடி கட்டப்பட்டிருந்தது.

திலகர் வாசிப்பு சாலை தொடர்பான இளைஞர்களில் பெரும்பாலோர் காங்கிரஸ் அனுதாபிகள்; சாதாரணமாகவே சண்டைக்குப் போகும் இயல்பான குணம் இவர்களின் முத்திரை. இந்த இடத்துக்குத்தான் சிம்சன் வந்தார்.

சிம்சன் தென் திருவிதாங்கூரில் தோவாளை வட்டம் மலைத்தோட்ட முதலாளி ஆங்கிலோ-இந்தியன். ஆறடிக்கும் மேல் உயரம். அரசு அதிகாரிகளின் தயவால் தோட்டத்தைப் பெருக்கிக் கொண்டவர். இவருக்கு சி.பி.யின் தயவு அதிகம் இருந்தது; எஸ்டேட்டும் விரிந்தது.

சிம்சன் வந்த நிகழ்ச்சியை நாகலிங்கம் சொன்னார்.

சிம்சன் பார்த்தால் ராட்சசன் மாதிரி இருப்பான். ஆறடி உயரம். சைலன்சர் பைப் இல்லாத திறந்த ஜீப்பில் இரட்டைக்குழல் துப்பாக்கியுடன் வருவான். அவனது ஜீப்பின் பின்னேயும் ஒரு ஜீப். அதற்கும் டாப் இருக்காது. அதில் ஏழெட்டு அடியாட்கள் இருப்பார்கள்.

சிம்சனின் வாகனத்திலிருந்து படபடவென ஒலிக்கும் சப்தம் பயத்தை உருவாக்கும். பெரும்பாலும் பொதுமக்கள் ஒதுங்கி விடுவார்கள். காங்கிரஸ் கொடிக்கம்பத்தை எங்கு பார்த்தாலும் ஜீப்பை நிறுத்துவான் சிம்சன். அவனது அடியாட்கள் கம்பத்தை ஒடிப்பார்கள்; வெட்டுவார்கள். அப்போது கொடிக்கம்பம் மூங்கில்தான்.

உடனே ஜீப் புறப்பட்டுவிடும். அன்று திலகர் வாசகசாலை வழி ஜீப் வந்தது. ஏதோ காரணத்தால் இளைஞர்கள் கூடியிருந்தார்கள். ஜீப்பின் படபட சப்தம் கேட்டு இரண்டு மூன்றுபேர் வாசகசாலையிலிருந்து வெளியே வந்தனர். ஜீப் நின்றது. சிம்சனின் அடியாட்கள் வழக்கம்போல் காங்கிரஸ் கொடி பறந்த கம்பத்தின் அருகே வந்தனர்.

இதற்குள் வாலிபர்களின் கூட்டம் கூடிவிட்டது. வாசகசாலையின் அருகே இருந்த விறகுக்கடையிலிருந்து உருட்டுக்கட்டைகளை எடுத்துக் கொண்டு வந்தனர் சிலர். இதை சிம்சனின் ஆட்கள் எதிர்பார்க்கவில்லை. இதற்குள் அரிவாள், வெட்டுக்கத்தி என ஆயுதங்களுடன் சிலர் வந்தனர்.

சிம்சனின் வாகனம் மெல்ல நகர்ந்தது. பேச்சு எதுவுமில்லை; தியாகி நாகலிங்கம் சொன்னது போன்ற வேறு நிகழ்ச்சிகளை சிவன்பிள்ளை அவரது தன்வரலாற்று நூலிலும் பி.எஸ்.மணி அவரது இணைப்பா நூலிலும் சண்முகம் சுதந்திர மலர் கட்டுரையிலும் பதிவு செய்துள்ளனர்.

சிம்சனின் இந்தக் காரியங்களுக்கு சி.பி. அய்யரே காரணம். இது சாதாரண ஜனங்களுக்கும் தெரிந்திருந்தது. இந்திய விடுதலைக்குப் பின்

திருவிதாங்கூர் சமஸ்தானம், தனியாக இருந்ததால் எப்படி இருக்கும் என்று மக்கள் பேசிக் கொண்டார்கள்.

இப்படியான வெறுப்புதான் சுசீந்திரம் கோவில் தேரில் காங்கிரஸ் கொடியைக் கட்டக் காரணமாயிற்று. தென் திருவிதாங்கூரில் சுசீந்திரம் ஊர்க்கோவில் மார்கழித் தேர்த்திருவிழா என்பது விழா மட்டுமல்ல; நாஞ்சில் நாட்டு விவசாயிகள் கூடும் இடமும்கூட.

தேர்த்திருவிழாவின் மாலையில் தெற்குத் தெருவில் விவசாயிகள் கூடுவார்கள். கன்னிப்பூ சாகுபடியில் விதைக்கவேண்டிய நெல், நீர் வினியோகம் போன்ற விஷயங்களை விவாதிப்பார்கள். இந்த விவசாயிகளில் மிகப் பெரும்பாலோர் திருவிதாங்கூர் அரசரின் விசுவாசிகள். அதனால் திவான் அவர்களுக்கு துணைத் தெய்வம்.

சி.பி. திவானாக வந்தபோது பெரிய மாரியாதையுடன் தமிழ்ப் பகுதி மக்கள் நடந்துகொண்டார்கள். காங்கிரஸ் கொடியை சிம்சன் அவமதிக்க ஆரம்பித்தபோதுதான் சி.பி.யின் மரியாதை சரிய ஆரம்பித்தது. இதன் உச்ச வெளிப்பாடு தேரில் காங்கிரஸ் கொடியைக் கட்டியது.

சி.பி.யை எதிர்க்க வேண்டும், ஐக்கிய கேரளத்திலிருந்து தென்திருவிதாங்கூரைப் பிரிக்கவேண்டும். திருவிதாங்கூர் இந்திய யூனியனுடன் சேர வேண்டும் என்ற காரணங்களுக்காக தேரின் உச்சியில் காங்கிரஸ் கொடியைக் கட்டியது பதிவு செய்யப்பட்டி ருக்கிறது. (தியாகி சிவன் பிள்ளை புயலிலே ஒரு பயணம் பகுதி 2) இப்படி ஒரு காரியம் நடப்பதற்குப் பின்னால் பேசப்பட்ட வதந்தியும் ஒரு காரணம்.

இந்தியா சுதந்திரம் அடையப்போகிறது. சி.பி. இந்திய அரசியல் நிர்வாகத்தில் உயர்ந்த பதவி பெறப்போகிறார். அதனால் திவான் பதவியை விடப்போகிறார் என்னும் வதந்தி, டிசம்பர் ஆரம்பத்தில் (1946) திருவிதாங்கூரில் பரவலாகப் பேசப்பட்டது.

இந்தச் சமயத்தில் சமஸ்தானக் காங்கிரஸ் அரசியல் நிர்ணய சபைக் கூட்டம் (1946 டிசம்பர் 7 முதல் 12 வரை) தில்லியில் நடந்தது. இதற்கு மைசூரிலிருந்து நிஜலிங்கப்பாவும் திருவிதாங்கூரிலிருந்து பட்டம்தாணுபிள்ளை, பி.எஸ்.நடராஜபிள்ளை (மனோன்மணியம் சுந்தரனாரின் மகன்) சிவன் பிள்ளை (நாஞ்சில் நாடு) ஆகியோர் சென்றனர். சி.பி.யும் இதே கூட்டத்திற்குப் போயிருந்தார். சி.பி.நினைத்தது மாதிரி நிர்ணயசபைக் கூட்டத்தில் நடக்கவில்லை. அவருக்குப் பெரிய மரியாதையோ முக்கியத்துவமோ கிடைக்கவில்லை. அதனால் கூட்டம் முடியுமுன்பே திருவனந்தபுரம் கிளம்பிவிட்டார் (சிவன் பிள்ளை ப.230).

திவான் பதவி விலகப்போகிறார் என்ற வதந்தியை அவரேதான் கிளப்பிவிட்டார் என்று காங்கிரஸ்காரர்கள் பேசிக்கொண்டார்கள். கூட்டங்களிலும் கிண்டலாகச் சிலர் பேசினார்கள். இந்தச் சமயத்தில்தான் சிம்சன். சமஸ்தானக் காங்கிரஸ்காரர்களை அடக்குவதில் தீவிரமாகச் செயல்பட்டான்.

சிம்சன் இரட்டைக்குழல் துப்பாக்கியுடன் புலி உலவும் காட்டுக்குள் போவது மாதிரி சந்தடி அதிகம் நிறைந்த மணிமேடை சந்திப்பில் ஜீப்பில் நிற்பது சகஜமாயிற்று. அங்கே வண்டியில் கட்டப்பட்ட குதிரைகள் கனைத்தன. பயோனியர் பஸ்ஸின் ஹாரன் சப்தம் கேட்டது. இந்தத் தோட்ட முதலாளியை தொட்டி முதலாளி என உரக்கச் சொல்லிவிட்டு ஓடினார்கள் சிறுவர்கள். தொடர்ந்து சிம்சன் ஒழிக என்ற குரலும் கேட்கும். மணிமேடை ஜங்ஷனிலிருந்து எங்கே வேண்டுமானாலும் ஓடித் தப்பலாம். சில சமயம் ஒழிக என்றும் கேட்கும் (கைவிளக்கு சிறப்புமலர் 1975 மார்ச் நாகலிங்கம் கட்டுரை)

சி.பி.யின் மேல் உள்ள இந்த வெறுப்புதான் தேரில் காங்கிரஸ் கொடியைக் கட்ட உத்வேகம் கொடுத்தது. 1947 ஜனவரி 5 மாலை, சுசீந்திரம் தாணுமாலையன் கோவில் சாமித்தேர், அம்மன்தேர், சப்பரத்தேர், பிள்ளையார் தேர் என நான்கு தேர்களும் அலங்கரிக்கப் பட்டு தயாராக இருந்தன. ஒவ்வொரு தேரின் உச்சியிலும் தங்கமுலாம் பூசப்பட்ட கும்பக்கலசத்தையும் கட்டிவிட்டனர். அதன் உச்சியில் காவிக்கொடி பறந்தது.

ஒவ்வொரு தேரிலும் ஏறுவதற்கு படிக்கட்டு அமைப்புகள் உண்டு. படிக்கட்டில் ஏறி மேடையிலிருந்து அதில் போடப்பட்ட பலகை வழியாக தேருக்குச் செல்லலாம். இந்தப் பலகைவழிதான் நாதஸ்வர, தவல் கலைஞர்களும் மூலப்படிமங்களைச் சுமந்துவரும் பூசகர்களும் பிற பணியாளர்களும் செல்வார்கள்.

ஜனவரி 6 காலை மணி 7 சுவாமித் தேரில் மூலப்படிமத்தை வைக்க பூசகர்கள் சென்றபோது, காங்கிரஸ் கட்சி இளைஞர் சிலரும் கூட்டத்தோடு தேரில் ஏறிவிட்டனர். ஒருவர் மளமளவென தேரின் உச்சியில் ஏறிவிட்டார். காவிக்கொடியை அவிழ்த்துவிட்டு காங்கிரஸ் கொடியைக் கட்டிவிட்டார். எல்லாம் நிமிட நேரத்தில். மலையாள நம்பூதிரிகளுக்கும் துளுபோத்திகளுக்கும் என்ன நடந்தது என்று புரியவில்லை.

தேரின் அருகே படிக்கட்டு மேடையிலிருந்த ஸ்ரீ காரியக்காரர் சிப்பந்திவழி போலீசுக்கு செய்தியைச் சொல்லிவிட்டார். அப்படியே போய் திருவனந்தபுரம் திவான் வரை சென்றது. தேர் வடத்திலும் காங்கிரஸ்காரர்கள் சி.பி.ஒழிக எனக் கூச்சலிட்டனர். தொட்டி முதலாளி சிம்சனைக் கைது செய் என்றனர். இச் செய்திகளைப் பதிவு செய்திருக்கிறார். குலசேகரபுரம் சண்முகம்பிள்ளை (சுதந்தர மலர் 1956).

இதே நிகழ்ச்சியை தியாகி சிவன்பிள்ளை புயலிலே ஒரு பயணம் பகுதி 2 என்ற தன் நூலில் (காந்தி ஆஸ்ரமம் தேரூர் 1998 ப.230) விரிவாகக் கூறுகிறார். அது பின் வருமாறு:

“சுசீந்திரம் தேர்த்திருவிழா பார்க்க என் குழந்தைகள், மருமக்கள் மாருடன் வந்தேன். கோவிலின் முன்வாசலில் சற்றுத் தள்ளி நின்றுகொண்டிருந்தேன். போலீசார் கூடி நின்றனர். என்னைப் பார்க்க போலீஸ் இன்ஸ்பெக்டர் அப்துல்காதர் என் அருகில் வந்தார். அவர் எனக்கு நெருக்கமானவர். உரிமையுடன் பேசினார்.

“நாகர்கோவில் காந்தி வாலிபர் சங்கப் பிள்ளைகளும் வேறு சிலரும் காங்கிரஸ் கொடியைத் தேரில் கட்டப் பார்க்கின்றனர். நீ பேசி அவர்களைச் சமாதானப்படுத்து” என்றார்.

நான் தேரின் அருகே சென்றேன். கூட்டத்தில் நுழைந்தேன். “திவான் சி.பி. ஒழிக; சிம்சன் துரையைக் கைது செய்; தேரில் கொடியைக் கட்டியே தீருவோம்” என்னும் கோஷங்கள் கேட்டன. நான் இளைஞர்களிடம் பேசினேன். கொடியை ஒருவனிடமிருந்து வாங்கிவிட்டேன். பேச்சு வளர்ந்தது; ஒருவன் என் கையிலிருந்து கொடியைப் பறித்துவிட்டு ஓடினான். தேரின் மேல் ஏறினான். கொடியைக் கட்டினான். நானே கொடியைக் கொடுத்தது மாதிரி. ஒரு பிரமை உருவாகிவிட்டது.

இதன் பின்னர் இளைஞர் சிலரை அழைத்துக்கொண்டு ஊரின் தென்கிழக்கில் இருந்த ராமன்பிள்ளை வைத்தியரின் வீட்டிற்குப் போனேன். அங்கே வீட்டின் முன் வாசலில் நின்று பேசினோம். என் பேச்சை ஆமோதித்து வக்கீல் சங்கரப்பிள்ளை டி.எம்.சுந்தரம், முத்துக்கருப்ப பிள்ளை போன்றோர் பேசினர். அரசியலையும், கோவில் விழாவையும் இணைக்க வேண்டாம் என்று எல்லோரும் சொன்னோம்.

கூட்டத்திலிருந்த பி.எஸ். மணி, சி.பி.இளங்கோ, உசரவிளை உமைதாணுபிள்ளை எனச் சிலர் என்னுடன் விவாதித்தனர். வெகுநேரம் பேச்சு நடந்தது. நான் உரத்தக் குரலில் “காந்தி வாலிபர் சங்கத்தினர் தேரின் கொடியை இறக்கிவிட வேண்டும். மாலை 4 மணிக்குத் தேரை இழுப்பதற்கு நாம் எல்லோரும் போக வேண்டும்; தேரை நிலைக்கு நிறுத்துவது நம் பொறுப்பு” என்றேன்.

நான் பேசியதை எல்லோரும் ஏற்றுக்கொண்டனர். கூட்டம் கலைந்தது. மாலை 4 மணிக்கு நான் சுவாமித் தேரின் அருகே போனேன். காங்கிரஸ்காரர்கள் கூடியிருந்தனர். தேர்வடம் தரையில் கிடந்தது. அதன் மேல் எல்லோரும் உட்கார்ந்திருந்தனர். உசரவிளை உமைதாணுவும் சி.பி. இளங்கோவும் பேசிக்கொண்டிருந்தனர். சிலர் கோஷம் போட்டனர். என்னைப் பழித்துச் சிலர் பேசினர். நான் வந்துவிட்டேன்.

கொஞ்ச நேரத்தில் டி.எஸ்.பி. சிவசங்கர பிள்ளையிடம் பேசினேன். அவர் துப்பாக்கிச்சூடு நடக்கப்போகிறது என்றார். அவர் சொன்னபடி துப்பாக்கிச்சூடு நடந்தது. அடுத்த நாள் உசரவிளை உமைதாணு பிள்ளை சி.பி. இளங்கோ எனச் சிலர் தமிழ்நாட்டிற்குச் சென்றுவிட்டனர். நான் சங்கரப்பிள்ளை எனச் சிலர் கைது செய்யப்பட்டு ஜாமீனில் வெளிவந்தோம்" என்கிறார்.

'சுசீந்திரம் தேர்த்திருவிழா கலவரம் பற்றிய செய்தி அன்றைய பத்திரிகைகளில் மிகக் குறைந்த அளவில் வந்தது. கன்னியாகுமரி மாவட்ட கெசட்டில் இதுபற்றிய தகவல் இல்லை. கேரள வரலாற்றாசிரியர்களும் கூறவில்லை.

இந்துபூமி என்னும் மாத இதழில் வந்த (2015 டிசம்பர்) கட்டுரையின் அடிப்படையில் மயிலாடுதுறை கல்லூரி வரலாற்றுப் பேராசிரியை மகேஸ்வரி என்பவர் Suchindrum Political firing during car festival in 1947 and Ancient of Freedom movement kanyakumari Dist... என்ற கட்டுரை எழுதியிருக்கிறார்.

இந்து பூமி கட்டுரை, கலவரத்தில் கலந்து கொண்ட ஒருவரின் மகன், வைத்தியநாதபுரம் வசந்தன் என்பவரின் தகவல் அடிப்படையில் எழுதப்பட்டது.

இந்தத் தகவல் பெருமளவில் மிகைப்படுத்தப்பட்டதாகத் தோன்றுகிறது. சண்முகம்பிள்ளை எழுதிய கட்டுரை சுதந்திர மலரில் (நாகர்கோவில் 1956) உள்ளது. இது நேரடியாகப் பார்த்த பதிவு. தியாகி சிவன்பிள்ளை புயலிலே ஒரு பயணம் என்ற தன் நூலில் (பகுதி -2) இக்கலவரம் பற்றிக் கூறுகிறார். நாகர்கோவிலிலிருந்து வெளிவந்த கைவிளக்கு சிறப்பு மலரில் (1978 டிசம்பர்) தியாகி நாகலிங்கத்தின் பேட்டி உள்ளது. இதுவும் நேரடிப்பதிவு.

மகேஸ்வரியின் கட்டுரையில் கூறப்பட்ட தகவல்கள் முழுதும் இந்து பூமியை அடியொற்றியது. அதனால் கலவரத்தில் 1000க்கும் மேற்பட்டவர்கள் கொல்லப்பட்டனர்; பிணங்களை ஒன்றாகக் குவித்து பெட்ரோல் விட்டு எரித்தனர் என்கிறார். ஆனால் கலவரத்தில் நேரில் கலந்துகொண்டவர்கள் 10க்கும் கீழே கொல்லப்பட்டனர் என்கின்றனர். (சண்முகம் பிள்ளை) சிவன்பிள்ளையின் 80 மலருக்காக நான் அவரை பேட்டி கண்டபோதும் போலீஸ்தரப்பின்படி 4 பேர்கள் கொல்லப் பட்டனர். மொத்தம் 10 அளவில் இருக்கலாம் என்றார்.

ஜனவரி 7 ஆம் தேதி, தேரோட்டம் நடந்தது. பொதுமக்கள் வரவில்லை. போலீசாரும் அரசுப் பணியாளர்களும் தேரை இழுத்தனர். இரண்டு தேர்களே இழுக்கப்பட்டன. ஒரு மணிக்கு தேர் நிலைக்கு நின்றது.

கலவரத்தில் ஒரு லாபம்; தோட்ட முதலாளி சிம்சன் தன் அட்டகாசத்தைக் குறைத்துக் கொண்டான்.

இந்தக் கலவரம் பற்றி எழுதியவர்கள் யாருமே இதைப் போராட்டத்தின் ஒரு பகுதியாகச் சொல்லவில்லை; அறியாமையால் செய்த பிழை என்றே கூறுகின்றனர்.

'காக்கைச் சிறகினிலே' ஜனவரி 2022

15. அருவியின் உள்ளே ஒரு குகை

திற்பரப்பு அருவியில் குளிப்பதற்கு நண்பர்களையும் உறவினர்களையும் அழைத்துச் சென்றபோதெல்லாம் அருவி பற்றிய சில செய்திகள் கிடைக்கத்தான் செய்தன. சிவாலய ஓட்டம் நூலை எழுதத் திட்டமிட்டபோது திற்பரப்பிற்கு செய்தி சேகரிக்க என்று முன்னேற்பாட்டுடன் போனேன். அது வேனிற்காலம். அருவியின் முன்பகுதிப் பாறைக் கல்வெட்டுகளைப் படமெடுத்தேன்.

அருவிப்பாறையில் இரண்டு சமஸ்கிருதக் கல்வெட்டுகள் உள்ளன. இரண்டும் தேவநாகரி லிபியில் அமைந்தவை. இவை பொதுவான கல்வெட்டு. 16-17 ஆம் நூற்றாண்டில் வெட்டப்பட்ட தாய் இருக்கலாம் என்பது கல்வெட்டுத் துறையினரின் ஊகம். ஆனால் ஒரு விஷயம் இதனால் புலப்படுகிறது. அருவியின் எதிரே உள்ள மண்டபம் இதே காலத்தில் கட்டப்பட்டிருக்க வேண்டும் என்பதும் கல்வெட்டுச் செய்தி.

திற்பரப்பு சிவன்கோவில் தொடர்பான கதைகளில் சுவராஸ்யமானவை உண்டு. இந்த சிவனுக்கும் மலைவாழ் மக்களுக்கும் தொடர்புடையவை அந்தக் கதைகள். அதைவிட நான் கேட்ட செய்தி அருவியின் அருகே குகை உண்டு என்பதுதான். இதை முதலில் எனக்குச் சொன்னவர் ஊர்ப் பிரமுகர் அனில்குமார். இவர் எஸ்டேட் முதலாளி.

அனில்குமார் அவரிடம் வேலை பார்த்த பாகுலேயன் என்பவரை அறிமுகம் செய்தார். அந்த நடுத்தர வயது மனிதர். அருவிக்குகை பற்றி பீடிகையுடன் பேச ஆரம்பித்தார்.

"என் தாத்தா கோபால கிருஷ்ணன் நல்ல திடகாத்திரமானவர்; ஆஜானுபாகு; தைரியசாலி; குகைக்குள் அவர்தான் முதலில் போனார். அவரது தைரியத்தை அப்போது திவானே மெச்சினாராம்.

இந்த இடத்தில் அருவிபற்றி. சில விஷயங்களைத் தெரிந்து கொள்ள வேண்டும். கோதையாற்று நீர் தான் திற்பரப்பு அருவியாகப் பாய்கிறது. அருவியின் மேலே ஓடும் கோதையாறு 85 மீட்டர் முதல் 90 மீட்டர் வரை அகலம் உடையது. வருடத்தில் 9 மாதங்கள் தண்ணீர் நிரம்ப ஓடும் ஆற்றிலிருந்து வீழும் நீர் 15 மீட்டர் உயரம் தான்.

ஆறு, குளம், அருவி என எல்லாவற்றிற்கும் பின்னால் ஒன்றோ பலவோ தொன்மக்கதைகள் இருக்கும். ஒரு வகையில் இந்தக் கதைகள் தாம் நீராதாரங்களைக் காப்பாற்றுகின்றன என்றும் சொல்ல முடியும். திற்பரப்பு அருவியின் கதை சிவன் கோவிலுடன் இணைந்தது.

தாருகாவதம் முடிந்ததும் காளி தவம் இருக்க அமைதியான இடம் தேடி அலைந்தாள். அப்போது ஒரு அதிசயப் பறவை கோதையாற்று அருவியைச் சுற்றி வந்ததாம். காளி பறவை அடையாளம் காட்டிய இடத்தில் அமர்ந்தாள். அங்கே இருந்த கயத்தில் நீராடினாள். கயத்தின் அருகே அருவியும் இருந்தது. காளி தவமிருந்து சிவனின் அருள் பெற்ற பின் அருவியின் கயத்தில் ஐக்கியமானாள்.

காளி குடியிருந்த கயம் காளி கயம் ஆயிற்று. 'இந்த இடத்தில் கோவில் கட்டி என்னை வழிபடு' என்று சிவன் கோவில் நம்பூதிரிக்கு உத்தரவு கிடைத்தது. அவர் தாந்திரீக வழிபாடு செய்பவர். அரசரிடம் வேண்டுகோளை முன்வைத்தார். அரசர் கயத்தின் அருகில் குகையின் பின்னே ஒரு கோவில் அமைக்கத் திட்டமிட்டார். அப்போது மலையான் ஒருவன் சந்நதம் வந்து ஆடி அருவியின் பின்னே ஒரு குகை உண்டு. அதை கோவிலாக அமைத்துவிடு என்றானாம்.

இப்படியாக இயற்கையாக அமைந்த குகையில் ஒரு கோவில் அமைக்கப்பட்டதாம். இந்தக் கோவிலுக்கு அருவியாக பின் வாசலுண்டு. இதை எல்லாம் நம்பமுடிகிறதா. பாகுலேயன்? நாயர், தன் தாத்தா சொன்ன கதையை விரிவாகச் சொன்னார்.

திருவிதாங்கூரில் சேது லட்சுமியாய் பகர அரசியாக இருந்த சமயம். (1945-1931) ஒரு முறை பெரும் மழை பெய்து திற்பரப்பு அருவியின் முன்பகுதி உடைந்து அகண்ட வெளிதெரிந்தது. கோதையாறு நீர்வரத்து நிற்கவில்லை. கொஞ்சநாளில் மழையின்றி வறண்டது. இது 1928 ஆம் ஆண்டில்.

அப்போதுதான் அருவி பாயும் இடத்தில் குகை வாயிலை ஊர் மக்கள் பார்த்தார்கள். ஒரு ஆள் நடந்து செல்லலாம். அவ்வளவு உயரம். உள்ளே செல்ல யாருக்கும் தைரியமில்லை. என் தாத்தா கோபால கிருஷ்ணன் நாயர் சவாலாக அதை ஏற்றுக் கொண்டார். தன் தோழர்கள் சிலரைத் திரட்டினார். வாள் ஈட்டி, குந்தம், தடிக்கம்பு என ஆயுதங்களை எடுத்துக் கொண்டனர். பெரிய பெரிய தீப்பந்தம், டார்ச் சூட்டு ஆகியனவற்றைச் சிலர் எடுத்துக் கொண்டனர்.

கோபால கிருஷ்ணன் முன்னே பந்தத்துடன் சென்றார். குகையில் இறுதிவரை சென்றார். அவர்களுக்கு அங்கு ஆச்சரியம் காத்திருந்தது. குகையிலிருந்து வெளியே வந்தனர். தாம் கண்ட காட்சியைப் பார்வத்தியக் காரரிடம் (கிராம அதிகாரி) சொன்னார் கோபால கிருஷ்ணன். அவர் திருவனந்தபுரத்திற்குச் செய்தி அனுப்பினார்.

அக்காலத்தில் திருவிதாங்கூர் சமஸ்தானத் தொல்லியல்துறை தலைவராக எ.எஸ். ராமநாத அய்யர் இருந்தார். அவர் அதிகாரி ஒருவரைத் திற்பரப்பிற்கு அனுப்பினார். கோபால கிருஷ்ணனின் குழு

மறுபடியும் அந்த இளம் அதிகாரியைக் குகைக்குள் அழைத்துச் சென்றது. அதிகாரி குகையைப் பார்வையிட்டு சிறுகுறிப்பு கொடுத்தார். இப்படியாக பழைய விஷயங்களைப் பாகுலேயன் சொல்லி முடித்தார்.

தொல்லியல் அறிக்கையின் படி ஒரு சிறு கட்டுரை கேரள சொசைட்டி பேப்பர்ஸ் இதழில் வந்திருக்கிறது. எழுதியர் டி.கே. ஜோசப். அந்தத் தகவல் கீழ் வருமாறு:

வெளியிலிருந்து பார்த்தால் இந்தக் குகையைக் கற்பனை செய்ய முடியாது. அது இயற்கையான குகையாக இருக்கலாம். ஆனால் செயற்கையாகக் கட்டப்பட்டிருக்கிறது.

இந்தக் குகையின் முகப்புப் பகுதி 2.10 மீ உயரம் 90 செ.மீ அகலம் உடையது. குகையின் வாசல் பகுதியிலிருந்து 4.5 மீ தூரத்தில் இரண்டு வாசல்கள். வலதுபுரம் வாசலை அடுத்து 4.50 மீ நீளம். இதில் நடந்து சென்றால் இரண்டு வாசல்கள் வரும். வலதுபுற வாசலை அடுத்து 4.50 மீ நீளம் 2 மீ அறையைக் காணலாம்.

இந்த அறை கருவறையைப் போன்ற அமைப்புடையது. இங்கு பத்திரகாளி புடைப்புச் சிற்பமாகத் தெற்கு நோக்கி இருக்கிறாள். இது இயற்கையாய் அமைந்த தாய்ப் பாறையில் கொத்தப்பட்ட சிற்பம். எட்டுக் கைகள்; ஆயுதங்கள்; நின்ற கோலம். இயற்கையாக உள்ள தாய்ப் பாறையில் கொத்தப்பட்டது. சிற்ப சாஸ்திரப்படி 15 ஆம் நூற்றாண்டிற்குப் பிற்பட்டது. காளி கொடூரப் பார்வை உடையவள்.

கருவறையை அடுத்து 6.25 மீ நீளம் 2 மீ அகலம் 2.10 மீ உயரமுடைய ஒரு அறை உள்ளது. இதை அந்தராளமாகக் கொள்ளலாம். இந்த அறையின் மேற்கூரையை இரும்புத்தூண்கள் தாங்கியுள்ளன. அந்தராளத்தில் தாந்திரிக பூஜை நடந்ததற்கான அடையாளத்தைத் தொல்லியல் அலுவலர் பார்த்திருக்கிறார். மண்கலங்கள், அஸ்தி, எனச் சில. கிழக்கு மேற்காக அமைந்த அந்தராளத்தின் வடக்கில் ஒரு சிறுஅறை உண்டு.

இந்த அறை முன்மண்டபம் எனலாம். இது 42 மீ நீளம் 6 மீ அகலம் 2.36 மீ உயரம் உடையது. விகாலமாளது. இங்கே சில பாத்திரங்கள் பூஜைப் பொருட்கள் இருந்தன. இந்த இடத்திலிருந்து அருவிபாயும் ஒலியை துல்லியமாகக் கேட்கலாம். இந்த மண்டபம் சுட்ட செங்கல்களால் கட்டப்பட்டது.

இந்த மண்டபத்தின் வடமேற்கு மேல் பகுதியில் செல்லும் சிறிய அரங்கு வழி மேற்கே உள்ள சிவன் கோவில் திருச்சுற்று மண்டபத்தில் இருக்கும் நிலவறையில் முடிகிறது. இந்த வழியிலும் குகைக் கோவிலுக்குச் செல்லலாம். நடைமுறையில் இந்த வழிதான் பயன்பாட்டில் இருந்தது.

சிவன் கோவிலிலிருந்து பத்திரகாளி கோவிலுக்குச் செல்லும் வழியையும் கோபால கிருஷ்ணனின் குழுக்கள் சோதித்துப் பார்த்தனர். இந்த வழிதான் தாந்திரிக பூஜை செய்ய நம்பூதிரிகள் சென்றிருக்கின்றனர். மணலிக்கரை நம்பூதிரி ஒருவர் இங்கு பூஜை செய்தார் என்ற கதையை 2000ல் கேட்டேன்.

திற்பரப்பு அருவியின் பெயரே பத்திரகாளி அருவி என்பதுதான். இது குகைக் கோவில் தொடர்பாக வந்தது. இங்குள்ள சிவன் கோவில் விழாவில் யானை ஸ்ரீபலி நடக்கும் சமயம் சமஸ்காரம் புரை (சாப்பாட்டு அறை) யின் அருகே ஒரு இடத்தில் யானையை போகவிடமாட்டார்கள். அந்த வழியில் சுரங்கப்பாதை உள்ளது என்பது வாய் மொழிச் செய்தி.

1929ல் திற்பரப்பு குகைக் கோவில் கண்டறியப்பட்டது. இந்தக் காளி கோவிலைச் செப்பனிட்டு வழிபாட்டிற்கு உரியதாக்கலாமா என்று அரசு அதிகாரிகளின் யோசனையைத் திவான் கேட்டார். கோவில் நம்பூதிரிகள் பிரசன்னம் பார்க்க வேண்டும் என்றனர். குகையை மூடிவிட வேண்டும் என்றும் உத்தரவு வந்தது. அதோடு அந்தப் பேச்சுக்கு முற்றுப்புள்ளி வைக்கப்பட்டது. குகைக்குள் பொதுமக்களை அனுமதிப்பது கோதையாற்றின் கரைக்கும் அருவிக்கும் நல்லதல்ல என்று பொதுப்பணித்துறை அறிக்கையும் கூறப்பட்டது.

பத்திரகாளி குகையின் காலத்தை அறிய சிவன் கோவில் கல்வெட்டுகளிலோ ஆவணங்களிலோ சான்று இல்லை. வாய்மொழிச் செய்திகள் உண்டு. திருவட்டாறு ஊரை அடுத்து ஒரு இடத்தில் கீழச்சேரி என்ற மடம் இருந்தது. இந்த மடத்து நம்பூதிரிகள் தாந்திரகம் அறிந்தவர். அரச குடும்பத்துடனும் தொடர்புடையவர்கள். இதனுடன் தொடர்புடைய இன்னோரு வண்ணப்பாறை அணைக்கட்டு அருகே உள்ள இடவூர் மடம். இங்கும் தாந்திரக நம்பூதிரிகள் உண்டு.

கோதையாறு நீர்ப்பெருக்கால் திற்பரப்பு அருவி பாயும் பகுதி உருக்குலைந்தது. அப்போது அருவி பாய்ந்த இடமும் இப்போது இருக்கும் இடமல்ல. ஆற்றின் கரைப்பகுதிப் பாறையில் பத்திரகாளி புடைப்புச் சிற்பம் இருந்தது. அதன் காலம் தெரியாது. குகைபோன்ற அந்தப் பகுதியைப் பாதுகாக்கவும் கோதையாறு தண்ணீர் வீணாக்காமல் இருக்கவும் அருவிப் பகுதியில் தடுப்பணை கட்ட ஆரம்பித்தபோது குகைக்கோவில் கட்டுவதைப் பற்றி வண்ணப்பாறை மடம் நம்பூதிரி யோசனை சொன்னார்.

கோதையாறு கட்டுமானம் குகைக் கோவிலாகவும் தடுப்பரணுமாகவும் மாறியது. நம்பூதிரிகளின் தாந்திரிக பூஜையின் இடமாக-ரகசியக் கோவிலாக ஆனது. அருவி இடம் மாறி குகை வாசலில் விழ ஆரம்பித்தபோது காளி கோவில் தெரியாமல் ஆனதாம். 1929ல் குகை வாசலை அடைத்து விட்டார்களாம்.

‘காக்கைச் சிறகினிலே’ மே 2022

16. கொல்ல வருஷம்
(மலையாள ஆண்டு)

இன்றைய கன்னியாகுமரி மாவட்டத்தில் திருமண அழைப்பிதழ், வைதீகக் கோவில் திருவிழா அழைப்பிதழ், நாட்டார் சாமிகளின் கொடைவிழா அழைப்பிதழ், பொதுமக்களின் வாழ்க்கை வட்டச் சடங்கு அழைப்பிதழ் ஆகிய எல்லாவற்றிலும் மலையாள ஆண்டு குறிப்பிடப்படுகிறது. அடைப்புக்குறிக்குள் பொது ஆண்டு இருக்கும். இது இன்றும் நடைமுறையில் உள்ளது.

கன்னியாகுமரி மாவட்டத்தில் இப்போதும் வழக்கில் உள்ள கும்பகோணம் பஞ்சாங்கத்திலும் தினமலர், தினத்தந்தி போன்ற நாட்காட்டிகளிலும் மலையாள ஆண்டைப் பொதுவாகக் குறிப்பிடுகின்றனர். கன்னியாகுமரி, திருநெல்வேலி, தென்காசி, தூத்துக்குடி, மதுரை, விருதுநகர் ஆகிய மாவட்டங்களில், கல்வெட்டு களிலும் செப்பேடுகளிலும் வைதீகக் கோவில் ஆவணங்களிலும் மலையாள ஆண்டும் இடம்பெறுகிறது.

தென் திருவிதாங்கூர் பகுதிகளில் பொ.ஆ 12ஆம் நூற்றாண்டி லிருந்து நாஞ்சில்நாட்டில் கிடைக்கின்ற, அழகிய பாண்டியபுரம் ஊரில் கிடைத்த முதலியார் ஓலை ஆவணங்களிலும் அடிமை ஆவணங் களிலும் விலை ஒற்றி பத்திரங்களிலும் மலையாள ஆண்டே குறிக்கப்படுகிறது.

சுமார் 50 ஆண்டுகளுக்கு முன்பு வரை பேச்சுவாக்கில் பத்து கொல்லம் முன்பு நடந்தது என்று இளைஞர்கள்கூட பேசினார்கள். கொல்லம் ஆண்டு எப்போது உருவானது? இதன் தோற்றக் காரணம் என்ன? என்பது பற்றிய விடை பெரிய அளவில் ஊகங்களாகவே உள்ளன. இன்றும் அது சரியான முடிவுக்கு வரவில்லை.

இந்திய வரலாற்றை எழுதியவர்கள் "பழங்கால இந்தியாவின் பழைய ஆவணங்களில் முறையாகப் பதிவு செய்யப்பட்ட ஆண்டும் தேதியும் இல்லை. இங்கே பொ.ஆ முதல் நூற்றாண்டில்கூட இந்த நிலைதான் இருந்தது. ரோமானிய வரலாற்றை எழுதியவர்கள் அப்போது இருந்த முறையான ஆண்டைக் குறிப்பிட்டது போன்று பழம் இந்தியாவில் குறிப்பிடவில்லை என்பதை சொல்லித்தான் ஆகவேண்டும்" என்று கூறுகின்றனர்.

ஆரம்பகால இந்திய வரலாற்றாசிரியர்களும் தொல்லி யலாளர்களும் வடகிழக்குப் பகுதியில் இருந்து அந்நியர்கள்

இந்தியாவிற்கு வந்தபோது குறிப்பிட்ட வருஷங்களை, இந்திய அரசர்களின் ஆட்சியாண்டுகளுடன் கணக்கிட்டு இந்திய வரலாற்று நிகழ்வைக் கூறும் நிலை ஒரு காலத்தில் இருந்தது.

இந்தியப் பேரரசுகளின் அறிவிப்புகள் கல்வெட்டுகளிலும் செப்பேடுகளிலும் பிற ஓலை ஆவணங்களிலும், ஒரே மாதிரியான வருஷத்தைக் கொண்டதாய் இருக்கவில்லை. இந்தக் கருத்தில் யாருக்கும் மாறுபாடு இல்லை. இந்தியாவில் பேரரசுகளும் சிற்றரசுகளும், தங்களுக்கு என்று ஏதோ ஒரு வருஷத்தைக் கொண்டிருந்தனர். இவர்கள் இப்படிப் பின்பற்றியதற்குத் தனித்த காரணம் இருந்தது. அதையே தங்கள் கல்வெட்டுகளிலும் குறிப்பிட்டனர்.

இதனால் வரலாற்றாசிரியர்கள் பொது ஆண்டைக் கணக்கிடுவதில் சிரமப்பட்டனர். மிகுந்த உழைப்பு, தொடர்ந்த சேகரிப்பு, பெரும் போராட்டத்திற்குப் பின்னரே, இந்திய அரசர்களின் வரலாற்று ஆண்டை ஓரளவு வரையறை செய்தனர். இந்த வரையறைதான் தற்கால ஆராய்ச்சியாளர்களுக்குப் பொது வழியைத் திறந்துவிட்டது. இது இவர்கள் சுதந்திரமாக ஆராய்ச்சி செய்ய ஏதுவாயிற்று.

இந்தியாவில் வழக்கத்தில் உள்ள வருஷங்களை வரலாற்றாசிரியர்கள் பின்வருமாறு குறிப்பிடுகின்றனர்:

வருஷம் பெயர்	தொடக்க வருஷம்	(பொ.ஆ).
சப்தரிஷி	வருஷம்	76
விக்கிரம்	வருஷம்	56
சக	வருஷம்	78
கால சூரி	வருஷம்	248
குப்த	வருஷம்	320
ஹர்ஷ	வருஷம்	660
சாலிவாகன	வருஷம்	78
போஜராஜசப்தம்	வருஷம்	147
பிரதாபருத்ராப்தம்	வருஷம்	687
இராமதேவாப்தம்	வருஷம்	1300

இந்தப் பத்து ஆண்டுகள் தவிர பாண்டவாப்தம், கலியாப்தம், பிராபதி, சேஷகலி, கிருஷ்ணராப்தம் பசலி, ஹிஜிரி, கேதி, சுதர்சன், இலஷ்மண சேனா வள்ளுவர் என்னும் வேறு பல ஆண்டுகளும் உள்ளன.

கேரள வரலாற்றில் கல்வெட்டுகளிலும் செப்பேடுகளிலும் கொல்லம் வருஷம் இரண்டறக் கலந்துவிட்டது. கேரள நாட்டார் வழக்காற்றில் பேச்சுவழக்கில் கொல்லம் என்று குறிப்பது சாதாரணமாக உள்ளது. மலையாள நாட்டார் பாடல்களிலும் கொல்லமாண்டு குறிப்பிடப்படுகிறது.

பாமர மனிதர்களுக்குக் கொல்லம் வருஷம் தெரியும். தமிழகத்தில் சுழற்சி வருஷம் வழக்கில் இருந்தாலும் சாதாரண பாமரர்களிடம் வழக்கில் இல்லை. நாட்டார் வழக்காறுகளிலும் இல்லை. நாட்டார் பாடல்களில் மேற்கோளாக எங்குமே வரவில்லை. கதைப்பாடல்களில் வரவில்லை. நாட்காட்டியைப் பார்த்து இந்த ஆண்டின் பெயர் என்ன என்பதைத் தேடவேண்டிய நிலை இன்றும் உள்ளது. இந்த சுழற்சி வருஷம் வைதீகம் சார்ந்து இருப்பது மாதிரி ஒரு பிரம்மையை உருவாக்கிவிட்டது. கொல்லம் வருஷத்தின் நிலை அப்படி அல்ல.

கேரளத்தின் பண்பாட்டில் முழுதுமாகப் பரவி இருக்கின்ற கொல்லம் வருஷம் முதல் முதலில் வேணாட்டு அரசனான ஸ்ரீ வல்லபன் கோதையின் மாம்பிள்ளி செப்பேட்டில் குறிக்கப்படுகிறது. இச்செப்பேடு கொல்லம் வருஷம் 149 ல் எழுதப்பட்டது (பொ. ஆ. 974). இதற்கு முன்பு கொல்லம் வருஷம் குறிப்பிடப்பட்ட ஆவணங்கள் கிடைக்கவில்லை என்று கூறுகின்றனர்.

கொல்லம் ஆண்டு தென் கேரளத்தில் சிங்கம் மாதத்திலும் (ஆகஸ்ட், செப்டம்பர்), வட கேரளத்தில் கன்னி மாதத்திலும் (செப்டம்பர்) ஆரம்பிப்பதாகக் கூறும் மரபு உண்டு என்கின்றனர். கொல்லம் வருஷம் தோன்றியது குறித்த செய்தி தொன்மமாகவே உள்ளது. கேரள வரலாற்று பேராசிரியர் ஸ்ரீதர மேனன் "கேரள வரலாற்றில் இது ஒரு புதிர். இன்றும்கூட. இது விடுவிக்கப்படவில்லை என்கிறார்.

கொல்லம் வருஷம் உருவான காரணம் பற்றிய ஊகங்களைப் பார்ப்போம்.

திருவனந்தபுரத்திலிருந்து நாற்பது மைல் தொலைவில் உள்ள கொல்லம் நகரத்துடன் தொடர்புடையது மலையாள வருஷம் என்பது ஒரு கருத்து. இவ்வாறு கூறுகின்ற கருத்தாளர்கள் கொல்லம் நகரம் வணிக நகரமாக உருப்பெற்ற காலத்தில் இந்த ஆண்டு தொடங்கப்பட்டு இருக்கலாம் என்கின்றனர்.

கொல்லம் ஆண்டு தோன்றுவதற்கு முன்பே இந்த நகரப் பகுதியில் குடிபெயர்ந்த நம்பூதிரிகள் இப்பகுதியைக் கொலம்பா என்னும் சமஸ்கிருதச் சொல்லால் அழைத்தனர். கொல்லம் தோன்றி என்பது கொல்லம் உருவானதைக் குறிக்கும் வழக்காறு என்றும் கூறுகின்றனர். நம்பூதிரிகளே இந்த ஆண்டை நிறுவினர் என்பர். இதை, மலபார் சகாப்தம் என்றும் இது கலி வருஷம் 3926ல் ஆரம்பித்தது என்றும் கூறுகின்றனர்.

நம்பூதிரிகள் கேரளத்திற்கு வந்தது கொல்லம் வருஷம் தோன்றிய பின்னர்தான். அவர்கள் குடியேறிய காலத்தில் கொல்லம் வருஷம் வழக்கிலிருந்தது. அவர்கள் தங்கள் சமஸ்கிருதச் செல்வாக்கை எல்லா இடத்திலும் நிலைநாட்டியது போல கொல்லம் நகரத்தையும் மாற்றினர். கொல்லம் வணிக நகரம் ஆனதற்கும் நம்பூதிரிகளுக்கும் தொடர்பு இல்லை என்று கூறுகின்றனர்.

வேணாட்டு அரசனான உதய மார்த்தாண்ட வர்மா, ஒரு முறை வானியல் ஜோதிடம் அறிந்த அறிஞர்களை எல்லாம் தன் சபையில் கூட்டினாராம். அவர்களிடம் வேணாட்டுக்கு என்று ஒரு வருஷத்தை உருவாக்க வேண்டும் என்று கேட்டுக்கொண்டாராம். பன்னிரண்டு ராசிகளுக்கு உட்பட்ட நட்சத்திரங்களை ஆய்வு செய்து ஒரு ஆண்டைக் கண்டுபிடித்தார்களாம். அந்த வருடத்தின் முதல் மாதம் சிங்கம். இந்த மாதத்தின் முதல் தேதியே, வருஷப்பிறப்பு ஆகும் என்று முடிவு செய்தார்களாம். இது நடந்தது பொ. ஆ. 825 ஆகஸ்ட் 15ல் (கலி 3926) இதை சூரிய ஆண்டு என்றும் கூறுகின்றனர். இப்படி ஒரு கருத்து உண்டு.

ஆரம்ப காலத்தில் திருவிதாங்கூர் வரலாற்றை ஆங்கிலத்தில் எழுதிய சங்குண்ணி மேனன், தன் நூலில் கொல்லம் ஆண்டு உருவானது பற்றி ஒரு காரணத்தைக் கூறுகிறார்: திருவனந்தபுரம் பத்மநாபசுவாமி கோவில் உருவான வருஷத்தைக் கொல்லம் ஆண்டாகக் குறிப்பிட்டனர் என்றும் இந்தக் கோவிலைக் கட்டியவர் உதய மார்த்தாண்ட வர்மா என்றும் கோவிலின் தோற்றமும் கொல்லம் வருஷத் தோற்றமும் ஒன்று என்றார் அவர்.

சங்குண்ணி மேனனின் கருத்து ஆரம்ப காலத்தில் ஏற்றுக் கொள்ளப்பட்டது. ஆனால் பின்னர் இக்கருத்தை மறுத்து பலரும் விமர்சித்துள்ளனர். மனோன்மணியம் நாடக ஆசிரியரான பேராசிரியர் பெ. சுந்தரனார் சங்குண்ணி மேனனின் 'கருத்தை ஒத்துக்கொள்ள' முடியும் என்கிறார். ஸ்ரீதரமேனன் இந்தக் கருத்தை மறுக்கிறார். காரணமும் கொடுக்கிறார். திருவனந்தபுரம் பத்மநாபசுவாமி கோவில் உருவான காலம் பற்றி துல்லியமான ஆவணங்கள் கிடைக்கவில்லை. ஆகவே இது பொருந்தாது என்கிறார்.

அறுபத்திமூன்று நாயன்மார்களில் ஒருவரான, சேரமான் பெருமாள் நாயனார் இஸ்லாமிய சமயத்திற்கு மாறிய பின்னர் மெக்காவுக்குச் சென்றார். அப்படிச் சென்ற ஆண்டில் உருவானது கொல்லம் வருஷம் என்பது ஒரு கருத்து.

லோகன் என்ற அறிஞர் பாரசீக வளைகுடாவில் ஓர் இடத்தில் சேரமான் பெருமாளின் கல்லறை உள்ளது என்று கூறுகிறார். சேரமான் பெருமாள் நாயனார் மறைந்தது கலி 3966ல் என்றாலும் அவர் மெக்கா புறப்பட்ட வருஷமே கொல்லம் ஆண்டு உருவாக்கத்திற்குக் காரணமானது என்பது அவரது கருத்து.

இந்தக் கருத்தை, முந்திய அறிஞர்கள் பலரும் மறுத்திருக்கிறார்கள். மனோன்மணியம் சுந்தரனார் 1894ல் வெளியிட்ட Sovereigns of Travengore என்ற சிறு நூலில், ஒரு அரசன் மதம் மாறியது ஒரு நிகழ்வே தவிர அது வரலாற்று முக்கியம் உடையது அல்ல. அவரது மறைவு கேரளத்திற்குப் பெருமை சேர்ப்பது என்று கொண்டாலும் மொத்த கேரளமும் அதைத் தங்களின் ஆண்டின் தொடக்கமாகக் கொள்வதற்கு இணங்கி இருப்பார்களா? வைதீகர்கள் இதற்குச் சம்மதிப்பார்களா? கோவில் ஆவணங்களிலும் கல்வெட்டுகளிலும் அந்த வருஷத்திற்கு முக்கியம் கொடுப்பார்களா? இந்த ஊகம் பொருத்தமில்லாத கற்பனை.

மேலும் சேரமான் பெருமாள் மதம் மாறியது பற்றிய நிகழ்வை பெரியபுராணம், திருக்கயிலாய ஞான உலா ஆகிய நூற்கள் பேசவே இல்லை. கேரளத்திற்கு வந்த இஸ்லாமியப் பயணிகளான சுலைமான் (பொ.ஆ.850) அல்பரேணி (990 - 1030) மார்க்கோபோலோ (பொ. ஆ. 1241- 1294) போன்றோர்கள் இப்படி ஒரு நிகழ்ச்சியைக் குறிப்பிடவும் இல்லை. ஆகவே இந்தக் கருத்து முழுக்கவும் கற்பனையானது என்று கூறுகின்றார்.

சோழர் வரலாற்றை எழுதிய சதாசிவப் பண்டாரத்தார், சேரமான் பெருமாள் கைலாயம் சென்ற ஆண்டின் ‘நினைவாக கொல்லம் ஆண்டு உருவாகியிருக்கலாம் என்று ஒரு கட்டுரையில் கூறுகிறார். இதுவும் ஊகமே. இதற்கு வேறு சான்றுகள் இல்லை.

கேரளோப்பத்தி என்ற மலையாள நூல் கொல்லம் வருஷத் தோற்றத்தை ஆதிசங்கரருடன் இணைத்துக் கூறுகிறது. நம்பூதிரி சாதியினரான ஆதிசங்கரர் தன் ‘அனாசார வழக்கத்தை’ப் பின்பற்றிய வருஷமே கொல்ல வருஷம் என்று இந்த நூல் கூறுகிறது. ஆனால் இக்கருத்து பொருத்தாது என்பதற்கு ஸ்ரீதர மேனன் சான்றுகள் தருகிறார்...

சங்கரர் பொது ஆண்டு 820 இல் மறைந்தார்.. அவரது மறைவு கேரளத்தில் (பொ.ஆ 825) இல் அறிவிக்கப்பட்டது. அதுவே கொல்லம் ஆண்டின் தொடக்கம் என்ற கருத்தையும் மேனன் மறுக்கிறார். சங்கர ஸ்மிருதியில் அனாச்சாரம் பற்றிப் பேசப்படவில்லை. சங்கரர் பொ.ஆ 778ல் பிறந்து பொ.ஆ 820 இல் மறைந்தார். எனவே மேற்கண்ட கூற்றுக்கள் முற்றிலும் தவறு உடையவை என்பது அவரது வாதம்

மகோதயப் பேரரசர்களில், ராஜசேகர குலசேகரன் (பொ.ஆ.820 - 844) என்ற அரசர் காலத்தில் கொல்லம் வருஷம் ஆரம்பித்தது. இந்த அரசன் கேரளத்து விவசாயம், மழைக்காலம், பயிர் விளைச்சல் போன்றவற்றின் பின்னணியில் ஒரு ஆண்டை உருவாக்குமாறு அறிஞர்களிடம் கேட்டுக்கொண்டான். அதுவே கொல்லம் வருஷம் என்பது ஒரு கருத்து.

இந்தக் கருத்தையும் மேனன் மறுத்து இருக்கிறார். மகோதய அரசர் காலத்தில் எழுதப்பட்ட சங்கர நாராயணீயம் என்னும் வானியல் நூலில் மலையாள ஆண்டு இல்லை. இதில் கலி ஆண்டு குறிப்பிடப் படுகிறது. மகோதய ராஜசேகரன் கொல்லம் ஆண்டைத் தொடங்கி யிருந்தால் இந்த இந்நூலில் கொல்லம் ஆண்டு குறிப்பிடப்பட்டிருக்கும். அப்படி இல்லை. எனவே மேற்கொண்ட கருத்து தவறு என்கிறார்.

ஓணம் பண்டிகையுடன், கொல்லம் ஆண்டு தொடர்புடையது. இது உருவான நாளில் கொல்லம் தொடங்கப்பட்டது என்பது ஒரு கருத்து. இதைப் பலரும் மறுக்கின்றனர். ஓணம் சங்க காலத்தில் நடந்த ஒரு விழா. இது உருவான காலம் சரியாகத் தெரியாது. ஆகவே இந்தக் கருத்து பொருத்தமற்றது என்கின்றனர்.

கொல்லத்தில் உள்ள ஒரு சிவன் கோவில் கட்டப்பட்ட ஆண்டிலிருந்து கொல்லம் வருஷம் கணக்கிடப்பட்டது என்று மலையாள அகராதியைத் தொகுத்த குண்டர்ட் என்பவர் கூறுகின்றார். இது வாய்மொழிச் செய்தியின் அடிப்படையில் உருவானது. அதோடு கொல்லத்தில் எந்த சிவன் கோயில் கட்டப்பட்டது என்றும் இவர் கூறவில்லை.

பாண்டியன் ஸ்ரீ மாறன் ஸ்ரீ வல்லபன் என்பவனை (பொ.ஆ. 815 - 865) ஆய் மன்னன் ஒருவன் வெற்றி கொண்ட நிகழ்ச்சியின் அடிப்படையில் கொல்லம் வருஷம் உருவானது என்கின்றார் இ.வி கிருஷ்ணய்யர். இதுவும் சரியானதல்ல என்கின்றனர். ஆய் அரசர்களின் தலைநகரம் விழிஞம் ஆகும். கொல்லம் அல்ல என்பது அவர்கள் வாதம்.

இன்றைய கொல்லத்தை அடுத்த சில பகுதிகளில் குடியேறிய புனிதர்களான சமோர், மார்பரோத் ஆகிய இருவரின் பெயரால்; கொல்லம் சகாப்தம் உருவானது என்பது ஒரு கருத்து. இதுவும் பொருத்தம் இல்லை; இப்படி உருவான ஒரு வருஷத்தை வைதீக கோவில் பூசகர்கள் ஒத்துக்கொண்டிருக்க மாட்டார்கள்.

ஆற்றிங்கல் பக்கமுள்ள கீழப்பேரூர் என்ற இடம் குலசேகரரின் அம்மாவின் ஊர் ஆகும். இங்குள்ள கிருஷ்ணன் கோவில் உருவான நாளிலிருந்து கொல்லம் வருஷம் ஆரம்பித்தது என்னும் வாய்மொழி செய்திக்கும் வேறு சான்று இல்லை.

லோகன் என்பவர் கொல்ல வருஷம் தொடர்பாக ஒரு கருத்தைக் கூறுகிறார். கொல்லம் ஆண்டு தென் கேரளத்தில் சிங்கம் மாதத்திலும், வட கேரளத்தில் கன்னி மாதத்திலும் ஆரம்பிக்கிறது. இது குளத்து நாட்டிலிருந்து வேணாடு விடுதலை பெற்றதன் அடையாளமாகக் கூறப்படுவது என்று கூறுகிறார்.

மகோதயப் பேரரசு பொ.ஆ. ஒன்பதாம் நூற்றாண்டு முதல் பன்னிரண்டாம் நூற்றாண்டு வரை இருந்தது. அப்போது வேணாடும் கோலத்து நாடும் முழுச் சுதந்திர நாடாக இருக்கவில்லை. குலசேகரப் பேரரசில் இறுதிக்குப் பின்னர் வேணாடு உரிமையுடைய நாடாக மலர்ந்தது. ஆகவே லோகன் கருத்து சரியல்ல என்கின்றனர்.

திராவிட மொழி அறிஞர் டாக்டர் கால்டுவெல் கொற்கை நகரத்துடன் கொல்லம் ஆண்டு தொடர்புடையது என்கின்றார். கிரேக்கர்கள் கொல் செய் என்று கூறுவது கொல்லத்தினைக் குறிக்கும். கொலச்சல், கொலம்போர என்னும் பெயர்களிலிருந்து வந்தது கொல்லம். இவை துறைமுகங்கள். எனவே ‘கொற்கை கொல்லம்பீ தொடர்புண்டு என்கிறார். இதை சுவையான கற்பனையான கருத்தாக எடுத்துக் கொள்ளலாம் என்று பேராசிரியர் சுந்தரம் பிள்ளை கூறுகிறார்.

மனோன்மணியம் நாடக ஆசிரியர் பெ.சுந்தரம் பிள்ளை ‘வேணாட்டு அரசர்களின் வரலாறு’ என்ற நூலில் கொல்லமாண்டு பெருமாள் அரசர்களின் கடைசி அரசரின் மறைவுக்குக் காரணமாகவோ ஆதிசங்கரருடன் தொடர்புடையதாகவோ சப்தரிஷிகளின் சூரியன் கணிப்பு அடிப்படையிலோ உருவாகி இருக்கலாம் என்கின்றார்.

தென் கேரளத்தில் பொ.ஆ 824 ஆகஸ்டிலும் வட கேரளத்தில் செப்டம்பர் 21லும் கொல்லமாண்டு ஆரம்பித்திருக்க வேண்டும் என்கின்றார் சுந்தரனார். இந்தக் கருத்தைச் சிலர் ஒத்துக்கொள்கின்றனர் என்றாலும் கொல்லம் வருஷம் தோற்றம் என்பது இன்றைக்கும் புதிரான முடிவு பெறாத விஷயமாகவே உள்ளது.

‘உங்கள் நூலகம்’ ஜூலை 2022

17. அரசர்களில் இசைக்கலைஞன்

திருவிதாங்கூர் நாட்டின் ஆறாவது அரசரான சுவாதித் திருநாள் பற்றி சூரநாடு குஞ்சம் பிள்ளை எழுதிய மலையாள நூலுக்கு முகவுரை எழுதிய சங்கீத வித்துவான் செம்மங்குடி ஆ ஸ்ரீநிவாச அய்யர் "......இவர் அரசர்களில் சங்கீத வித்துவானாகவும் சங்கீத வித்துவான்களில் அரசராகவும் இருந்தவர்" என்று பாராட்டுகிறார்.

1729 முதல் 1948 வரை திருவிதாங்கூர் நாட்டை ஆண்ட 12 பேர்களில் 220 ஆண்டுகள் வரலாற்றில் காலங் கடந்து வாழ்ந்து கொண்டிருப்பவர் சுவாதித்திருநாள் என்ற அரசர். மற்றவர்கள் அரசியல் சாதனையாளர்கள். சுவாதித்திருநாள் கலைஞர்; இசைத்துறையில் சாதித்தவர்; தென்னிந்தியாவில் இவர் இன்றும் நினைக்கப்படுவதற்கு இவரது இசைப்புலமையே காரணம்."

வட மலபாரிலிருந்து சங்கனாச்சேரிக்குக் குடியேறிய அரச குடும்பத்தைச் சார்ந்தவர் இராஜராஜவர்மா. இவர் சமஸ்கிருதப் பண்டிதர், மலையாளக் கவிஞர். இவரது மனைவி திருவிதாங்கூர் அரசவம்சத்தைச் சார்ந்த கௌரி லட்சுமிபாய். இவர்களுக்கு மூன்று மக்கள். இரண்டாவது சுவாதித்திருநாள்.

இவர் பிறந்தது 1813 ஏப்ரல் 13 ஆம் தேதி. திருவிதாங்கூர் அப்போது சுதந்திர சமஸ்தானமாகச் செயல்பட்டாலும் கிழக்கிந்தியக் கம்பெனி ஆளுநரின் மறைமுக ஆட்சியின் கீழ் இருந்தது. அப்போதைய வழக்கப்படி திருவிதாங்கூரில் கம்பெனியின் பிரதிநிதியாக கர்னல் மன்றோ என்பவர் இருந்தார். சுவாதித்திருநாள் பிறந்த செய்தியை அவருக்குத் தெரிவித்தனர். அப்படித் தெரிவிக்கப்பட வேண்டும் என்பது அப்போதைய கடமையும் கூட.

கர்னலுக்குத் திருவிதாங்கூர் அரசி அனுப்பிய கடிதம் ஒன்றில் சுவாதி பிறந்த அன்று தென் திருவிதாங்கூர் காட்டில் வெள்ளை யானைக்குட்டி ஒன்று பிடிக்கப்பட்ட செய்தியையும் குறிப்பிடுகிறார். இது அப்போது நல்ல சகுனம் என்றும் எழுதியிருக்கிறார். இந்தக் கடிதம் மலையாளத்தில் இருந்தாலும் தமிழ், மலையாளம் இரு மொழிக் கலப்புடையதாக உள்ளது.

கௌரி லட்சுமி பாய்க்கு, மூன்றாவது மகவு பிறந்த ஓராண்டில் தன் 23ஆம் வயதில் இறந்துவிட்டார். மூன்று குழந்தைகளை வளர்க்கும் பொறுப்பை சுவாதியின் பெரியம்மா பார்வதிபாய் ஏற்றுக்கொண்டார். சுவாதி பிறந்த நான்காம் மாதத்தில் அவருக்கு இளவரசுப் பட்டம்

கட்டிவிட்டனர். பார்வதிபாய் சுவாதியின் தாயாகவும் திருவிதாங்கூரின் பகர அரசியாகவும் இருந்தார்.. சுவாதியின் தந்தை இராஜராஜ வர்மா அரசிக்கு நிர்வாகத்தில் உதவி செய்தார்.

சுவாதித் திருநாள், இளவரசர் ஆதலால் அவரை முழு நேரத்தில் கவனிப்பதற்கு அம்பலப்புழை ராமவர்மா என்பவரை அரசி நியமித்தார். அவருடைய படிப்பு விஷயங்களில் தந்தை ராஜராஜ வர்மா முழுக்கவனம் எடுத்துக்கொண்டார். அவருக்கு முதலில் சமஸ்கிருதமும் மலையாளமும் கற்பிக்க ஹரிபாட்டு விழக்கேத்து கொச்சு பிள்ளை வாரியார் என்பவரை நியமித்தனர். இவர் முழு நேர ஆசிரியர். சுவாதிக்கு ஆங்கிலம் கற்பிக்கும் பொறுப்பை கர்னல் மன்றோ ஏற்றுக்கொண்டு தஞ்சாவூர் சேஷா பண்டிதர் சுப்பராயர் என்பவரை சிபாரிசு செய்தார். சென்னை பண்டிதர் ஒருவர் பார்சி கற்பித்தார். அறிவியல், கணக்கு போன்றவற்றை கற்பிக்க தனித்தனி ஆசிரியர்கள் இருந்தனர். சுவாதிக்கு ஆங்கிலம் கற்பித்த சுப்பராயர், பின்னர் திருவிதாங்கூரின் திவானாகவும் இருந்தார்.

சுவாதித் திருநாளுக்கு இசைப் பயிற்சி அளித்த ஆசிரியர் பற்றிய சரியான தகவல்கள் கிடைக்கவில்லை. நாகர்கோவில் வடசேரியில் கிடைத்த ஒரு செப்பேடு திருவனந்தபுரம் கரமனை சுப்பிரமணிய பாகவதர் என்பவர் பயிற்சி அளித்தார் என்று கூறுகிறது. பிற்காலத்தில் கோவிந்த மாரார் உட்பட பல இசைக்கலைஞர்கள் வழி இவர் தன்னை வளர்த்திக்கொண்டார்.

இவர் இளம்வயதில் அறிவுக் கூர்மையும் நுட்பமான பார்வை உடையவராகவும் இருந்தார். கடுமையான விஷயங்களை எளிமையாக விளக்கும் ஆற்றல் உடையவராகவும் விளங்கினார் என அவரைப் பற்றிய நூற்கள் கூறுகின்றன. ராமவர்மா விஜயம் என்ற மலையாள நூல் சுவாதித் திருநாளுக்கு சமஸ்கிருதம், மலையாளம், தெலுங்கு, தமிழ், மராத்தி, பாரசீகம், ஆங்கிலம் முதலான மொழிகள் தெரியும் என்று பாராட்டுகிறது.

கர்னல் வெல்ஸ் என்பவர் திருவிதாங்கூர் வந்தபோது சுவாதித் திருநாளைச் சந்தித்திருக்கிறார். சுவாதி, கணிதம், இயற்பியல் போன்ற வற்றில் வல்லமை உடையவர் என்பதைத் தெரிந்து கொண்டார். சுவாதித் திருநாள் கர்னல் வெல்ஸிடம் மத்திய இந்தியா பற்றிய ஒரு ஆங்கில நூலின் ஒரு அத்தியாயத்தையும் ஆங்கிலக் கவிதை இலக்கியத்தில் இரண்டு கவிதைகளையும் படித்துக்காட்டி, தனது உரையாடல் வழியில் விளக்கியதோடு பொது அறிவையும் வெளிப் படுத்தியிருக்கிறார். அப்போது அவருக்கு வயது 13 என ராமவர்ம விஜயம் நூல் கூறும்.

சுவாதி யூக்கிலிட்டின் கஷ்டமான ஒரு சூத்திரத்தை எழுதிக் காட்டி விளக்கினார். கணிதத்தின் ஒரு பிரிவான ஜியாமிட்டரி என்பது ஜயாமித்திரா என்னும் சமஸ்கிருதச் சொல்லிலிருந்து வந்தது என்று விவாதித்திருக்கிறார். இதெல்லாம் அந்த கர்னலுக்கு ஆச்சரியமாக இருந்தது. அப்போது சுவாதித் திருநாளுக்கு வயது 13 தான். அந்த கர்னல் வெல்ஸ் "திருவிதாங்கூரின் இப்போதைய இளவரசர் மிகக் கூர்மையான அறிவு உடையவர். இவர் எதிர்காலத்தில் சிறந்த அரசராக மட்டுமல்ல மேதையாகவும் கலைஞராகவும் பெயர் பெறுவார்" என்று எழுதியுள்ளார்.

இளவரசரின் ஆங்கிலப் பேச்சு பற்றி எனக்கு அவ்வளவு உயர்ந்த அபிப்பிராயம் இல்லை, அவரது உச்சரிப்பு சரியானதாக இல்லை, இலக்கணப் பிழைகளும் உள்ளன. இவர் மட்டுமல்ல இவருக்கு ஆங்கிலம் கற்பிக்கின்ற ஆசிரியரும்கூட தவறாகவே பேசுகின்றார் என்று எச்சரிக்கின்றார் எனக் குறிப்பிடுகின்றனர்.

சுவாதித் திருநாளின் மனைவி திருவட்டாறு பாணம்பிள்ளை ஆயிக்குட்டி நாராயணி பிள்ளை என்பவர் ஆவார். மன்னர் இறுதிக்காலத்தில் குலசேகரத்தின் பக்கத்தில் பெருஞ்சாணிப் பகுதியில் தன் மனைவிக்கு ஒரு அரண்மனை கட்டிக் கொடுத்திருக்கிறார்.

சுவாதித் திருநாள் 1829 ஏப்ரல் 21 ஆம் நாளில் தன் பெரியம்மா பார்வதியிடம் இருந்து திருவிதாங்கூரின் ஆட்சிப்பொறுப்பை ஏற்றுக்கொண்டார். அப்போது திருவிதாங்கூர் திவானாக வெங்கட ராயர் என்பவர் இருந்தார். அரசருக்குத் தன் ஆங்கில ஆசிரியரான சுப்பராயரை நாட்டின் திவானாக ஆக்க வேண்டும் என்ற ஆசை. கிழக்கிந்தியக் கம்பெனி பிரதிநிதிக்குப் பழைய திவானை நீக்க விருப்பமில்லை. வெங்கடராயர் அரசருக்கு விருப்பமில்லாமல் திவானாக தான் பதவியில் இருப்பது அவ்வளவு நல்லதல்ல என்று எண்ணியதால் தன் பதவியை விட்டு விலகினார். உடனே சுப்பராயர் திவான் ஆனார்.

புதிய திவானான சுப்பராயர் கிழக்கிந்தியக் கம்பெனியின் நல்ல உறவே நாட்டுக்கு நல்லது; நாட்டின் வளர்ச்சிக்கு நல்லது என்று நினைத்தார். கிழக்கிந்தியக் கம்பெனிக்கு விசுவாசமாக இருப்பதாகக் காட்டிக்கொள்வதில் அவர் கூச்சப்படவில்லை. மன்னருக்குக் கூட சாடை மாடையாக அதைச் சொல்லிக்கொண்டார்.

அந்தக் காலத்தில் ஆரல்வாய்மொழியிலும் பூதப்பாண்டியிலும் நாட்டின் பாதுகாப்புக்காக நிறுத்திவைக்கப்பட்டிருந்த திருவிதாங்கூர் படைகளைத் திருவனந்தபுரத்திற்கு அனுப்பிவைக்க வேண்டும் என்ற அரசரின் வேண்டுகோளை நிறைவேற்றினார்.

கம்பெனி அரசிடமிருந்து தோவாளை என்ற ஊருக்கு அருகில் சிறிய கிராமத்தில் இருந்த குதிரை வீரர்களும் குதிரைகளும் திருவனந்தபுரத்திற்குச் செல்லும்படியான உத்தரவு வந்தது. நாகர்கோவிலில் இருந்த கிழக்கிந்தியக் கம்பெனியின் படைகள் திருவனந்தபுரத்திற்கு அழைக்கப்பட்டன.

இதுபோன்ற காரியங்களை நிறைவேற்றுவதில் கம்பெனி அரசுடன் சுவாதித்திருநாளுக்கு இருந்த உறவு சுமுகமாக இருந்தது. இதை வெளிப்படையாகக் காட்டிக்கொண்டார். திருவிதாங்கூரின் ராணுவத்திற்கு நாயர் பட்டாளம் என்று பெயரிடப்பட்டது. ஆங்கில வீரர்களின் பாணியில் நாயர் படைவீரர்களும் சீருடை அணிந்தார்கள்.

1837 ஆம் ஆண்டில் சுப்பராயர் லஞ்ச ஊழல் குற்றம் சாட்டப்பட்டார். அவரை கர்னல் மன்றோவின் மகன் மீ மன்றோ என்பவர் விசாரித்தார். அவர் மீது சாட்டப்பட்ட குற்றம் தெளிவாக இல்லை. அவர் குற்றமற்றவர் என்று தீர்ப்பானது. அதற்குப் பின்பு அவர், பதவியை விடும்படி வற்புறுத்தப்பட்டார். சுப்பராயர் பதவி விலகினார். முன்பு திவானாக இருந்த வெங்கடராயர் மீண்டும் பதவிக்கு வந்தார்.

1840இல் கர்னல் கோலன் என்பவர் திருவிதாங்கூரின் ரெசிடென்டாக வந்தபிறகு சுவாதித்திருநாளின் அமைதி குலைந்தது. கோலனுக்கு வேண்டியவரான கிருஷ்ணராவ் என்னும் ஆந்திராக்காரரைத் திவானாக ஆக்கும் முயற்சி நடந்தது. அதனால் அரசர் அமைதி இழந்தார். அவரது உடல்நிலை பாதித்தது.

கோலனின் எதேச்சதிகார செயலும் திருவிதாங்கூரில் நிலையான நேர்மையான திவான் இல்லாத நிலையும் அரசருக்கு மனநிம்மதியை இல்லாமலாக்கியது. கிழக்கிந்தியக் கம்பெனியைப் பகைத்துக் கொண்டோ திவானை வெறுத்தோ அதிகாரிகளின் உதவியில்லாமலோ செயல்பட்டால் திருவிதாங்கூர் மன்னர் நிம்மதியாக வாழ முடியாது என்ற நிலைக்குத் தள்ளப்பட்டார்..

அவருக்கு வெள்ளைக்கார அரசை வெளிப்படையாக எதிர்க்க முடியவில்லை. பரம்பரை அரச பதவியை விட்டுவிடலாமா என்று அரசர் எண்ணினார். கோலன், மன்னரின் அன்றாட வாழ்விலும் தலையிட ஆரம்பித்தார். இயற்கையிலேயே காது கேட்காத கோலனுடன் மன்னரால் பேச முடியாத அளவுக்கு உடல்நிலை மோசமானது.

சுவாதி அரசபதவியை விடுவது சித்தம் என்று சென்னை கவர்னர் ஜெனரலுக்கு கடிதம் எழுதினார். ஆனால், அரசரின் பெரியம்மா அந்தக் கடிதத்தை அனுப்ப வேண்டாம் என்று தடுத்துவிட்டார். மன்னருக்குப் பத்மநாபனின் வழிபாடும் சடங்கு ஆச்சாரங்களும் அமைதியைக் கொடுத்தன.

மன்னர் அடிக்கடி உபவாசம் இருந்தார். பத்மநாப சுவாமி கோவிலுக்கு நிவந்தங்கள் நிறையக் கொடுத்தார். மன அமைதிக்காக கொல்லம் நகரத்திற்குச் சென்று சில நாட்கள் தங்கினார். கன்னியாகுமரி மாவட்டம் சுசீந்திரம் கோவிலில் இருந்தார். அப்போது நாஞ்சில் நாட்டு மக்கள் அவரைச் சந்திப்பதற்காகப் பெருமளவில் கூடினர். ஆனால் மன்னர் அவர்களைச் சந்திக்க மறுத்துவிட்டார்.

நாஞ்சில் நாட்டு மக்களுக்கு வரி பிடிப்பதிலும் வேறு நிலைகளிலும் கோலன் செய்த அநீதிகளை மக்கள் தன்னிடம் முறையிடு வார்களோ என்று எண்ணிய மன்னர், நாஞ்சில் நாட்டு மக்களைச் சந்திக்க மறுத்துவிட்டார் என்று முதலியார் ஆவணம் கூறுகிறது.

மன்னர், தன்னுடைய பிரச்சினைகளைச் சென்னைக்கு எழுதினார். சென்னை கவர்னர் அதற்குச் செவிசாய்க்கவில்லை. திவான்களின் சூழ்ச்சி, ஊழல், அடிக்கடி அதிகாரிகளின் மாற்றம் தந்தை ராஜராஜ வர்மாவின் இறப்பு, அக்கா ருக்மணி பாயின் 4 வயது குழந்தை இறப்பு இப்படியான பல காரியங்கள் அரசரின் உடம்பை நிலைகுலைய வைத்தன

1846 டிசம்பர் மாதம் மன்னர் மறைந்தார். திருவிதாங்கூரின் இசைக் கலைஞரும் பன்மொழிப் புலவரும் சிறந்த ரசிகருமான ராமவர்மா சுவாதித் திருநாள் அரசர், இரவு உறங்கியவர் அமரராகி விட்டார். மிகக் குறுகிய ஆண்டுகள் 33 வயதே வாழ்ந்தவர். 18 ஆண்டுகள் அரசியல், நிர்வாகம், மொழி, இலக்கியம் ஆகியவற்றுக்குச் சாதித்த சாதனைகளை பட்டியல் போட்டுக் காட்ட முடியாது.

அரசு நிர்வாகத்தில் இருந்த ஊழல்களைக் களைவதற்கு பெருமுயற்சி செய்தார். சில அதிகாரிகளைப் பெரிய அதிகாரிகளையும் எச்சரித்தார். திவானைக்கூட பதவி விலகும்படி செய்தார். நிர்வாக வசதிக்காகக் கொல்லத்தில் இருந்த ஹொசூர் கச்சேரியைத் திருவனந்த புரத்துக்கு மாற்றினார்.

கண்டன் மேனோன் என்பவர் தலைமையில் ஒரு குழு ஏற்படுத்தி, மாவட்டங்களில் உள்ள எல்லா நிலங்களின் வருமானத்தையும் ஒழுங்குசெய்தார். திருவிதாங்கூர் நாட்டிற்கு என்று சிவில், கிரிமினல் சட்டங்களை ஆராய்ந்து தொகுக்கவைத்தார். இந்தச் சட்டங்கள் கோட்டையம் மிஷன் அச்சகத்தில் புத்தக வடிவில் வர மானியம் கொடுத்தார்.

1837 - 1838 ஆம் ஆண்டில் திருவிதாங்கூர் நாட்டில் உள்ள நிலங்கள் எல்லாம் அளக்கப்பட்டன. வரன்முறையோடு அவை நெறிப்படுத்த பட்டன. இதற்காக ஒரு அதிகாரியைத் தனியாக நியமித்தார். நிலம் ஒழுங்காக அளக்கப்பட்டதால் நிலம் தொடர்பான வழக்குகள் விரைவில் முடிக்கப்பட்டன.

1837இல் திருவிதாங்கூர் மக்கள்தொகை கணக்கிடப்பட்டது. அப்போது மக்கள்தொகை மொத்த திருவிதாங்கூரில் 12,80,668 ஆகும். மராமத்து இலாகா என்ற துறை தனியாக செயல்பட ஆரம்பித்தது. இதற்காக ஒருவர் நியமிக்கப்பட்டார்.

பெண் குற்றவாளிகளை மொட்டையடித்தல், ஒழுக்கம் இல்லாதவராகக் கருதப்பட்ட நம்பூதிரி ஆண்கள் சுசீந்திரம் கோவிலில் கைமுக்கு மண்டபத்தில் கொதிக்கும் நெய்யில் கையை விடவேண்டும் என்ற வழக்கம் ஆகியன நிறுத்தப்பட்டன. நாகர்கோவிலில் இலவச மருத்துவமனை ஒன்று கட்ட வேண்டும் என்ற மீட் என்பவரின் வேண்டுகோள் நிறைவேற்றப்பட்டது.

நாகர்கோவிலில் ஆங்கில மொழிப் பள்ளி ஒன்றை நடத்தி வந்த ராபர்ட் என்பவரை திருவனந்தபுரத்திற்கு அழைத்து ஆங்கில மாதிரிப் பள்ளியை நிறுவினார். ஆங்கிலக் கல்வி முறைக்கும் முக்கியத்துவம் கொடுத்தார்.

சுவாதித்திருநாள் என்றதும் கர்நாடக இசைக்கும் மோகினி ஆட்டத்திற்கும் செய்த காரியங்கள் மிகவும் முக்கியமானவை. அவர் அப்போது இந்தியா முழுக்கத் தெரிந்த, குறிப்பாக தஞ்சாவூர் கலைஞர்களுக்குப் புகலிடமாக இருந்தார்.

தஞ்சை வடிவேலு, பொன்னையா, சின்னையா, சிவானந்தம் ஆகிய நான்கு சகோதரர்களும் முத்துசாமி தீட்சிதரின் சீடர்கள். வடிவேலு கர்நாடக சங்கீதத்தில் வல்லவர். பரதநாட்டியத்திற்குப் பதம் பாடியவர். வயலின் என்ற இசைக்கருவியைத் திறமையாக மீட்டியவர்.

வடிவேலு கர்நாடக சங்கீத மேடையில் வயலினை அறிமுகப் படுத்தியவர். இப்படியான பெருமைகளை உடைய இவர் சுவாதித் திருநாளின் அவையிலேயே இருந்தார். அவர் தங்குவதற்கு உரிய எல்லா வசதிகளையும் அரசர் செய்து கொடுத்திருக்கிறார்.

அரசர் வடிவேலுவிற்குக் கொல்லத்தில் செய்யப்பட்ட தந்தத்தால் ஆன வயலின் ஒன்றைப் பரிசளித்து இருக்கிறார். இந்தக் காலகட்டத்தில் வீணை வித்வானாக சுப்புக்குட்டி ஐயா என்பவரும் திருவனந்தபுரத்திற்கு வந்தார்.

புகழ்பெற்ற கர்நாடக இசைக்கலைஞரும் பக்திமானும் ஆகிய தியாகப் பிரம்மம் எனப்படும் தியாகராஜரின் சீடர் கண்ணையா பாகவதர் என்பவர் சுவாதித்திருநாளின் அவையில் தியாகராஜரின் கீர்த்தனைகளைப் பாடி இருக்கிறார். அதைக்கேட்ட சுவாதித் திருநாள் மெய்மறந்து நின்றார். இதுகுறித்த வெள்ளை அதிகாரி ஒருவரின் கடிதம் உண்டு.

ஸ்ரீரங்கத்தில் வாழ்ந்த நாகரத்தினம், தஞ்சை தேவதாசி மங்கம்மா, தஞ்சை கனக மாலை ஆகியோர் சுவாதித்திருநாளின் அவையில் நடனமாடி இருக்கின்றனர். திருச்செந்தூர் ராமநாத மாணிக்கம், தஞ்சை நீலாள் ஆகிய மோகினி ஆட்டக்காரிகள் அரசரிடம் தொடர்ந்து நிறைய பரிசுகள் பெற்றனர்.

தஞ்சை மண்ணிலே பிரபலமாக இருந்த கதாகாலட்சேப வடிவத்தை திருவிதாங்கூரில் அறிமுகப்படுத்தியவர் சுவாதித் திருநாள்தான். தஞ்சை சரபோஜி காலத்தில் வாழ்ந்த மேரு சுவாமிகள் என்பவர் திருவனந்தபுரத்திற்கு வந்தபோது அரசர் எழுதிய குசேலோபாக்கியானம் என்ற நூலை அரங்கேற்றியிருக்கிறார். இது 28 ஸ்லோகங்களைக் கொண்ட 12 பாட்டுக்களை உடையது.

சுவாதித் திருநாளின் கலைப் பின்னணிக்குக் காரணமாயிருந்த வர்களில் கோவிந்த மாரார் (1798 - 1841) என்பவரும் ஒருவர். மூவாற்றுப்புழை அருகே உள்ள ராம மங்கலம் என்னும் கிராமத்தில் பிறந்தவர். செண்டை, இடக்கா இசைக்கருவிகளை அடிக்கும் குடும்பத்தில் பிறந்தவர். ஹரிபாடு ராமசாமி பாகவதரிடம் ஆறு ஆண்டுகள் வாய்ப்பாட்டு படித்தவர்.

அந்தக் காலத்தில் கோவிந்த மாரார் உச்சம், மிதம், மத்திமம் என்னும் சுதியில் பாடுகின்றவர் என்ற பெயரைப் பெற்றவர். ஊர் ஊராய் அலைந்து அனுபவங்களைத் தேடிக்கொண்டவர். ஆன்மீக வாதியும் கூட. இவர் தமிழகத்தில் கோவில்களில் பாடப்பட்ட பல பாடல்களைச் சேகரித்திருக்கிறார். தஞ்சையில் சேஷா ஐயர் என்பவரைச் சந்தித்து சில ஏடுகளைப் பெற்றிருக்கிறார். இறுதிக்காலத்தில் பண்டரிபுரத்தில் வாழ்ந்தார். கோவிந்த மாராரின் பாதிப்பு சுவாதித் திருநாளிடம் நிறைய உண்டு என்று விமர்சகர்கள் கூறுகின்றனர்.

சுவாதித் திருநாள், இசை மும்மூர்த்திகளான தியாகராஜ சுவாமிகள், முத்துசாமி தீட்சதர், சியாமா சாஸ்திரி ஆகிய மூவரின் காலத்தில் வாழ்ந்தவர். தியாகராஜரை தரிசிக்கவும் அவருக்குப் பரிசளிக்கவும் தன் உறவினர்களை அனுப்பியிருக்கிறார் அரசர். இதுபற்றி மதிலகக் குறிப்பில் ஒரு செய்தி உள்ளது.

சுவாதித் திருநாளின் காலத்திற்கு முன்பு திருவிதாங்கூரில் ஷோபன சங்கீதமும் நாட்டார் இசையும்தான் பெரும் அளவில் வழக்கில் இருந்தன. இந்த நிலையில் சுவாதியின் தோற்றம் திருவிதாங்கூர் சங்கீத உலகில் பெரும் மாற்றத்தை உண்டாக்கி இருக்கிறது.

மோகினி ஆட்டம் இப்போது கேரளத்திற்கு உரிய கலையாக உள்ளது. உண்மையில் இதன் பூர்வீகம் தமிழ்நாடு. தஞ்சை தேவதாசிகள் ஆடிய சதுர் ஆட்டமும் கேரள கதகளியும் தான் மோகினி ஆட்டமாக

ஆனது என்கின்றனர். ஒருவகையில் இதற்குக் காரணமாக இருந்தவர் வடிவேலு ஆவார். முக்கியமாக சுவாதித் திருநாளின் தூண்டுதல் மோகினி ஆட்டத்தின் தோற்றத்திற்குக் காரணம் என்றும் கூறலாம்.

சுவாதித் திருநாள் 200-க்கு மேற்பட்ட கீர்த்தனைகள் எழுதியிருக்கிறார். மலையாளத்தில் மட்டுமல்ல இந்தி, தெலுங்கு, சமஸ்கிருதம் ஆகிய மொழிகளிலும் எழுதியிருக்கிறார்,

இவர் எழுதியவை நவரத்தினமாலா, பக்தி மஞ்சரி, அஜாமினோ பாக்கியானம், குசேலோ பாக்கியானம். உற்சவ வர்ணனை, பிரபந்தம் ஆகியன. திருவனந்தபுரம் வரலாறு குறித்த சம்பு வடிவிலும் ஒரு நூல் எழுதியுள்ளார். இவரது கீர்த்தனைகளை சிதம்பர வாத்தியார் என்பவர் தொகுத்துள்ளார்.

'உங்கள் நூலகம்' அக்டோபர் 2022

18. நாகர்கோவிலுக்கு வந்த நோபல் பரிசு பெற்ற கவிஞர்

கன்னியாகுமரி மாவட்டம் 1956 வரை' கேரளத்துடன் இருந்தது. பிரிட்டிஷ் ஆட்சியின் கொடுமை முழுவதும் அறியாதது. இந்த மாவட்டம். அதனால் விடுதலைப் போராட்ட நிகழ்வு அடங்கித்தான் இங்கே நடந்தது. என்றாலும் மகாத்மா காந்தி, சரோஜினி நாயுடு, சி.ஆர்.தாஸ், லாலா லஜபதி ராய் எனச் சில தலைவர்கள் நாகர்கோவிலுக்கு வந்திருக்கின்றனர். மகாத்மா குமரி மண்ணுக்கு நான்கு முறை வந்திருக்கிறார்.

மகாத்மா முதல் முறையாக 1925 மார்ச் மாதம் 28 ஆம் தேதி திருவனந்தபுரம் வழி நாகர்கோவிலுக்கு வந்தார். கன்னியாகுமரியில் பிரிட்டிஷ் ரெசிடென்சி விடுதியில் தங்கினார். அன்று இரவு (29-3-1925) நாகர்கோவிலில் மருத்துவர். எம் இ நாயுடு தலைமையில் பேசினார். அந்தக் கூட்டத்தில் அவரிடம் கிறிஸ்தவக் கல்லூரி சார்பாகவும் நாஞ்சில் நாட்டு விவசாயிகள் சங்கம் சார்பாகவும் பணமுடிப்பு கொடுக்கப்பட்டது.

மகாத்மா இரண்டாவது முறையாக நாகர்கோவில் வந்த பொழுது (1927 அக்டோபர் 8) நகரசபை மைதானத்தில் பேசினார். அப்போதும் ஸ்காட் கிறித்தவக் கல்லூரி சார்பாக மகாத்மாவுக்குப் பாராட்டுப் பத்திரம் கொடுக்கப்பட்டது.

வங்கக் கவிஞர் ரவீந்திரர் 1913 ல் நோபல் பரிசு பெற்ற பின்பு தன் தந்தையின் கனவை நனவாக்க இந்தியா முழுக்க பயணம் செய்தார். அப்போது கேரளத்துக்கு வந்தார். ஸ்ரீ நாராயண குருவைச் சந்தித்தார்.

கேரளத்தில் உள்ள வர்க்கலை என்ற நகரத்திலிருந்து திருவனந்த புரம் வந்த தாகூர், அங்கு ஒரு நாள் தங்கினார். அப்போது தமிழ் அறிஞரும் இசை வல்லுநரும் தணிக்கை அதிகாரியுமான சி.எஸ். லட்சுமண பிள்ளை என்பவரைச் சந்தித்தார். லட்சுமண பிள்ளை தாகூருக்குத் தமிழ்ப் பாடல்கள் சிலவற்றைப் பாடிக் காட்டியிருக்கிறார்.

தாகூர் திருவனந்தபுரத்திலிருந்து நாகர்கோவிலுக்கு வரும் வழியில் பாலராமபுரத்தில் தமிழ் அபிமானிகள் சிலர் வரவேற்பு கொடுத்தனர். தாகூர் நாகர்கோவிலுக்கு 1922 நவம்பர் 12 ஆம் தேதி பகல் மூன்று மணிக்கு வந்தார். இந்தக் காலத்தில் அன்றைய தென் திருவிதாங்கூர் பகுதியில்' (இன்றைய கன்னியாகுமரி மாவட்டம்) காங்கிரஸ் கட்சியின்

தலைவராக இருந்தவர் சிறமடம் என்னும் ஊரைச் சார்ந்த சிவதாணு பிள்ளை என்பவர் ஆவார். இவர் சிறந்த வழக்கறிஞரும்கூட.

நாகர்கோவிலுக்கு தாகூர் வந்தபோது அவருக்கு வயது 61. அவருடன் கிறிஸ்தவ மிஷனரி ஒருவரும் வந்தார். இவர் இங்கிலாந்தில் பிறந்து இந்தியாவில் வாழ்ந்தவர். Charles Freer Andrews *(1890 - 1940)* என்னும் பெயரையுடைய இவரை மகாத்மா தீனபந்து என்று பாராட்டியிருக்கிறார். இவர் கல்கத்தா விஸ்வபாரதி பல்கலைக் கழகத்தில் ஆசிரியராகப் பணியாற்றியவர். இவரைச் சுருக்கமாக C F Andrews என்று சொல்வார்கள். இவர் வைக்கம் சத்தியாக்கிரகத்தில் பங்கு கொண்டிருக்கிறார். வைக்கம் சத்யாகிரகிகள் ஆண்டுரசை தாடிக்காரன் என செல்லமாக அழைத்திருக்கிறார்கள்.

தாகூரும் ஆண்ட்ரசும் வடசேரி அரசு மாளிகையில் தங்கி இருக்கிறார்கள். மாலையில் (12-11 - 1922) நாகர்கோவில் முனிசிபல் மைதானத்தில் தாகூர் பேசினார். அது பொதுமக்களுக்கான கூட்டம். சாதாரண மக்களும் வந்திருந்தனர். தாகூரின் ஆங்கிலப் பேச்சைக் கோட்டாறு அரசுப் பள்ளி (இப்போது கவிமணி பெண்கள் மேல்நிலைப் பள்ளி) தலைமையாசிரியர் குக்காலியா மொழி பெயர்த்தார். தாகூரை நீதிபதி சங்கரப்பிள்ளை அறிமுகப்படுத்திப் பேசினார்.

நாகர்கோவில் ஸ்காட் கிறிஸ்தவக் கல்லூரி முதல்வர் ஈஸ்டாப் என்பவர் தாகூரின் கீதாஞ்சலியிலிருந்து மேற்கோள் காட்டிப் பேசினார். கல்லூரியின் சார்பாக விஸ்வபாரதி பல்கலைக்கழகத்திற்கு ஒரு தொகையும் கொடுத்தார். நாஞ்சில்நாட்டு கிருஷிகர் சங்கத்தினர் (விவசாயிகள் சங்கம்) விஸ்வபாரதி பல்கலைக்கழகத்திற்கு ரூ 850 பணமுடிப்பு கொடுத்தனர். இந்தக் கூட்டத்திற்கு ஏற்பாடு செய்திருந்த வழக்குரைஞர் சிவதாணு பிள்ளை, தாகூரின் கவிதை பற்றியும் அவரது தனிப்பட்ட குணங்கள் பற்றியும் விரிவாப் பேசினார். தாகூரின் ஆங்கிலப் பேச்சைத் தமிழறிஞர் சுந்தரம் பிள்ளை மொழி பெயர்த்தார்.

அடுத்த நாள் (நவம்பர் 13) காலை 10 மணிக்கு தாகூரும் ஆண்ட்ரூசும் ஸ்காட் கிறித்தவக் கல்லூரிக்கு வந்தனர். மாணவர் களிடம் பேசியது மட்டுமல்ல தனிப்பட்ட முறையிலும் உரையாடவும் செய்தனர். படைப்பு மனத்தை உருவாக்கும். இலக்கியக் கல்வி எவ்வளவு முக்கியம், மனித வளர்ச்சிக்குப் படைப்பு மனமும் கனவும் அவசியம் என்றெல்லாம் தாகூர் பேசினார். C E ஆண்ட்ரூஸ் மகாத்மாவின் கொள்கை பற்றி மாணவர்களிடம் விளக்கமாகப் பேசினார்.

தாகூரின் பேச்சைக் கேட்டு வியந்து உரையாடிய மாணவர்களில் ஜி.ராமச்சந்திரனும் ஒருவர். இவர் திருவனந்தபுரம் நெய்யாற்றங்கரை

ஊரைச் சார்த்தவர். இவரது தந்தை கோவிந்தப் பிள்ளை திருவிதாங்கூர் அரசில் உயர் அதிகாரியாக இருந்தார். ஜி.ராமச்சந்திரன் (1904 அக்டோபர் 1995 ஜனவரி) அப்போது இன்டர்மீடியட் வகுப்பில் படித்துகொண்டிருந்தார். ஜி.ஆர் என பொதுவாக அழைக்கப்படும் இராமச்சந்திரன், ஸ்காட் கிறித்தவக் கல்லூரியில் படிக்கும் போதே காங்கிரஸ் இயக்கத்தில் இருந்தார். அப்போதே சென்னையில் மகாத்மாவைச் சந்தித்திருக்கிறார். அவரின் அனுதாபியாக இருந்தார்.

ராமச்சந்திரன் விஸ்வபாரதி பல்கலைக்கழகத்தில் படிக்க விருப்பப்படுகிறேன். எனத் தாகூரிடம் சொல்லியிருக்கிறார். தாகூர் உடனே அதற்குச் சம்மதம் என்று சொல்லிவிட்டார். ஜி.ஆர் படிப்பை பாதியிலேயே விட்டுவிட்டு கல்கத்தா சென்றுவிட்டார்.

விஸ்வபாரதியில் படிப்பு முடித்தபின் அங்கேயே சில நாட்கள் ஆசிரியராகவும் ஜி.ஆர் பணி செய்திருக்கிறார். அப்போது தாகூர் தேசிகோத் மா (சிறந்த ஆசிரியர்) என இவரை அழைத்திருக்கிறார். இவர் சுதந்திரப் போராட்டத்தில் கலந்துகொண்டு சிறையில் இருந்திருக்கிறார். மொத்தம் இவர் ஏழு ஆண்டுகள் சிறையில் இருந்திருக்கிறார். திருவிதாங்கூர் மாநில காங்கிரஸ் கட்சியின் வளர்ச்சிக்குக் காரணமானவர்களில் இவரும் ஒருவர்.

ஜி.ஆர்.சவுந்தரம் என்ற பெண்ணைக் காதலித்து திருமணம் செய்து கொண்டார். இந்தப் பெண் டிவிஎஸ் நிறுவனத் தலைவர் சுந்தரம் ஐயங்காரின் மகள் ஆவார். இவர்களின் திருமணத்தை மகாத்மாவே நடத்தி வைத்திருக்கிறார். இவர் திண்டுக்கல் காந்திகிராம பல்கலைக் கழகத்தை நிறுவியவர். இதன் துணைவேந்தராகவும் ராமச்சந்திரன் இருந்திருக்கிறார்.

மகாத்மா நான்காவது முறையாக கன்னியாகுமரி மாவட்டம் வந்தபோது (14-1-1934) ராஜகுமாரி அமிர்தா கௌர், ஜி.ராமச்சந்திரன் ஆகியோரும் வந்தனர். மகாத்மா அப்போது கன்னியாகுமரியில் தங்கினார். அந்தச் சமயத்தில் ஜி.ஆர் ஸ்காட் கிருத்துவக் கல்லூரியில் பேசினார் (ஜனவரி 15) அந்தப் பேச்சு மகாத்மாவைப் பற்றியது. அவருடைய பொருளாதாரக் கொள்கை எதிர்கால இந்தியாவை எப்படி காப்பாற்றும் என்பதை விளக்கினார். மாணவர்கள் நிறைய கேள்வி கேட்டனர்.

மகாத்மா நான்காம் முறையாகக் கன்னியாகுமரி மாவட்டம் வந்தபோது நெய்யாற்றங்கரையில், ஜி.ஆரின் வீட்டில் தங்கினார். (14-1-1937) ராமச்சந்திரன் 1980-ல் தன் 76 ஆவது வயதில் நெய்யாற்றங்கரையில் தங்கினார். அங்கே ஒரு பள்ளியை ஆரம்பித்தார் அந்தப் பள்ளி இப்போது நன்முறையில் செயல்படுகிறது.

ராமச்சந்திரன் ஒரு முறை (12-6-1986) எழுத்தாளர் சுந்தர ராமசாமியின் வீட்டில் நடந்த காகங்கள் கூட்டத்திற்கு வந்திருந்தார். மகாத்மாவின் பொருளாதார கருத்தை டாக்டர் குமரப்பா எப்படி பார்க்கிறார் என்பதை விளக்கினார். இதன்பிறகு நெய்யாற்றங்கரை பூவாரில் நடந்த மலையாளக் கவிதை வாசிப்புக் கூட்டத்திற்கு எழுத்தாளர் சுந்தர ராமசாமி சென்றபோது நானும் உடன் சென்றிருந்தேன். அந்தக் கூட்டத்திற்கு ஜி ஆரும் வந்திருந்தார்.

அன்று மாலை ஜி.ஆர் தங்கியிருந்த வீட்டிற்கு சுந்தர ராமசாமி யுடன் போனேன். கொஞ்ச நேர பேச்சுக்குப் பின்னர் நாகர்கோவில் பட்டேல் இன்ஸ்டியூட்டில் நிறுவனர் சுந்தரம்பிள்ளை ஜி ஆரை சந்தித்தது பற்றிப் பேசினார். ஜி.ஆர் 1922 ஆம் ஆண்டில் ஸ்காட் கிறிஸ்தவ கல்லூரியில் படித்தபோது நடந்த நிகழ்ச்சிகளைச் சுவராசியமாக சொன்னார். காந்தி கிராம பல்கலைக்கழகம் ஆரம்பித்த ஆண்டில் (1945) தன் மனைவி சவுந்தரத்துடன் ஸ்காட் கிறித்தவக் கல்லூரிக்கு வந்ததையும் மாணவர்களிடம் நீண்டநேரம் பேசியதையும் நினைவுகூர்ந்தார் கொஞ்ச நேரம் மௌனமாக இருந்துவிட்டு, மலையாளத்தில் அந்தக் காலத்து சுகமான ராகங்கள் என்றார்.

நான் அண்மையில் (22-7-2022) திண்டுக்கல் காந்திகிராமம் பல்கலைக்கழக மேலாசிரியர் ஓ.முத்தையாவுடன் நெய்யாற்றங் கரைக்குச் சென்றிருந்தேன். ஜி.ஆர் சமாதியைக் கண்டு வணங்கினேன். ஜி.ஆரின் சீடராக இருந்த சகோதரி மைதிலியுடன் உரையாடியபோது பழைய நினைவுகளைப் பகிர்ந்துகொண்டார்.

நாகர் கோவில், ஸ்காட் கிருத்தவக் கல்லூரிப் பேச்சு 2022 செப்டம்பர் 6

19. தென்குமரியில் முதல் கல்வெட்டு

கன்னியாகுமரி மாவட்டத்தில் முதன் முதலாக கல்வெட்டைக் கண்டுபிடித்தவர் மனோன்மணிய நாடக ஆசிரியர் சுந்தரனார் ஆவார். அவர் மகாராஜா கல்லூரியில் (இப்போது பல்கலைக்கழக கல்லூரி) தத்துவப் பேராசிரியராகப் பணியாற்றியபோது இந்தக் கல்வெட்டைப் பற்றிய தகவலை அறிந்திருக்கிறார். கன்னியாகுமரி மாவட்டம் தோவாளை வட்டம் ஆரல்வாய்மொழி எல்கையில் உள்ள சவுக்கையில் (Cheque Post) பணியாற்றிய ஒருவர் மூலம் இந்தக் கல்வெட்டு அடையாளம் காணப்பட்டது.

ஆரல்வாய்மொழி அப்போது பிரிட்டிஷ் ஆளுகைக்கு உட்பட்ட பாண்டி நாட்டின் எல்லையாக இருந்தது. தென் திருவிதாங்கூரில் கடுக்கரை முதல் கன்னியாகுமரி வரை நீண்ட கல் கோட்டை உண்டு. இதன் நுழைவாயில் பகுதியில்தான் ஆரல்வாய்மொழி உள்ளது. இப்பகுதி கரைக்கோட்டை என அழைக்கப்பட்டது. இந்தப் பகுதியில்தான் கன்னியாகுமரி மாவட்டத்தின் பழமையான கல்வெட்டு கிடைத்தது.

பேராசிரியர் சுந்தரனார் இந்த கல்வெட்டைப் படி எடுப்பதற்கு இலங்கையைச் சேர்ந்த கணேசபிள்ளை என்பவரை அனுப்பி யிருக்கிறார். இது 1885 ஆம் ஆண்டில் நடந்திருக்கலாம். அவர் இக்கல்வெட்டைப் படி எடுத்தார். கல்வெட்டு பொறிக்கப்பட்ட கல் பாதுகாப்பு இல்லாத இடத்தில் இருந்ததால், அதை திருவனந்தபுரம் அருங்காட்சியகத்திற்குக் கொண்டுசெல்லலாம் என்று பண்டித கணேசபிள்ளை சுந்தரம் பிள்ளையிடம் சொல்லியிருக்கிறார். அவரும் தன் தனிச் செல்வாக்கால் கல்வெட்டைத் திருவனந்தபுரத்திற்குச் கொண்டு சென்றார். அப்போது அதை முழுக்கப் படித்து பெயர்த்து இருக்கிறார்.

தனிக் கல்லில் உள்ள இக்கல்வெட்டின் மேல்பகுதியில் வில்லேந்திய நேர் பார்வையுடைய வீரனின் புடைப்புச் சிற்பம் உள்ளது: இந்தக் கல் 60 சென்டிமீட்டர் உயரமும் 15 சென்டி மீட்டர் அகலமும் கொண்டது. இதில் 18 வரிகள் உள்ளன. கல்வெட்டு வாசகங்களைச் சுற்றி எல்லைக்கோடு உண்டு. இக்கல்வெட்டு 1200 ஆண்டுகளுக்கு முற்பட்டதாயினும் நன்கு பேணப்பட்டுள்ளது. இந்தக் கல்வெட்டு இப்போது பத்மநாபபுரம் (கல்குளம் வட்டம்) அரண்மனை அருங்காட்சியகத்தில் பாதுகாப்பாக உள்ளது.

இது கன்னியாகுமரி மாவட்டத்தில் கிடைத்துள்ள கல்வெட்டுக் களில் மிகப் பழமையான கல்வெட்டு. கிபி 792 ஆம் ஆண்டில்

பொறிக்கப்பட்ட இக் கல்வெட்டு முற்காலப் பாண்டியனான மாறன் சடையனின் இருபத்தி ஏழாம் ஆட்சியாண்டில் வெட்டப்பட்டது. வட்டெழுத்து வடிவம். மொழி தமிழ். இக் கல்வெட்டு மிக முக்கியமானது என்று வரலாற்றாசிரியர்கள் கூறுகின்றனர் (T.A.S.Vol I P *232, கன்னியாகுமரி, கல்வெட்டுத் தொகுதி எண் 6 வரிசை எண் 543)*

சடையன் என்னும் முற்காலப் பாண்டியனின் படைத் தலைவர்களில் ஒருவரான ரண கீர்த்தி என்பவன் சேரர் படையுடன் போரிட்டு மரணமடைந்த செய்தியை இக்கல்வெட்டு கூறுகிறது. சேரனின் படை கரைக் கோட்டையை அழிக்க விழிஞத்திலிருந்து புறப்பட்டு வந்தபோது போர் நடந்தது.

பாண்டிய அரசனின் தானக்காரர்களான பெருமானடிகளுள் இரண கீர்த்தி முக்கியமானவன். பாண்டியனிடம் அன்புமீக் கொண்டவன். ஒருவகையில் வேளக்காரப் படை வீரனைப் போன்றவன் இவன் என்றும் கூறலாம். பெருமாள் அடிகள் என்பது மன்னனுக்கு வேண்டியவர்களில் உயர்ந்த தானம் உடையவன் என்று பொருள் கொள்ளலாம்.

இக்கல்வெட்டு ஒற்றை உள்வீட்டு சேவகரின் துணையுடன் கரைக் கோட்டையை (ஆரல்வாய்மொழி பகுதி) அழிவு செய்ததாகக் குறிப்பிடுகிறது. உள்வீட்டு வீரர்களின் மேல் அம்பு பாய்ந்ததையும் தொழுவூர் கூற்றம் பெருமூர் வீரர்கள் பாதிக்கப்பட்டதையும் கூறுகிறது.

இந்தக் கல்வெட்டின் வட்டெழுத்து வடிவம் மதுரை அருங் காட்சியகத்தில் உள்ள மாறன் சடையனின் திருப்பரங்குன்றம் கல்வெட்டை ஒத்துக் காணப்படுகிறது. எனவே இரண்டும் கி.பி. எட்டாம் நூற்றாண்டில் வெட்டப்பட்டது என்று ஊகிக்கின்றனர்.

இக்கல்வெட்டு எழுத்துக்கள் நேரான அமைப்புடனும் சில சாய்ந்த நிலையிலும் உள்ளன. இதில் உள்ள ஆய் என்ற எழுத்து வடிவம் பழமையானது. இது அரை வட்டம் போல் உள்ளது 'யா' புது வடிவம் ஒரு கால கட்டத்தில் வருகிறது. உள்வீட்டு சேவகன் என்ற வரி பழைய வட்டெழுத்து அமைப்புடையது. இந்த கல்வெட்டின், வடிவமும் சொற்றொடர் வடிவமைப்பும் பழைய வட்டெழுத்து என்கிறார் கோபிநாதராவ்.

இக்கல்வெட்டை பதிப்பித்த கோபிநாதராவோ தமிழகத் தொல்லியல் துறையினரோ குறிப்பிடும் பாண்டியன் யார் என்பதைக் குறிப்பிட்டுக் கூறவில்லை. கவிமணியின் நூல்வடிவில் வராத கட்டுரை ஒன்று முற்காலப் பாண்டியன் ஒருவனின் வாரிசான வரகுணனாக இருக்கலாம் என்று கூறும்.

20. சுசீந்திரம் ஊர் திருவாவடுதுறை ஆதீனச்செப்பேடு

சுசீந்திரம் திருவாவடுதுறை ஆதீன மடத்தின் பழைய நூல் நிலையத்தில் தட்சிணாமூர்த்தி பற்றிய ஒரு நூலைத் தேடிப்போன போது தான் சுசீந்திரம் திருவாவடுதுறை ஆதீன மடம் செப்பேட்டின் பழைய கையெழுத்துப் பிரதியைப் பார்த்தேன். அதைத் திருவாவடு துறை மடத்திலிருந்து பதிவு செய்தவர் வித்துவான் குமரேச பிள்ளை என்ற பெயரும் அதிலிருந்தது.

அப்போது சுசீந்திரம் மடத்தின் மேலாளராக இருந்த கிருஷ்ணபிள்ளை என்பவரைத் தனிப்பட்ட முறையில் அறிவேன். அவர் அந்த ஆதீனம் பற்றிய பழைய விஷயங்களை எல்லாம் கையெழுத்துப் பிரதியில் எழுதி வைத்திருந்ததாகக் கேள்விப்பட்டேன் இப்போது அந்த ஆவணங்கள் எதுவும் இல்லை என்றார்.

சுசீந்திரம் ஊரில் சைவ சமயப் பிரச்சாரராக இருந்த கந்தசாமிப் பிள்ளை பள்ளி ஆசிரியராக இருந்து ஓய்வு பெற்ற தமிழறிஞர், வித்துவான் குமரேச பிள்ளை. ஆகிய இருவரிடம் திருவாவடுதுறை ஆதீன செப்பேடு பற்றி கேட்கலாம் என்றும் கிருஷ்ணமூர்த்தி சொன்னார். குமரேச பிள்ளை சதாவதானி செய்குத்தம்பி பாவலரின் மாணவர். நான் அவரைச் சந்தித்தபோது நான் கேட்ட விஷயத்தை விட்டுவிட்டு பாவலரைப் பற்றியே பேசிக்கொண்டிருந்தார் என்றாலும் கொஞ்சம் செய்தி கிடைத்தது.

இது நடந்து பத்து ஆண்டுகள் கழித்து சிதம்பரம் தொல்லியல் அதிகாரி கிருஷ்ணமூர்த்தியைத் தஞ்சைத் தொல்லியல் கழகக் கருத்தரங்கில் சந்தித்தேன். பேச்சுவாக்கில் நான் பார்த்த செப்பேட்டின் பிரதியைப் பற்றி சொன்னேன். அவர் அது பற்றி சிறு கட்டுரை எழுதியிருப்பதாகச் சொன்னார். மூலச் செப்பேடு திருவாவடுதுறை ஆதீனத்தில் இருப்பதாகவும் நீங்கள் உங்கள் பார்வையில் விரிவாக எழுதலாம் என்றும் சொன்னார். அவரும் சில செய்திகளைச் சொன்னார்.

1

நீண்ட கைப்பிடியுடன் கூடிய இந்தச் செப்பேடு நீள் சதுரத்தில் அமைந்தது. முதல் பக்கத்தில் 22 வரிகள். இரண்டாம் பக்கம் 19 வரிகள். ஆக 49 வரிகள். வேலைப்பாடு இல்லாத செப்பேடு என்றார் கிருஷ்ண மூர்த்தி. இவர் சுசீந்திரம் திருவாவடுதுறை ஆதீனத்தில் ஆரம்ப காலத்திலேயே இருந்தது என்றும் அது பற்றிய செய்திகள் அவர்கள் வெளியிட்ட பழைய மலர் ஒன்றில் இருந்ததாகவும் கூறினார்.

இந்த செப்பேடு பற்றி இன்னும் எழுதலாம் என்று எனக்குப் தோன்றியது. வேணாட்டு அரசர்கள் ஆண்ட மலையாள தேசத்தில் சைவத்தையும் தமிழையும் கொண்டாடிய ஆதீனம் எந்தப் பிரச்சினையும் இன்றி செயல்படுவதற்குரிய சூழல் இருந்தது. முக்கியம் என்று கிருஷ்ணமூர்த்தி சொன்னார். அந்தச் செப்பேட்டை மீண்டும் படித்த போது சைவ சித்தாந்தத்தை முறைப்படியாகக் கற்றுத் தேறிய உரை எழுதியவர்கள் மலையாளப் பின்னணியுள்ள ஒரு ஊரில் இருந்தார்கள்; அவர்கள் இருந்த அந்த மடம் தமிழை வளர்த்தது என்பது வியப்பிற்குரிய விஷயமாகத் தோன்றியது.

நாஞ்சில் நாட்டில் திருவாவடுதுறை ஆதீன மடங்கள் ஆரல்வாய்மொழி, தாழக்குடி, தேரூர், பறக்கை, சுசீந்திரம், பீமநகரி என்னும் ஊர்களில் இருந்தன. அந்த மடங்களுக்குத் தலைமை இடமாக சுசீந்திரம் இருந்தது. நாஞ்சில் நாட்டில் மலையாளப் பின்னணி முழுதுமாய்க் கொண்ட ஒரு கிராமம் சுசீந்திரம், இங்கு உள்ள கோவில் நிர்வாகம் அதற்கு ஒரு காரணமாக இருந்திருக்கலாம். இங்கு நாயர் சமூகத்தினர் பெருமளவு இருந்தது ஒரு காரணம். அந்த ஊரில் உள்ள பள்ளிக்கூடம் ஒன்று மலையாளப் பள்ளிக்கூடம் என்று அழைக்கப் பட்டது. இன்னொரு பெரிய பள்ளிக்கூடத்தில் மலையாளம் வழி அறிவியல், வரலாறு போன்ற பாடங்கள் 70கள் இறுதிவரை கற்பிக்கப்பட்டன. இப்படியான ஒரு ஊரில் மடம் உருவானதன் பின்னணி இந்தச் செப்பேட்டில் கொஞ்சம் வெளிப்படுகிறது.

சுசீந்திரம் செப்பேட்டின் காலம் மிகத் தெளிவாகக் குறிக்கப்பட்டுள்ளது. விருச்சகத்தில் வியாழம் நின்ற கொல்லம் 826 ஆம் ஆண்டு பங்குனி 23 ஆம் தேதி பூர்வ பட்சத்துத் திசமியும் வெள்ளியாட்சையும் திரிதி நித்தியரோகமும் பூசமும் ஆனைக் காணமும் பெற்ற நாள் என முதல் இரண்டு வரிகளில் குறிக்கப்படுகிறது. கொல்லம் என்பது மலையாள ஆண்டு. இங்கு குறிக்கப்படும் பொ.ஆ 1651 பங்குனி 23 ஆம் தேதி (மார்ச் 21, வெள்ளியாட்சை என்பது வெள்ளிக்கிழமையைக் குறிக்கும்.

இது, தானம் தொடர்பான செப்பேடு. தானம் பெற்றவர் திருவாவடுதுறை அம்பலவாண பண்டார சன்னதி ஆவார். தானம் கொடுத்தவர் சொக்கலிங்க நாயக்கர். இந்தச் செப்பேட்டின் செய்திகள் வருமாறு.

வடமங்கலத்து முதலி நாயக்கர் சின்ன சொக்கலிங்க நாயக்கர் மடம், ஆதீனத்திற்கு. தன்ம சாதன பட்டயம் வழங்கியுள்ளது. ஏற்கனவே ஆதீனத்திற்குச் சொந்தமான ஒரு நிலத்தை ஒற்றி வைத்துள்ளனர். அந்த சேரா ஒற்றி மூல ஆவணத்தைச் சுசீந்திரம் மடத்து (அதிகாரி) தானவன் சாத்தனிடம் கொடுத்துள்ளனர்.

அதோடு ஆதீனத்துக்குச் சொந்தமான மனையில் ஒரு மடம் கட்டி பிச்சா தேவருக்கு (நமசிவாய மூர்த்தி) கோவிலும் கட்டினார்கள். இதன் பின்னே தோட்டமும் உண்டு. இவற்றையெல்லாம் சொக்கலிங்க நாயக்கர் அம்பலவாண பண்டார சன்னதிக்குத் தானமாக வழங்கியுள்ளார். இது நடந்தது பொ.ஆ 1622 ஆம் ஆண்டில்.

மடத்தில் உள்ள அடியவர்களுக்காக நிலங்கள் கொடுக்கப் பட்டன. இந்த வயல்களும் தோட்டங்களும் அனும நல்லூர் (அருமநல்லூர்) குசத்தியறை (குறத்தியறை) பஞ்சவன் காட்டு விளை (பார்வதிபுரம்) தேரூர் (சுசீந்திரம் அருகே உள்ள ஊர்) உதிரப்பட்டி (நாகர்கோவில் ரயில் நிலையத்தை அடுத்த குக்குராமம்) கோட்டாறு (நாகர்கோவிலில் ஒரு பகுதி) பஞ்சவன் காடு, (கோட்டாற்றின் ஒரு பகுதியாக இருந்தது) நம்பி சாத்தன் கோயில் குளம் ஆகிய இடங்களில் இருந்தன. இந்த இடங்களில் பசு மேய்வதற்காகத் தனி இடங்கள் ஒதுக்கப்பட்டிருந்தன. மடத்துப் பணியாளர்களான ஆண்டிச்சி, உமைய நாச்சியார், நாராயணி, மெக்கி, அம்மையடியாள் ஆகியோருக்கும் நிலம் கொடுக்கப்பட்டு இருந்தது.

நிலங்கள் மட்டுமல்ல பசுக்களும் இவற்றை மேய்க்கும் இடையரும் தானமாக கொடுக்கப்பட்டிருந்தனர். இந்த இடையர்கள் அடிமைகள் அல்லர்.

சுசீந்திரம் தாணுமாலய சுவாமியின் மகேஸ்வர பூசை அபிஷேகச் செலவை, திருவாவடுதுறை ஆதீனம் மடமே கொடுக்க வேண்டும். மண்டகப்படி நடத்தும் பொறுப்பும் ஆதீனத்துக்குத்தான். இதற்கான சொத்துக்களை அம்பலவான பண்டார சன்னதிக்குத் தன்மதானம் பிரமாணமாக செய்யப்பட்டுள்ளது. இவற்றை சீடர் பரம்பரையாகச் செய்ய வேண்டும். இந்தச் செய்திகள் எல்லாம் செப்பேட்டின் முதல் பக்கத்தில் உள்ளன.

இரண்டாம் பக்கத்தில் உள்ள பத்தொன்பது வரிகளில் பிரமாணம் செய்தவர், தானம் கொடுத்தவர், வாங்கியவர், பிரமாணம் எழுதியவர் ஆகியோர் குறித்த செய்திகள் உள்ளன.

தாணுமாலயன் கோவில் திருவிழாவில் ஆதீனம் திருக்கண் சாத்து நடத்த வேண்டும். மதுரை நாயக்கர் அரண்மனை சார்பாக வடமலையப்பபிள்ளை நாராயணப் பல்லன் மூலம் ரூபாய் 5000 பணம் வழங்கியுள்ளார். இந்தப் பணத்தை ஆதீனப் பண்டார சன்னதிகளில் ஒருவரான மவுனல் பண்டாரம் வாங்கியுள்ளார். ஏற்கனவே சேரா ஒற்றி வைக்கப்பட்ட ஆதீன நிலத்தை மீட்டுத் தருவதாகவும் தானம் கொடுத்தவர்கள் வாக்களித்துள்ளனர். பத்திரத்தில் முதலி நாயக்கர் சின்ன சொக்கலிங்க நாயக்கர் (வடமண்டல அதிகாரி) ஒப்பமிட்டுள்ளார். நாஞ்சில் நாட்டு சுசீந்திரம் ஆண்டார் என்பவர் இந்த செப்பேட்டை பிரதி செய்து எழுதியுள்ளார்.

2

கன்னியாகுமரி மாவட்டத்தில் திருவாவடுதுறை ஆதீனத்துக்குச் சொந்தமான மடங்கள் சுசீந்திரத்தில் மட்டுமல்ல பறக்கை, தாழக்குடி, தேரூர் ஆரல்வாய்மொழி ஆகிய இடங்களிலும் உள்ளன. இந்த மடங்கள் சைவம் தமிழ் இரண்டையும் வளர்க்கும் பொறுப்பை முறையாகச் செய்து வந்தன. தேரூர் பாணந்திட்டு மடத்தில் இருந்த சாந்தலிங்கத் தம்புரான் என்பவரிடம் கவிமணி தேசிக நாயகம் பிள்ளை தமிழ் கற்று இருக்கிறார்.

அப்போது தேரூர் தொடக்கப்பள்ளியில் மலையாளமே முதல் மொழியாகக் கற்பிக்கப்பட்டது. கவிமணியும் ஆரம்பத்தில் மலையாளம் தான் படித்திருக்கிறார். தேரூர் ஆதீனத்தம்புரான் ஆன சாந்தலிங்கத் தம்பிரான் என்பவரே கவிமணிக்குத் தமிழ் இலக்கண இலக்கங்களைக் கற்பித்து இருக்கிறார். இது பெரும்பாலும் 1896--1900 ஆண்டுகளில் இருக்கலாம்.

ஆரல்வாய்மொழி. அகலிகை ஊற்று தெப்பக்குளம் மேற்கு வடக்குப் பகுதியில் திருவாவடுதுறை மடம் இருந்தது. சில கல்வெட்டுகளும் இங்கு உண்டு. மடத்தை ஒட்டி நல்ல விநாயகர் கோவில் உள்ளது. அகலிகை ஊற்று கல்வெட்டு மலையாள வருஷம் 872ல் (பொ ஆ 1697) நிவந்தம் கொடுத்ததாகக் குறிப்பிடுகிறது. இதனால் இந்த மடம் சுசீந்திரம் மடம் கட்டிய பின்பு 70 ஆண்டுகள் கழித்துக் கட்டப்பட்டிருக்கலாம்.

இந்த மடத்தில் 1940 ஆம் ஆண்டில்கூட மெய்கண்ட சாத்திர ஏடுகள் இருந்தன. நான் 1973-ல் ஆரல்வாய்மொழி அண்ணா கல்லூரியில் வேலைக்குச் சேர்ந்த ஆரம்பத்தில், இந்த மடத்திற்கு ஒரு முறை போனேன். சில ஓலைச்சுவடிகள் அங்கிருந்தன. எண்பதுகளில் நான் அங்கு போனபோது தேவார திருவாசக புத்தகங்கள் மட்டுமே இருந்தன. ஓலைச்சுவடிகள் செல்லரித்துப் போனதாகவும் அப்புறப் படுத்தப்பட்டதாகவும் அறிந்தேன். இந்த மடத்தில் 19ஆம் நூற்றாண்டில் இருந்த தம்பிரான் ஒருவர் நாஞ்சில் நாட்டில் சிலருக்கு ஞான தீட்சை கொடுத்திருக்கிறார்.

தாழக்குடி ஆதீன மடத்தில் பழைய இலக்கிய சைவ சித்தாந்த ஏடுகளைப் பார்த்ததாகப் பத்மநாப பிள்ளை என்பவர் எழுதி இருக்கிறார். இந்த ஊரில் உள்ள சிவன் கோயிலுக்குத் தாழக்குடி மடத்தின் மண்டகப்படியும் உண்டு.

பறக்கை ஆதீனம் இடத்தில் 19ஆம் நூற்றாண்டு பாதியில் தம்பிரான்கள் இருந்ததற்குச் சான்று உண்டு. 1976 வரை இங்கே தம்பீ ரான்கள் இருந்தனர். கடைசியாக, ஞானசம்பந்தத் தம்பிரான் இருந்தார். இந்த மடத்தில் இருந்த முருகலிங்கத் தம்புரான் (1956-1970) சைவ சித்தாந்த சாத்திரம் நன்கு அறிந்தவர். ஜோதிடம், வைத்தியம் தெரியும். பறக்கை ஆதீனம் மடத்தின் எதிரே என் வீடு இருந்தது.

நான் 1960-70 வரை இந்த மடத்தில் இருந்தே படித்தேன். முருகலிங்கத் தம்புரானிடம் சைவ சித்தாந்தம் யாப்பெருங்கலக்காரிகை தண்டியலங் காரம் போன்றவற்றையும் படித்தேன்.

3

1956 வரை கேரளத்தின் ஒரு பகுதியாக இருந்த நாஞ்சில் நாட்டில் சைவத்தையும் தமிழையும் வளர்த்த பங்கு ஆதீனங்களுக்கு உண்டு. திருநெல்வேலி மாவட்டத்திற்கு இது மிகவும் பொருந்தும். இதற்கெல்லாம் ஒரு பின்னணி உண்டு. மதுரை நாயக்க மன்னர்களில் முத்து கிருஷ்ணப்ப நாயக்கர் (1601- 1609) முத்து வீரப்ப நாயக்கர் (1609-1623) திருமலை நாயக்கர் (1623- 1659) ஆகியோர் காலங்களில் உயர் ஜாதியினராகக் கருதப்பட்ட மக்களை கிறிஸ்தவ சமயத்திற்கு மாற்றும் முயற்சி நடந்தது. முக்கியமாக தத்துவ போதகர் என்று அழைக்கப்பட்ட ராபர்ட் டி நொபிலி (1577 - 1656) தன்னை இந்தியத் துறவி போல ஒப்பனை செய்துகொண்டு பிரச்சாரம் செய்தார். இவருக்கு எதிர்ப்பு பெரிய அளவில் இல்லை என்றாலும் சேதுபதி மன்னர்கள் இவரை ஒப்புக்கொள்ளவில்லை.

இந்தக் காலகட்டத்தில் நாயக்க மன்னர்களின் உறவினர்கள் சிலர் மக்களிடம் சைவ சமய விழிப்புணர்வை ஏற்படுத்த ஆர்வம் காட்டினர். அவர்களில் முத்து வீரப்ப நாயக்கனின் ஒன்றுவிட்ட தம்பி செவ்வந்தி நாயக்கர் முக்கியமானவர். இவர் தென் மாவட்டங்களில் எட்டு சைவமடங்களை ஏற்படுத்தினார். இப்படியாக ஏற்படுத்தப்பட்ட மடங்களில் ஒன்றுதான் சுசீந்திரம் திருவாவடுதுறை மடம்.

தமிழகத்து சைவ மடங்களில் புகழ் பெற்றதும் தமிழ் மொழிக்குப் பெரும் பங்காற்றியதுமான திருவாவடுதுறை மடம், மயிலாடுதுறை மாவட்டம் குற்றாலம் வட்டம் திருவாலங்காட்டுக்கு அருகே உள்ளது: திருவாவடுதுறை ஊரில் உள்ள மடம் நமச்சிவாய மூர்த்தியால் 14ஆம் நூற்றாண்டில் ஆரம்பிக்கப்பட்டது என்கின்றனர்.

நமச்சிவாய மூர்த்தி சிவப்பிரகாசரிடம் தீட்சை பெற்றவர். உமாபதி சிவாச்சாரியாரிடம் உபதேசம் பெற்றவர். இந்த மடத்திற்கு 50க்கும் மேற்பட்ட கிளை மடங்கள் உள்ளன. இந்த மடத்துக்கு சொந்தமாக 75 கோவில்கள் உள்ளன. திருவாவடுதுறை மடங்களிலே பழமையானதும் பாரம்பரியம் மிக்கதுமான மடங்களில் ஒன்று சுசீந்திர மடம்.

4

சுசீந்திரம் கோவில் நிர்வாகத்துடன் தொடர்புடைய யோகக் காரர்களின் மடங்களைப் போல் திருவாவடுதுறை மடமும் முக்கியமானதாகக் கருதப்பட்டது. 17 ஆம் நூற்றாண்டில் மலையாள நம்பூதிரிகளின் 'நிர்வாகத்தின் கீழ் இருந்த' சுசீந்திரம் தாணுமாலயன்

கோவிலில் தமிழ் சைவம் இரண்டிற்கும் மரியாதை இருந்திருக்கிறது என்கிறார். கே.கே. பிள்ளை. தாணுமாலயன் கோவில் திருவிழாவில் ஞானசம்பந்தர் பால் குடிக்கும் காட்சி, சமணர்களைக் கழுவேற்றிய காட்சி ஆகியன 1940 வரை நாடகமாக நடிக்கப்பட்டது. இது தொடர்பான சடங்குகளை மலையாள நம்பூதிரிகளே நடத்தினர்.

முத்து வீரப்ப நாயக்கன் காலத்தில் அவரது தம்பி செவந்தியப்ப நாயக்கர் ஆரம்பித்த சுசீந்திர மடம் இப்போதும் ஊர் மக்களால் நாயக்கர் மடம் என்று அழைக்கப்படுகிறது. 1621 - 1651 ஆம் ஆண்டுகளில் இரண்டு காலகட்டங்களில் இங்கு கட்டுமான வேலை நடந்திருக்கிறது.

சுசீந்திர மடம் கோவில் தெப்பக்குளத்திற்கு வடக்கு பார்த்து உள்ளது. ஊரில் நாயக்கமடம் என்று பொதுவாக அழைக்கப்படும் இந்த மடம் இரண்டு பகுதிகளைக் கொண்டது. தெப்பக்குளத்தின் வடக்கு மேற்கு பகுதியில் இருப்பது மூலமடம். அதை அடுத்து முன்னூற்று நங்கை கோவிலைத் தொட்டு இருப்பது அலுவலகம். இது புது மடம் எனப்படுகிறது.

நாயக்கர் மடம் எனப்படும் முக்கிய மடம் முகமண்டபம், விநாயகர் கோவில், அலங்கார மண்டபம், பின் மண்டபம் பந்திக்கட்டு, மடப்பள்ளி என்னும் அமைப்பை உடையது. முன் மண்டபம் கிழக்கு மேற்காக. அமைந்தது. இந்த மண்டபத்தில் உள்ள தூண்களில் சிற்பங்கள் உள்ளன. இவை முத்து வீரப்ப நாயக்கர் செவந்தியப்ப நாயக்கர் இவர்களின் உறவினர்களின் சிற்பங்கள் என்று சொல்கின்றனர்.

இந்த மண்டபத்தின் மேற்கில் கிழக்குப் பார்த்து விநாயகர் இருக்கிறார். இந்தக் கோவிலின் மேற்கு இருப்பது அலங்காரம் மண்டபம். இதில் 16 தூண்கள் உள்ளன. இந்த மண்டப வாசலில் கஜலட்சுமி சிற்பம் உள்ளது. இந்த மண்டபத்தை அடுத்து ஒரு மண்டபமும் பந்திக்கட்டும் (சாப்பாட்டு அறை) மடப்பள்ளியும் (சமையலறை) உள்ளன.

அலங்கார மண்டபத்தில் உள்ள தூண்களில் ஆதீன சன்னி தானங்களின் சிற்பங்கள் உள்ளன. இங்கே நடராஜர் சிவகாமி அம்மன், நமச்சிவாய மூர்த்தி ஆகியோரின் படிமங்கள் உள்ளன. இந்த நாயக்க மடத்தை அடுத்து இருப்பது புதுமடம் எனப்படுகிறது. இது நிர்வாக அலுவலகம். இது சிறிய மடம்.

செப்பேட்டின்படி முதல் மடம் உருத்திர. கோடி தேசிகர் காலத்தில் முத்து வீரப்ப நாயக்கரின் கொடையால் கட்டப் பட்டிருக்க வேண்டும் (1622). புதுமடம் ஆன நிர்வாக மடம் முதலி நாயக்கர் சின்ன சொக்கலிங்க காலத்தில் (1651) கட்டப்பட்டிருக்க வேண்டும்.

திருவாவடுதுறை குருமகா சன்னிதானங்களாக இருந்த குமாரசுவாமி தேசிகர் (1622- 1625) மாசிலாமணி தேசிகர் (1625- 1658) ராமலிங்க தேசிகர் (1658-1678) ஆகியோர் சுசீந்திர மடத்தில் சில காலம் இருந்திருக்கின்றனர். திருவாவடுதுறை எட்டாவது ஞானத் தேசிகரான மாசிலாமணி தேசிகர் சுசீந்திர மடத்தில் இளைய பட்டம் ஆக இருந்திருக்கிறார்.

சுசீந்திரம் கோவிலுக்கும் சுசீந்திரம் ஆதீன மடத்திற்கும் உள்ள உறவு 400 ஆண்டுகளாகத் தொடர்கிறது. சுசீந்திரம் கோவில் நாடக சாலையின் முன்பகுதி வடக்குப் புறம் உள்ள தூணில் இருப்பது திருவாவடுதுறை மடத்துத் தம்பிரான் என்பது மரபுவழிச் செய்தி. இது போலவே கோவில் கோபுரம் மாடியில், சுவரில் ஆதீனம் சன்னிதானங்களின் ஓவியங்கள் உள்ளன.

சுசீந்திரம் கோவில் சித்திரைத் திருவிழாவிலும் மார்கழித் திருவிழாவிலும் நாலாம் விழா மண்டகப்படி ஆதீனத்தின் கொடையில் நடக்கிறது. இந்த விழாவில் விழாப் படிய இறைவன் வலம் வருகிறார். இதற்கு மடத்தில் வைத்தே அபிஷேகம் நடக்கும். பின்னர் அலங்காரம் முடிந்த பிறகு சுவாமி கோவிலில் உள்ள பரங்கி நாற்காலியில் உலா வருவார். செப்பேட்டில் நாலாம் விழா சிறப்பு என்று குறிப்பிடுவது இந்த நிகழ்ச்சியைத்தான்.

செப்பேட்டில் குறிப்பிடப்படும் வடமலையப்ப பிள்ளை என்பவர் திருமலை நாயக்கர் காலத்தில் திருநெல்வேலி பகுதியில் வரிவசூலிக்கும் பொறுப்பில் இருந்தார். இறையூர் வடமலை நாரணகுடை வடமலையப்ப பிள்ளை ஸ்ரீரங்கம் அருகே உள்ள இறையூர் ஊரினர். சிறந்த சிவ பக்தர். தமிழ்ப் புலவர்; மச்ச புராணத்தை வடமொழியில் இருந்து தமிழில் மொழிபெயர்த்திருக்கிறார். முக்கூடற்பள்ளு என்னும் சிற்றிலக்கியம். இவருக்குச் சமர்ப்பிக்கப்பட்டிருக்கிறது.

★ ★ ★

21. கொடிக்காலும் கொண்டிச்சாமியும்

கொண்டிச்சாமி என்னும் பெயரை சுப்பையாராவ் (1910 - 1999) வழியாகத்தான் முதலில் அறிந்தேன். தோல்பாவைக் கூத்துக் கலைஞரான சுப்பையா ராவ் கொண்டிச்சாமி பற்றி குறைவான செய்திகளையே சொன்னார். அவரது இயற்பெயர்கூட தெரியாது என்றார்.

ஒரு வகையில் கொண்டி என்பது அவரது பட்டப்பெயர்தான். அவர் நெற்றியில் 'U' வடிவ நாமம் போட்டிருப்பார். அன்றைய தென் திருவிதாங்கூர் மக்களுக்கு அந்த நாமம் வைணவ அடையாளம் என்று தெரியாது. அந்த நாமம் கொண்டி போல் இருந்ததால் அவர் கொண்டிச்சாமி ஆகிவிட்டார்.

தமிழ் லெக்சிகனில் கொண்டி என்பதற்கு பத்துக்கு மேற்பட்ட பொருள்கள் உள்ளன. இரும்பாலான கொக்கி, சங்கிலிக்கண்ணி என்பது வட்டார வழக்கு. கிரியா அகராதிகூட இதைக் கூறும். இச்சொல் இப்போதும் நாஞ்சில் நாட்டில் வழக்கில் உள்ளது. கொண்டிச்சாமி அறியப்பட்டதும் இப்படித்தான்.

இவர் யார்? எதற்கு வந்தார்? எங்கிருந்து வந்தார்? என்பதெல்லாம் சுப்பையாராவுக்குத் தெரியாது. அப்பா கோபாலராவின் நண்பர் என்ற முறையில் கொண்டியை அறிவார். ஈத்தாமொழி ஊரில் கொஞ்ச நாட்கள் அவர் தங்கியும் இருந்திருக்கிறார். கொண்டிச்சாமி தோல் பாவைக்கூத்தின் ரசிகர்; நிகழ்ச்சியின்போது கூடவே இருப்பார். சில சமயம் பாடவும் செய்வார். இராமனைப் பற்றிப் பொதுவாகப் பாடுவார். நல்ல சாரீரம்; இப்படி உதிரியான சில செய்திகளை எனக்கு சுப்பையாராவ் சொன்னார்.

கொடிக்கால் ஷேக் அப்துல்லாஹ் கொண்டிச்சாமியைப் பற்றி பல விஷயங்கள் சொல்லியிருக்கிறார். அவர் சொன்ன தகவல்களை எல்லாம், சுப்பையாராவ் சொன்ன தகவல்களுடன் ஒப்பிட்டுப் பார்த்தபோது, கொண்டிச்சாமியைப் பற்றி ஒரு சித்திரத்தை உருவாக்க முடியும் என்று தோன்றியது.

வெள்ளைக்காரர்களை எதிர்த்துப் போராடி சிறைக்குச் சென்றவர்கள் மட்டும்தாம் தியாகிகள்; நாட்டுக்காக, மக்களுக்காக அர்ப்பணித்தவர்கள் என்ற கருத்து நம் மனதில் ஆழமாய் பதிந்து விட்டது. அப்படிப் பார்த்தால் கன்னியாகுமரி மாவட்டத்தில்

198 பேர்கள்தாம் தியாகிகள் என்று ஆகிவிடும். இது அரசுப் பதிவில் உள்ளது; இது சிறைக்குச் சென்றவர்களின் பட்டியல்; இவர்கள் அல்லாதவர்கள் செய்த தியாகம் காற்றோடு கலந்துவிட்டது. இந்த வரிசையில் கொண்டிச்சாமியும் அடங்குவார்.

கொண்டிச்சாமியின் உண்மையான பெயர் பாபு இராமாநுஜ தாஸ் என்று எனக்குச் சொன்னவர் கொடிக்கால் செல்லப்பா என்னும் பெயரை உடையவராக இருந்த ஷேக் அப்துல்லாஹ் தான். எனக்கு எப்போதும் கொடிக்கால் அண்ணாச்சிதான்; கடந்த 50 ஆண்டுகளாக அப்படித்தான் அழைக்கிறேன். இந்தக் கட்டுரையிலும் அவரைக் கொடிக்கால் என்றே குறிப்பிடுகிறேன்.

கொடிக்காலின் அப்பாவின் பெயர் சுப்பையா; அம்மா கிருஷ்ணம்மா. அப்பாவின் அப்பா பிச்சாண்டி; இவரின் சொந்த ஊர் திருவிதாங்கூரின் தலைநகராக இருந்த பத்மநாபபுரம் ஊர் கோட்டையின் கிழக்கே இருந்த வாளைவிளை என்ற குக்கிராமம் வயல்களும் தோட்டங்களும் நிரம்பியது. செழிப்பான ஊர். இங்கிருந்தவர்கள் எல்லோரும் விவசாயக் கூலிகள்.

இந்த ஊரில் வாழ்ந்த பிச்சாண்டி வசதியான குடும்பத்தைச் சார்ந்தவர். மூன்று ஏக்கர் நிலத்துக்குச் சொந்தக்காரர். குத்தகை எடுத்து நிலங்களைப் பயிரிட்டும் வந்தார். இந்தக் குக்கிராமத்தில் பெரிய வீடு இவருக்கு உண்டு. இந்தப் பிச்சாண்டியின் மகன்தான் சுப்பையா. இவரும் விவசாயி.

சுப்பையாவின் மனைவி கிருஷ்ணம்மா கன்னியாகுமரி மாவட்டம் அகஸ்தீஸ்வரம் வட்டம் ஈத்தாமொழி என்ற ஊரை அடுத்திருந்த கொடிக்கால் ஊரினர்; இந்த ஊர் குக்கிராமம்; வெற்றிலைச் சாகுபடிக்குப் பெயர் போனது; செழிப்பான ஊர் இது.

கொடிக்கால் கிருஷ்ணம்மாவும் வசதியானவர்தான். இவர் எழுதப் படிக்கத் தெரிந்தவரும்கூட. இந்த ஊரில் வைத்தியலிங்க நாடார் என்பவரின் திண்ணைப் பள்ளிக்கூடம் ஒன்று இருந்தது. இங்கே இவர் படித்திருக்கிறார். கிருஷ்ணம்மா முதல் பிரசவத்திற்காக தாய் வீட்டிற்கு வரவில்லை; கணவன் வீட்டிலேயே இருந்தார். சுப்பையா கிருஷ்ணம்மா தம்பதிகளுக்குப் பிறந்த குழந்தைக்கு முதலில் பெயர் சூட்டவில்லை. தாய்வழிப் பாட்டி வந்து பெயரிட்டிருக்கிறார். பெயர் செல்லப்பா.

கொடிக்கால் செல்லப்பா பிறந்தது 1932 அல்லது 1934 ஆக இருக்கலாம். பிறந்து 11 மாதம் வரை தந்தைவழித் தாத்தா வீட்டிலேயே வளர்ந்தது குழந்தை. ஒருமுறை கிருஷ்ணம்மாவுக்கு ஜன்னி வந்தது; இறந்துவிட்டார். சுப்பையா ஊரைவிட்டு எங்கோ சென்றுவிட்டார். ஏன் போனார் எங்கு போனார் என்பது புரியாத புதிர். கொடிக்காலுக்கு விடை கிடைக்காத பல விஷயங்களில் இதுவும் ஒன்று.

அப்பாவும் அம்மாவும் இல்லாத 11 மாதக் குழந்தையை வளர்ப்பதில் பிச்சாண்டியின் உறவினர்களுக்கு விருப்பம் இல்லை. குழந்தையை வேண்டா விருந்தாளியாகத்தான் நினைத்தனர். இந்த நிலையில் பிச்சாண்டி வீட்டிற்கு வந்த லட்சுமி என்ற பெண் அந்தக் குழந்தையை வளர்க்க விரும்பிக் கேட்டார். உறவினர் இணங்கினர். லட்சுமி குழந்தையை எடுத்துக்கொண்டு சென்றுவிட்டார்.

லட்சுமி சலவைத் தொழிலாளி; பத்மநாபபுரம் நகரில் இருந்த அரச குடும்பத்தினருக்கு மட்டுமே துணி வெளுத்தவர். அதனால் அவளுக்கு சமூக அந்தஸ்து இருந்தது. என்ன வேலை என்பதில் மட்டுமல்ல; யாருக்கு அதைச் செய்கிறார் என்பதிலும் மரியாதை உண்டு. பத்மநாபபுரம் அப்போது இரண்டாம் தலைநகராக இருந்தது. அரச குடும்பத்தினர் அங்கே வாழ்ந்து வந்தனர்.

லட்சுமிக்கும் ஒரு ஆண் குழந்தை இருந்தது; அதனால் செல்லப்பாவிற்குப் பால் கொடுக்க ஏதுவாயிற்று. ஒருமுறை கொடிக்கால் செல்லப்பாவின் அம்மாவழிப் பாட்டி பிச்சாண்டியின் வீட்டிற்கு வந்தார். அவளுக்கு மகள் கிருஷ்ணம்மா இறந்ததோ மருமகன் தேசாந்திரியாகப் போனதோ தெரியாது; தகவல் தொடர்பு இல்லாத காலம். எல்லாம் வாளைவிளைக்கு வந்தபின் அறிந்தாள்.

குழந்தை எங்கே என்ற கேள்விக்கு யாரும் பதில் சொல்லவில்லை. எப்படியோ குழந்தை லட்சுமி வீட்டிற்குச் சென்றதை அறிந்தாள். குழந்தை பாட்டியின் கைக்கு மாறியது. பாட்டி குழந்தையுடன் நடந்தே கொடிக்கால் கிராமத்துக்குப் போனாள். இன்றைய கணக்குப்படி 40 கிலோமீட்டர் நடந்தே போயிருக்கிறாள். இது 1933 அல்லது 1934இல் நடந்திருக்கலாம்.

கொடிக்கால் தாய்வழிப் பாட்டியிடம் வளர்ந்தாலும் தந்தைவழித் தாத்தாவின் ஊரான வாளைவிளைக்குச் செல்வதை பாட்டி தடுக்கவில்லை. 16 வயதுவரை இப்படியாகச் சென்றது கொடிக் காலுக்கு நினைவிருக்கிறது. இந்தக் காலகட்டத்தில்தான் பாபு ராமாநுஜ தாஸைக் கொடிக்கால் சந்தித்திருக்கிறார்.

கொடிக்காலுக்கு அப்பாவும் இல்லை; அம்மாவும் இல்லை. அப்பாவழித் தாத்தா பேரனிடம் அதிகாரம் காட்டவில்லை; அம்மா வழிப் பாட்டியிடம் செல்லம். அதனால் சுதந்திரமாகத் திரிந்திருக்கிறார். இதை கொடிக்கால் "நாட்டுக்குத்தான் அப்போது சுதந்திரம் இல்லை; எனக்கு சுதந்திரம் அதிகம்; அதனால் கொண்டிச்சாமியுடன் ஊர் ஊராய் சுற்ற வசதியாயிற்று" என்றார்.

பாபு ராமாநுஜதாஸின் சொந்த ஊர் மங்களூர்; தாய்மொழி துளு; பிறப்பால் பிராமணர்; மலையாளம், தமிழ் தெரியும். காசியில் இருந்தபோது ஹிந்தி, சமஸ்கிருதம் படித்திருக்கிறார். ஆங்கிலம்

சரளமாகப் பேசுவார். இவற்றை எல்லாம்விட இராமாநுஜதாஸ் காந்தியவாதி. சபர்மதி ஆசிரமம் ஆரம்பித்த பத்தாவது ஆண்டில் (1927) அங்கே ஆசிரமவாசியாகப் பயிற்சி எடுத்திருக்கிறார். சில ஆண்டுகளில் கேரளவாசம்.

கொண்டிச்சாமி வாளைவிளைக்கு வந்தபோது கொடிக்காலுக்கு வயது 9. அதனால் இராமாநுஜர் 1940 அளவில் வந்திருக்கலாம் பத்மநாபபுரம், வாளைவிளை பிச்சாண்டி வீட்டில்தான் இருந்தார். வீட்டு முன் திண்ணையில் இருந்த பத்தாயத்தில் (நெல் பாதுகாக்கப்படும் பெரிய பெட்டகம்) அவரது வாசம், படுப்பது இருப்பது எல்லாம் அதில்தான்.

இராமாநுஜ தாசருக்குச் சொந்த ஆஸ்தி ஒரு ஜோல்னாபை மட்டும்தான். அதில் ஒரு இசைக் கருவி சங்கு, சேகண்டி ஒன்றிரண்டு வேட்டி துண்டு; அவ்வளவுதான். காலையில் 5 மணிக்கு எழுந்துவிடுவார். பத்மநாபபுரம் நீலகண்டசுவாமி கோவில் தெப்பக்குளத்தில் குளித்துவிட்டு கோவிலில் தரிசனம். பின்னர் பிச்சாண்டி வீட்டில் காலை உணவு; கஞ்சி; மரச்சீனிக் கிழங்கு.

இராமாநுஜர் காலையில் தக்கலையைச் சுற்றியுள்ள குக்கிராமங் களுக்குப் போவார்; ஊர் சந்தியில் நிற்பார்; சங்கை ஊதுவார்; சேமக்கலத்தை அடிப்பார்; கூட்டம் கொஞ்சமாய் வந்ததும் பேச ஆரம்பிப்பார். முக்கியமாக மகாத்மா பற்றி; தேசம் பற்றி; ஆங்கிலேயர் இந்த நாட்டைவிட்டு வெளியேறவேண்டிய அவசியம் பற்றி. இப்படியாகப் பேசும்போது சேகண்டியைத் தட்டுவார். தமிழும் மலையாளமும் கலந்த இவரது பேச்சைக் கேட்கவே சிலர் வந்தனர்.

சில சமயம் பாடுவார். அது கன்னட சமஸ்கிருத பாடலாய் இருக்கும். ஒரு ஊரில் பேசி முடிந்ததும் அடுத்த ஊருக்குப் போவார். கொடிக்காலுக்கு இவருடனான தொடர்பு 8 - 9 வயதில் ஆரம்பித்து சில ஆண்டுகள் நீடித்தது. இராமாநுஜ தாசுடன் செல்வதற்கு யாரும் தடை செய்யவில்லை. இப்படிப் பல ஊர்களுக்கு காந்தியப் பிரச்சாரத் திற்கு இராமாநுஜதாசுடன் போயிருக்கிறார் கொடிக்கால்.

இராமாநுஜ தாசின் கூடவே சிறுவன் செல்லப்பா போனாலும், வேறு சிலரும் அவருக்குப் பக்கபலமாய் இருந்தனர். திருவிதாங்கோடு மண்டலம் இராமசாமிப் பிள்ளை, புலியூர்குறிச்சி சுப்பையா வைத்தியர் இருவரும் முக்கியமானவர்கள். முடிதிருத்தும் தொழிலாளி ஒருவரின் மனைவி பாலவளை சிவனி அம்மா கொண்டிச்சாமிக்கு பலவகைகளில் உதவியிருக்கிறார். இந்த மூன்று பேரும் கொடிக்கால் செல்லப் பாவையும் கவனித்திருக்கிறார்கள்.

கொடிக்காலின் வேண்டுகோளால் ஈத்தாமொழிக்கும் இராமானுஜ தாஸ் போயிருக்கிறார். இந்தக் காலகட்டத்தில் கோபாலராவ் அங்கு தோல்பாவைக்கூத்து நடத்திக்கொண்டிருந்தார். கொண்டிச்சாமிக்குக் கூத்து மிகவும் பிடித்திருந்தது. கோபாலராவ் அப்போது திரவியம்பிள்ளை என்பவரின் பாழடைந்த வீட்டில் குடியிருந்தார். இராமானுஜரும் அங்கே வாசம் செய்தார்.

அந்தக் காலத்தில் தோல்பாவைக் கூத்து நிகழ்ச்சி நடத்த ஊர்க்காரர்களே ஏற்பாடு செய்வர். அதனால் பார்வையாளர்கள் இலவசமாகக் கூத்து பார்க்கலாம். இராமானுஜரும் கொடிக்காலும் நிரந்தரப் பார்வையாளர்கள். சில சமயம் ராமானுஜர் கூத்து இடைநிகழ்வில் பாடவும் செய்திருக்கிறார்.

புன்னைக்காய் எண்ணெய் விளக்கில் - மைக் இல்லாமல் நடத்தப்பட்ட தோல்பாவைக்கூத்து நிகழ்ச்சியை - ராமானுஜர் அதில் பாடியதையும் சுப்பையா ராவ் (கோபாலராவின் மகன்) கடைசி காலத்தில்கூட சொன்னார்.

கொடிக்காலுக்கு இராமானுஜதாசின் வழி கிடைத்த அனுபவத்தை இன்றும் நினைவு கூருகிறார். கொடிக்கால் தன் மகனுக்கு பாபு என்று பெயரிட்டதும் அந்த நினைவுதான்.

சுப்பையாராவ் இராமானுஜ தாசர் பற்றிப் பேசிய கடைசிப் பேச்சில், தோல்பாவைக் கூத்தை அந்த மகான் பாராட்டிப் பேசினாரே, அட்சர லட்சம் பெறும்; அது போதும் என்று அப்பா சொல்லுவார் என்பார்.

22. குமரிக்கு வந்த மகாத்மா

சுமார் பத்து ஆண்டுகளுக்கு முன்பு நாகர்கோவிலில் ஒரு பகுதியான கோட்டாற்றில் ஒரு வீட்டில் புலி அழையா விருந்தாளியாக வந்துவிட்டது என்று பரபரப்பான செய்தி பேசப்பட்டது. அந்தப் பகுதியில் இரண்டு மூன்று நாட்கள் பொது. மக்களுக்கு நிம்மதி இல்லாமல் ஆகிவிட்டது கடைசியில் வன இலாகாவினரும் காவல்துறையினரும் புலியைப் பிடித்தார்கள். திருவனந்தபுரம் விலங்குக் காட்சி சாலைக்குக் கொண்டு சென்றார்கள்.

அப்போது பரபரப்பாகப் பேசிய பேச்சுக்களில் புலி வந்த வீட்டுக்குத்தான் மகாத்மா காந்தியும் வந்தார். அங்கே தங்கினார் என்பதும் ஒன்று. மகாத்மா நாகர்கோவிலுக்கு வந்தார். தங்கினார் என்னும் செய்திகளும் பத்திரிகைகளில் வந்தன.

அன்றைய தெக்கன் திருவிதாங்கூர் (இன்றைய கன்னியாகுமரி மாவட்டம்.) திருவிதாங்கூர் சமஸ்தானத்தின் கீழ் அடங்கிய பகுதியாக இருந்தது. ஆங்கிலேயர்களின் நிர்வாகத் தொடர்பு இல்லாதது என்றாலும் விடுதலைப் போராட்ட உணர்வு இங்கும் இருக்கத்தான் செய்தது. இப்பகுதியிலும் சமஸ்தான காங்கிரஸ் என்ற அமைப்பு இருந்தது. கன்னியாகுமரி மூன்று கடல்களும் சங்கமம் ஆகுமிடம் என்பதால் அரசியல் தலைவர்கள் பலரும் இங்கே வந்திருக்கிறார்கள்.

வங்கக் கவிஞர் ரவீந்திரநாத் தாகூர் 1922 ல் இங்கே வந்தார். 1921ல் சி.ஆர்.தாஸ் கன்னியாகுமரிக்கு வந்தார். நாகர்கோவில் ஒழுகினசேரி நாடக அரங்கில் (அது சினிமா தியேட்டரும் கூட) பேசினார். பேச்சை ரெங்கசாமி ஐயங்கார் மொழிபெயர்த்தார். 1927 இல் சென்னை காங்கிரஸ் மாநாட்டுக்கு வந்திருந்த லாலா லஜபதி ராய் கன்னியாகுமரிக்கு வந்தார். அவர் நாகர்கோவிலில் முனிசிபல் மைதானத்தில் டாக்டர் நாயுடுவின் தலைமையில் பேசினார். லஜபதியின் பேச்சை சிவதாணு பிள்ளை மொழி பெயர்த்தார்.

1921இல் கவிக்குயில் சரோஜினி நாயுடு வந்தார். ஒழுகினசேரி சத்திரத்தில் அவர் பேசியபோது லேசான மழை பெய்தது. அந்த மழையைப் பொருட்படுத்தாது கூட்டம் அமைதியாக நின்றது. அப்போதும் கவிக்குயிலின் பேச்சை சிவதாணு பிள்ளைதான் மொழிபெயர்த்தார்.

கன்னியாகுமரி மாவட்டத்தில் மகாத்மாவின் வருகை அரசியலில் உத்வேகத்தையும் இந்திய விடுதலை என்பது அரசியல் விடுதலை அல்ல.

சமூக விடுதலையும் சேர்த்து. தான் என்ற உணர்வைக் கொடுத்திருக்கிறது. காந்தி மகாத்மா என்னும் பெயரைப் பெற்ற பின்னர் கோபால கிருஷ்ண கோகலேயைச் சந்தித்தார். அப்போது அவர் இந்தியாவின் எல்லா பகுதிகளுக்கும் பயணம் செய்யுமாறு பணித்திருக்கிறார்.

மகாத்மா இந்தியா முழுக்க பயணம் செய்தபோது தென் னிந்தியாவின் தென்கோடிக்கு 1925 அளவில்தான் வர முடிந்தது. மகாத்மா தென்னாப்பிரிக்காவில் இருந்து இந்தியாவுக்கு வந்த பின் பத்து ஆண்டுகளில் அவரிடம் பெரிய மாறுதல்கள் ஏற்பட்டன. அந்த மாறுதல்கள், ஆளுமைகளுடன்தான் முக்கடல் சங்கமிக்கும் கன்னியா குமரிக்கு வந்தார்.

காந்தியடிகளுக்குக் கன்னியாகுமரிக்கு வர வேண்டும் என்ற ஆசை இருந்ததை அவரே கூறியிருக்கிறார். பூகோளரீதியாக கன்னியாகுமரி இருந்த இடமும் ஆன்மீக முக்கியத்துவமும் அதற்குக் காரணமாக இருந்திருக்கலாம். மகாத்மா தன் பயணத்தையும் பிரச்சாரத்தையும் பிரிட்டிஷ் இந்தியாவில் பெருமளவில் வைத்துக்கொண்டிருந்தாலும் திருவிதாங்கூர் சமஸ்தானத்தில் இருந்த கன்னியாகுமரிக்கு வரவேண்டும் என்று அவரது ஆசை அவரை வரவழைத்திருக்கிறது.

மகாத்மா இந்த மாவட்டத்திற்கு வருவதற்கு முன்பே இங்கு பிரபலமாகிவிட்டார். அவர் கன்னியாகுமரி மாவட்டத்திற்கு முதல் முறையாக வந்த பின்னர் நாஞ்சில் நாட்டினர் அவரைத் தெய்வமாகவே மதித்தனர். அவரது படத்தை வாகனத்தில் வைத்துக்கொண்டு வீதியில் கொண்டு சென்றனர். இத்தகைய ஒரு நிகழ்ச்சி கன்னியாகுமரியில் நடந்ததை மகாத்மா சுட்டிக்காட்டி இருக்கிறார். young India (4-6-1931) இதழில் ஆட்சேபகரமான வழிபாடு என்ற கட்டுரையில் மகாத்மா இதைக் குறிப்பிடுகிறார். கன்னியாகுமரியில் இருந்து ஒருவர் மகாத்மாவுக்கு எழுதிய கடிதத்தில் இது பற்றிய செய்தியை விளக்கி இருக்கிறார்.

"இந்தப் பகுதியில் நடைபெற்று வரும் விந்தையான சில விஷயங்களை உங்களுக்கு எடுத்துக் கூற விரும்புகிறேன். அவற்றைப்பற்றி நீங்கள் எதுவுமே அறிந்திருக்க மாட்டீர்கள். இங்கே நடைபெறும் தேர்த் திருவிழாவில் கடவுள் விக்கிரகத்தை தேரில் வைத்து ஊர்வலம் நடத்துகிறார்கள். அந்த விக்கிரகத்தில் பக்கத்தில் உங்களுடைய படத்தையும் வைத்து ஊர்வலம் செல்ல வேண்டும் என்று ஒரு பிரிவினர் விரும்புகின்றனர். உங்களையும் கடவுளைப் போல் நினைத்து நடந்து கொள்வதை நீங்கள் விரும்ப மாட்டீர்கள் என்று மனப்பக்குவம் அடைந்த மற்றொரு பிரிவினர் கூறுகின்றனர். இந்த இரண்டு கட்சிகளும் போராட்டத்திற்குத் தயாராகி வருகின்றன. கன்னியாகுமரி தேர்த் திருவிழா இன்னும் பத்து நாட்களில் வர இருக்கிறது. எனவே அந்தக்

கட்சியினருக்குப் புத்திமதியாக ஒரு வார்த்தை கூற வேண்டும் என்று உங்களை வேண்டிக்கொள்கிறேன்" என்று எழுதி இருக்கிறார். அவர்.

இந்தக் கடிதத்துக்கு மகாத்மா பதில் எழுதி இருக்கிறார். அதில் குமரி மக்களில் சிலர் தன்னைத் தெய்வமாக வழிபடுவதையும் தெய்வ சன்னதியில் தன் படத்தை வைப்பதையும் கண்டிக்கிறார், நொந்து கொள்ளுகிறார்; கன்னியாகுமரி மாவட்டத்திற்கு மகாத்மா வந்ததை இந்தப் பின்னணியில் பார்க்க வேண்டும்.

கன்னியாகுமரிக்கு மகாத்மா முதல் முதலில் 1925 மார்ச் 14 ஆம் தேதி சனிக்கிழமை வந்தார். வைக்கத்திலிருந்து திருவனந்தபுரம் வந்து அங்கு இளைப்பாறிவிட்டு காலை 10:30 மணிக்குப் புறப்பட்டு கன்னியாகுமரிக்கு நண்பகலில் வந்தார். அங்கு பிரிட்டிஷ் ரெசிடென்சியல் விடுதியில் (இன்றைய கேரளா ஹவுஸ்) ஓய்வு எடுத்தார். முதல் தடவை அவர் வரும்போது திருவிதாங்கூர் சமஸ்தான விருந்தினராக இருந்தார் என்பதையும் திருவிதாங்கூர் அதிகாரிகள் அவருக்குப் பணிவிடை செய்யக் கட்டளை இடப்பட்டிருந்தனர் என்பதும் முக்கியமான விஷயம். இந்த நிலை பின்னால் மாறியிருக்கிறது.

கன்னியாகுமரி தீர்த்தக்கட்டத்தில் மகாத்மா நீராடினார். சூரியன் மறையும் வேளையில் தன்னை மறந்து நீராடினார். கடல் நீரை வாயால் உறிஞ்சிக் கொப்பளித்து குழந்தையோல் அவர் குதூகலித்த காட்சி புகைப்படமாக இருக்கிறது. அவர் குமரியில் நீராடிய காட்சியை நவஜீவனில் (29-3-1925) கன்னியாகுமரியில் தரிசனம் என்ற தலைப்பில் எழுதி இருக்கிறார்.

கம்பீரமாக சூரியன் மறையும் அந்தக் காட்சியைப் பார்த்துவிட்டுப் போகலாம் என்று அரசு விருந்தினர் மாளிகை வாயில் காப்பவன் வற்புறுத்தினான். "ஆனால் வென்னீரைக் காலில் ஊற்றிக் கொண்டு வந்துள்ள நாங்கள் இவ்வளவு பெரிய பாக்கியத்தை எப்படி அனுபவிக்க முடியும்; பாரதத் தாயின் கால்களைக் கழுவி புனிதப் பட்டிருந்த அந்த சமுத்திர அலைகள் என்னுடைய பாதங்களைப் புனிதம் ஆக்கின; அதோடு நான் மனநிறைவு அடையவேண்டியது ஆயிற்று" என்று காந்தி எழுதி இருக்கிறார்.

என்றாலும் அவர் குமரி தீர்த்தக்கட்டமான சங்கிலித் துறையை அடுத்து இருக்கும் தியானம் செய்யும் கல் மண்டபத்தில் கொஞ்ச நேரம் அமர்ந்திருந்தார். உடன் வந்தவர்களிடம் இந்த மண்டபத்தின் பரந்த திண்ணையில் அமர்ந்து கீதையைப் பாராயணம் செய்யலாமே; இது பல பேர் அமர்வதற்கு வசதியான திண்ணை என்று மகிழ்ச்சியோடு கூறினார்; அன்று மாலை நாலு மணிக்கு கன்னியாகுமரி பகவதி அம்மன் கோவிலின் வெளிப்பிரகாரத்தில் மட்டும் சுற்றி வந்தார். திருவிதாங்கூர்

சமஸ்தான கோவில்களில் கடல் கடந்து வெளிநாடு சென்றவர்களை அனுமதிக்கும் வழக்கம் இல்லை. மகாத்மாவும் கடல் கடந்து வெளிநாடு சென்றவர். எனவே அவர் கோவிலில் நுழைய அனுமதிக்கப் படவில்லை.

அன்று இரவு நாகர்கோவிலில் நடந்த பொதுக்கூட்டத்தில் மகாத்மா பேசினார். டாக்டர் எம்பெருமாள் நாயுடுவின் முயற்சியால் மகாத்மாவிற்கு வரவேற்பு அளிக்கப்பட்டது. நாகர்கோவில் நகராட்சி மன்றம், நாஞ்சில் நாட்டு விவசாயிகள் சங்கம், நாகர்கோவில் ஸ்காட் கிறிஸ்தவக் கல்லூரி ஆகியவற்றின் சார்பாக மகாத்மாவிற்கு வரவேற்பு கொடுக்கப்பட்டது.

நாகர்கோவில் சுசீந்திரம் ஆகிய இரண்டு ஊர்களில் உள்ள மக்களின் முயற்சியால் பண முடிப்பும் கொடுக்கப்பட்டது இரவு 8 மணி அளவில் நாகர்கோவிலிலிருந்து பாலராமபுரம் வரும் வழியாக மகாத்மா திருவனந்தபுரம் சென்றார். அங்கு சுயராஜ் வித்தியா சங்கத்தின் ஆதரவில் நடந்த புலையர் சமுதாயப் பள்ளியைப் பார்வையிட்டார்.

மகாத்மா இரண்டாவது முறை குமரி மாவட்டத்திற்கு வந்தது. 1927 அக்டோபர் இரண்டாம் தேதி. இந்த முறை அவர் திருநெல்வேலி வழி நாகர்கோவிலுக்கு வந்தார். நகராட்சி சார்பில் நாகர்கோவிலில் கூட்டம் நடந்தது. ஸ்காட் கிருத்தவக் கல்லூரியின் சார்பாகவும் வரவேற்பு கொடுக்கப்பட்டது. மகாத்மா தீண்டாமை ஒழிப்பு பற்றி பேசினார். “எந்த அர்ச்சகர்கள் சமயத்தின் உண்மையான பாதுகாவலர்களாக இருந்தார்களோ அவர்களே அந்தச் சமயத்தைத் தகர்ப்பவர்களாக இருக்கின்றார்கள் என்பது வரலாற்று உண்மை. இது வருந்தத்தக்கது” என்றார்.

மகாத்மா பேசிய கூட்டத்தில் கிடைத்த நகைகள் ஏலம் விடப்பட்டன. இந்த முறை மகாத்மா கோட்டாறு பெருமாள் பணிக்கர் என்பவரின் வீட்டில் தங்கி இருந்தார். அன்று மாலையில் அவர் நகராட்சி மைதானக் கூட்டத்திற்குப் புறப்படும் நேரத்தில் பெருமாள் பணிக்கரின் மகள் சொர்ணம் தன் கை வளையல்களைக் கழற்றிக் கொடுத்தாள். இந்த நிகழ்ச்சி பற்றி நான் 40 ஆண்டுகளுக்கு முன்பு சொர்ணம் அவர்களின் வாயால் கேட்டிருக்கிறேன்.

காந்தியடிகள் மூன்றாம் முறையாகக் கன்னியாகுமரி மாவட்டத்திற்கு வந்தது 1934 ஜனவரி 22 ஆம் தேதியில். இந்த முறை சென்னையிலிருந்து மைசூர் வழி மலபாரில் பயணம் செய்து திருவனந்தபுரம் வழியாக நாகர்கோவில் வந்தார். மகாத்மாவை டாக்டர் நாயுடுவும் அவரது மனைவியும் உபசரித்து வரவேற்றனர்.

மகாத்மா நாகர்கோவில் ஜவகர் மைதானத்தில் பொதுக் கூட்டத்தில் பேசினார். ஆந்திராவிலிருந்து அவர் புறப்பட்ட பின்பு

பேசிய கூட்டங்களில் அதிகமான மக்கள் நாகர்கோவிலில்தான் கூடினார்கள். சுமார் இருபதாயிரத்துக்கு மேல் மக்கள் வந்தார்களாம். இது பற்றி தியாகி சிவன் பிள்ளை எழுதியிருக்கிறார்.

மகாத்மா முதலில் திருவிதாங்கூர் வந்தபோது சமஸ்தானத்தால் மரியாதையுடன் நடத்தப்பட்டார். மூன்றாம் முறை அவர் வந்த போது அவரது கூட்டத்திற்கு மக்கள் செல்வதற்கு அரசு எதிர்ப்பு தெரிவித்தது. மகாத்மாவிற்கு வரவேற்புரை படிக்கக் கூடாது. அவருக்குப் பணம் திரட்டிக் கொடுக்கக் கூடாது என்று அரசு ஊழியர்களுக்கு சுற்றறிக்கை விட்டிருந்தனர். சில ஊழியர்கள் அந்த சுற்றறிக்கையை நாஞ்சில் நாட்டு கிராமங்களில் படித்துக் காட்டவும் செய்தனர் அதுவே மகாத்மாவுக்கு விளம்பரமாயிற்று. மக்கள் அவரைப் பார்க்க வருவதற்கு அதுவே காரணமாக இருந்தது. அரசின் செய்கையே மகாத்மாவுக்குச் சாதகமாயிற்று. பொதுக்கூட்டத்தில் இந்தி மொழிப் பிரச்சார சபை சார்பாகவும் அரிஜன நல சபை சார்பாகவும் வரவேற்புரை படிக்கப்பட்டன. பண முடிப்பும் கொடுக்கப்பட்டது.

கூட்டம் நடந்த மறுநாள் (23-1-1934) மகாத்மா கன்னியாகுமரிக்குச் சென்றார். முதல் முறை குமரிக்கு அவர் வந்த போது பிரிட்டிஷ் ரெசிடென்சியல் மாளிகையில் தங்கினார். இந்த முறை கன்னியாகுமரி அருணாசலப் பண்டாரம் சத்திரத்தில் இருக்க வேண்டியதாயிற்று. மகாத்மா அஸ்தமனக் கடலில் குளித்தார். சமுத்திர அலைகள் காலில் படுமாறு மணலில் உலாவினார் அவருடன் கன்னியாகுமரி ஊரின் அருகிலுள்ள கிராமத்து மக்கள் நடந்தனர். அப்போது அண்ணலைச் சந்திக்க டாக்டர் ராஜன் வந்தார். குமரிக் கடலில் உலாவிக் கொண்டிருந்த மகாத்மாவின் அருகில் ராஜன் வந்ததும் "வந்து விட்டாயா செல்லாக்காசு" என்றாராம்.

ராஜனுடன் அரிசன சேவா சங்கத் தலைவரான ஹரிஹர சர்மாவும் வந்திருந்தார். அவர் அண்ணலுக்கு ஒரு கார் கொண்டு வந்திருந்தார். அந்தக் கார் படுப்பதற்கும் காரில் நின்று சொற்பொழிவாற்றுவதற்கும் வசதியானபடி வடிவமைக்கப்பட்டிருந்தது. அந்தக் காரில் முதல் முறையாகப் பயணம் செய்தார். அன்று மாலை 6.45க்கு மகாத்மா புதுக் காரில் திருநெல்வேலிக்குப் புறப்பட்டார் காந்தியின் குழுவில் ஜெர்மன் பத்திரிகையாளர் உட்பட 20 பேர்கள் இருந்தனர். இந்த முறை கன்னியாகுமரி பயணத்தின்போது மகாத்மாவுக்கு உடனிருந்து உதவி செய்தவர் மீரா பென்.

மகாத்மா கடைசி முறையாக கன்னியாகுமரி மாவட்டத்திற்கு வந்தது 1937 ஜூலை 14 ஆம் நாளில். இந்த முறை அவர் வைக்கம் அருவிக்கரை வந்து பின் திருவனந்தபுரம் வழியாக நாகர்கோவிலுக்கு வந்தார். அவர் தன் திருவிதாங்கூர் வருகையைக் குறிப்பிடும்போது, நான்

இப்போது திருபதாங்கூர் செல்லும் பயணம் ஒரு தீர்த்த யாத்திரை என்றார். நாகர்கோவில் பயணத்தில் இந்த முறை ராஜகுமாரி அமிர்த கவுர், கே பரமேஸ்வரன் பிள்ளை, ஜி. ராமச்சந்திரன் ஆகியோர் இருந்தனர்.

மகாத்மா மாலை நேரத்தில் நாகர்கோவில் வந்தார். வடசேரியில் உள்ள முஸாபரி பங்களாவில் தங்கினார். (இது இப்போதைய பொதுப்பணித்துறை விடுதி) ஒரு மணி நேரம் ஓய்வெடுத்தார். பின் நாகர்கோவிலில் உள்ள நாகராஜா ஆலயத்திற்குச் சென்றார். டாக்டர் நாயுடுவும் ஜி.ராமச்சந்திரனும் உடன் சென்றனர். திருவிதாங்கூர் தேவசம் துணை ஆணையர் மகாதேவ அய்யர் மகாத்மாவை வரவேற்று கோவிலின் உள்ளே அழைத்துச் சென்றார்.

அன்று மாலை சேது லட்சுமிபாய் பள்ளி மைதானத்தில் நடந்த பொதுக்கூட்டத்தில் மகாத்மா பேசினார். ஹரிஜன சங்கத் தலைவரான நாயுடுவும் அட்வகேட் சங்கரப் பிள்ளையும் மகாத்மாவுக்கு மாலை அணிவித்து வரவேற்புரை கூறினர். இந்தக் கூட்டத்திற்குத் திருவிதாங்கூர் சமஸ்தானத்தின் முக்கிய அதிகாரிகளும் மருத்துவர்கள், பொறி யாளர்களும் வந்திருந்தனர். வெளிநாட்டவர் சிலரும் இருந்தனர். நாஞ்சில் நாட்டின் கார்த்திகை மழையும் கொண்டலும் கூட்டத்தைக் கலைக்க முயற்சி செய்தன. மக்கள் அசையவில்லை.

மகாத்மாவிற்கு நாகர்கோவில் நகராட்சி சார்பாக டாக்டர் வைத்தியநாத அய்யர் வரவேற்புரை படித்தார். கிருஷ்ணசாமி கதர்மாலை அணிவித்தார். நாஞ்சில் நாட்டு சாம்பவர் சங்கம் சார்பாக வரவேற்புரை படிக்கப்பட்டது. இந்தி பிரச்சார சபையும் இந்தி ப்ரேமி சபையும் தனித்தனியே வரவேற்புரை கொடுத்தன. இவற்றில் இந்தி பிரச்சார சபை மலையாளிகளுக்கு உரியது. பிரேமி சபை தமிழர்களுக்கு உரியது. பிரச்சாரத்தில் தமிழும் மலையாளமும் தனித்து செயல் பட்டதைத் தன் பேச்சில் வருத்தத்துடன் குறிப்பிட்டார் மகாத்மா. இந்தச் செய்தியை மெயில் பத்திரிகை வெளியிட்டிருந்தது.

இந்தக் கூட்டத்தில் மகாத்மா திருவிதாங்கூர் மன்னரான சித்திரைத் திருநாள் பாலராமவர்மா, எல்லா ஜனங்களுக்காகவும் இந்து ஆலயங்களைத் திறந்து விட்டதை மனம் திறந்து பாராட்டினார். மகாத்மா ஆன நான்கூட இந்தப் பிரகடனத்தால் ஆலயம் செல்ல முடிகிறது. இந்த மகிழ்ச்சியுடன் கன்னியாகுமரியை விட்டு செல்கிறேன் என்றார்.

மகாத்மா இந்தக் கூட்டத்தில் இந்தியில் பேசினார். அவரது பேச்சு அப்படியே மொழிபெயர்க்கப்படவில்லை. பேச்சின் சுருக்கம் சொல்லப்பட்டது. கூட்டம் முடிந்ததும் ஹரிஜனங்களுடன் சேர்ந்து அமர்ந்து சாப்பிட விரும்பினார் மகாத்மா. சுசீந்திரம் கற்காடு கிராமத்திலிருந்து சிலர் அவருடன் சேர்ந்து சாப்பிட்டார்கள்.

அன்று மகாத்மா கன்னியாகுமரிக்குச் சென்றார். அடுத்த நாள் 15 ஜனவரி காலையில் கடற்கரையில் உலாவினார். நாகர்கோவில் ஹரிஜன சேவா சங்கத்தினர் பஜனை பாடிவர பெரும் கூட்டத்துடன் கன்னியாகுமரி பகவதி அம்மன் ஆலயத்துக்குள்ளே சென்றார். திருவிதாங்கூர் தேவசம் போர்டு துணை ஆணையர் மகாதேவ அய்யர் அவரை வரவேற்று உபசரித்தார். மகாத்மா கோவிலின் உள்ளே வரையப்பட்டிருந்த கோலங்களைக் கண்டு மகிழ்ந்தார். கோலமிடும் முறையையும் அதன் சிறப்பையும் பற்றிக் கேட்டார். மகாதேவய்யர் அதை விளக்கமாகக் கூறினார்.

மகாத்மா கோவிலின் உள்ளே பிராமணர்கள் எதுவரை செல்லலாமோ அதுவரை சென்றார். அப்போது அவருக்குச் சந்தேகம் வந்துவிட்டது. இங்கு என்னுடன் அரிசனங்கள் வந்தார்களா என்று கேட்டார். அங்கிருந்த சிலர் நாங்கள் அரிஜனங்கள் தாம் என்றனர்.

பின்னர் கோவிலிலிருந்து புறப்பட்டு கன்னியாகுமரி விவேகானந்தா நூல் நிலையத்துக்குச் சென்றார். அங்குள்ள புத்தகங்களைப் புரட்டிப் பார்த்தார். அன்று அண்ணலுக்கு மௌன விரதம் மாலை 5:30 மணிக்கு வழக்குரைஞர் சிவதாணு பிள்ளை தலைமையில் இந்தி பிரேமி குழு மகாத்மாவைச் சந்தித்தது.

பின்னர் கன்னியாகுமரியில் இருந்து புறப்பட்டு கொட்டாரம், தாமரைக் குளம், ஈத்தங்காடு வழி சுசீந்திரத்திற்கு வந்தார். அங்குள்ள உயர்நிலைப் பள்ளியின் தலைவர் சுப்பிரமணிய பிள்ளை மகாத்மாவை வரவேற்று மாலையிட்டார். மகாத்மா பள்ளியின் நாட்குறிப்பில் தமிழில் ஒப்பமிட்டார். பின்னர் சுசீந்திரம் கோவிலுக்கு கற்காடு ஊர் அரிஜனங்களுடன் சென்றார். மகாதேவ அய்யர் கோவில் வரலாற்றையும் சிற்பங்களையும் அவருக்கு விளக்கினார். பின் மாலை ஏழரை மணிக்கு திருவனந்தபுரம் திரும்பினார்.

23. நாஞ்சில் நாட்டில் நம்பூதிரிகளுக்குச் சோதனை

ஒன்று

நாஞ்சில் நாட்டில் புகழ்பெற்ற ஊரான சுசீந்திரத்தில் ஓதுவார் ஒருவரின் வீட்டில் திருமுருகாற்றுப்படை நூல் ஏட்டைப் பெறுவதற்காகச் சென்றபோது, அகஸ்மாத்தாக பாபு ராமதாசைச் சந்தித்தேன். அவரது மகள் என் கல்லூரியில் படித்தவர். அப்போது சில உதவிகள் நான் அவளுக்குச் செய்திருந்தேன். அந்த நினைவில் ராமதாஸ் என்னைப் பார்த்து மிக அன்போடு வீட்டுக்கு அழைத்தார்.

நான் அந்த ஊருக்கு வந்த காரணத்தைச் சொன்னபோது, அவர் என் வீட்டிலும் சில ஏடுகள் உள்ளன, பெரும்பாலும் வைத்திய ஏடுகள் என்று சொன்னார். நானும் ஏதாவது அபூர்வமாய் ஏடு அகப்படலாம் என்ற ஆசையோடு அவரது வீட்டுக்குப் போனேன்.

அவர் ஏடுகளை எல்லாம் காட்டிவிட்டு பொதுவான விஷயங்களைப் பேசிக்கொண்டிருந்தார். அந்த ஏடுகள், அவரிடம் வந்த நிகழ்வைக் கேட்டபோது அவர் தன் பூர்வீகக் கதையைச் சொல்ல ஆரம்பித்தார். அவருக்குக் கதை சொல்வதில் ஆர்வம் உண்டு என்பது முதலில் பேச ஆரம்பித்தபோதே அறிந்துகொண்டேன். அதைவிட, தன் பூர்வீகத்தை என்னிடம் சொல்வதில் உள்ள ஆர்வம் அவரை அதிகம் பேசவைத்தது.

தம்பி, "நதிமூலம் ரிஷிமூலம் போன்றதுதான் ஜாதி மூலமும். நான் இப்போது அடையாளத்திற்காக ஒரு ஜாதியில் இருக்கிறேன். அந்த வழியில் உன்னை என் சொந்தம் என்று சொல்லிக்கொள்ளலாம். என்னுடைய கொள்ளுத்தாத்தா நம்பூதிரி; கொள்ளுப்பாட்டி சுசீந்திரம் கோவிலில் முதல் குடி தேவதாசி. இதைப் பற்றியெல்லாம் இப்போது வெளிப்படையாகச் சொல்ல முடியாது.

என் நம்பூதிரி தாத்தாவுக்கும் சுசீந்திரம் கோவிலின் கைமுக்கு சோதனைக்கும் தொடர்பு உண்டு. இதையெல்லாம் காலங்காலமாகச் சொல்லிச் சொல்லி கேட்டு வருகிறேன். ஒருவிதத்தில் இந்த விஷயங்களை ஓரளவு நான் அறிந்தவன், நான் என்ற அடையாளம்கூட எனக்கு உண்டு என்று சொல்லிவிட்டு கொஞ்ச நேரம் அமைதியாக இருந்தார். பின் மீண்டும் பேச ஆரம்பித்தார்.

திருவிதாங்கூர் ராஜ்ஜியத்தில் அப்போது சுவாதித் திருநாள் (1829-1844) என்ற மன்னர் ஆட்சி செய்துகொண்டிருந்தார். அந்தக் காலத்தில் குற்றவாளிகள் என்று சந்தேகப்பட்ட மலபார் நம்பூதிரிகளைச் சோதனைக்காக அல்லது விசாரணைக்காக சுசீந்திரம் தாணுமாலயன் கோவிலுக்கு அழைத்து வருவது என்ற ஒரு வழக்கம் இருந்தது. அவரது குற்றம் நிரூபிக்கப்பட்டால் அவர் தன் சாதியிலிருந்து விலக்கப்படுவார். அப்படி விலக்கப்பட்ட நம்பூதிரிதான் என் தாத்தா என்று சொல்லிவிட்டு அமைதியானார்.

கொஞ்ச நேரம் மௌனம். மறுபடியும் பேசினார். என் கொள்ளுப்பாட்டி கிருஷ்ணம்மா சுசீந்திரம் தாணுமாலயன் கோவிலில் முதல் குடி தேவதாசியாக இருந்தாள். அவளுக்குப் பரம்பரையாக காராண்மைச் சொத்து நிறைய இருந்தது. நாஞ்சில் நாட்டு நிலச்சுவான்தார் ஒருவருக்கு வைப்பாகவும் இருந்தாள். அவளது அழகும் சொத்தும் எங்கள் குடும்பத்தில் இருந்து இன்னும் மாஞ்சு போகவில்லை.

ஒரு சமயம் பாட்டியை வைத்திருந்த நிலச்சுவான்தார் அவளது வீட்டில் இருந்த சமயத்தில்தான் சுசீந்திரம் கோவிலில் கைமுக்கு சோதனை நடந்தது. அன்று காலை பூஜையும் ஸ்ரீபலியும் முடிந்தது. சுசீந்திரம் கீழரத வீதியில் மக்கள் பரபரப்பாகப் பேசிக்கொண்டிருந்தார்கள். அங்கங்கே கும்பலாய் நின்று கொண்டிருந்தார்கள். அன்று சோதனைக்கு உட்படுத்தப்பட்ட நம்பூதிரி குற்றவாளியின் முடிவை எதிர்பார்த்து நின்றார்கள். கோவில் சபையும் ஊர்ச் சபையும் வருவாய்த் துறையும் ஒரே துறையாக இருந்த காலகட்டம் அது. ஆகவே, மக்கள் கோவில் அதிகாரிகளுக்கும் பணியாளர்களுக்கும் கட்டுப்பட்டு இருந்தார்கள். தங்கள் ஆர்வத்தை வெளிப்படையாகக் காட்டாமல் மெதுவாகப் பேசிக்கொண்டார்கள்.

கோவில் பணியாளரான பலவேலக்காரன் என்பவர் குற்றவாளி நம்பூதிரியுடன் கோவில் தெற்கு வாசல்வழி கீழரத வீதிக்கு வந்துகொண்டிருந்தான். அங்கே கூடி இருந்த பெரியவர்கள் அந்த இளைஞன் குற்றவாளி என முடிவாகிவிட்டதை ஊகித்துக் கொண்டார்கள்.

பலவேலக்காரன் நம்பூதிரியை அழைத்துக்கொண்டு குலசேகர விநாயகர் கோவிலுக்கு முன்னே வந்தான். நம்பூதிரியைக் கோவிலின் முன் பக்கம் உள்ள ஒரு கல்லில் அமரச் சொன்னான். நம்பூதிரி மௌனமாக தலை குனிந்து தரையைப் பார்த்துக்கொண்டே நின்றான். பலவேலக்காரன் கொஞ்ச நேரம் நின்றுவிட்டு கிழக்கு வாசல் வழியாக கோவிலின் உள்ளே நுழைந்துவிட்டான்.

நம்பூதிரி காலை முதல் எதுவுமே சாப்பிடவில்லை. குற்றவாளியைப் பட்டினி போட்டுத்தான் விசாரிப்பார்கள். இதைப்

பிரத்தியாயம் என்பார்கள். இந்த நம்பூதிரி இளைஞன் தன்னைக் குற்றவாளியாகக் கடைசிவரை ஒத்துக்கொள்ளவில்லை. யோகக் காரர்களிடம் (கோவில் டிரஸ்ட்டிகள்) அறிவுபூர்வமாக விவாதித்தது அவர்களுக்குப் பிடிக்கவில்லை. அதனால் அவர்கள் அவனை விசாரித்த முறையும் கொஞ்சம் இறுக்கமாக இருந்தது.

அந்த இளைஞனைச் சுற்றி இருந்த கூட்டம் எல்லாம் கொஞ்சம் கொஞ்சமாகக் கலைய ஆரம்பித்தது. குலசேகர விநாயகர் கோவிலின் அருகே இருந்த முதல் குடி தேவதாசியின் கணவர் என்ற ஸ்தானத்தில் இருந்த நிலச்சுவான்தார், நம்பூதிரியைத் தன் வீட்டுக்கு அழைத்தார். கைமுக்கு நடைமுறை அந்த ஊர்க்காரர்களுக்கும் பெரியவர்களுக்கும் நன்றாகத் தெரியும். அவனை அவர் தன் வீட்டுக்குச் சாப்பிட அழைத்தார். அது உணவு நேரமும்கூட, அவன் தலையை அசைத்தான்.

அவன் இப்போது நம்பூதிரி அல்லன்; அவன் ஜாதியிலிருந்து விலக்கப்பட்டவன். அவனுக்கு என்று இப்போது ஜாதி அடையாளம் கிடையாது. மதவழிபாட்டு அடையாளம் மட்டுமே உண்டு. அவன் தன் சாதியை இனம் காட்டி உரிமை கோர முடியாது. ஜாதியைச் சொல்லி தன் இடத்தை நிலைநாட்ட முடியாது. ஆனால், மற்றவர்கள் அவனை ஜாதி அடையாளத்தோடுதான் பார்த்தார்கள். முதல் குடி தேவதாசியும் தன் பணிப்பெண்வழி தன் வீட்டிற்கு அவனை அழைத்தபோது அவன் மறுக்கவில்லை.

நம்பூதிரி கொல்லம் அருகே இருந்த தன் சொந்த கிராமத்துக்குப் போக விரும்பவில்லை. சுசீந்திரம் ஊர்க்கோவிலில் விசாரிக்கப்பட்டு குற்றவாளியான நம்பூதிரிகள் அந்த ஊர் மண்ணிலேயே வாழ்ந்து மறைந்தார்கள். அவர்கள் வேறு சாதியுடன் தங்களை இணைத்துக் கொண்டார்கள்.

அந்த இளைஞனுக்கு வைத்தியம் தெரியும். அதனால் தேவதாசியின் வீட்டோடு அவன் ஒட்டிக் கொண்டான். சில்லறை வேலைகளைச் செய்தான். அவளின் குடும்பத்தில் ஒருத்தியை முறைப்படியாக மணந்துகொண்டான். அவனுக்கு இப்போது சாதி அடையாளம் வந்துவிட்டது. அவனுடைய வரலாற்றை அவன் எப்பவாவது உறவினரிடம் சொல்லியிருக்கிறான்.

அந்த இளைஞன் கொல்லம் நகரத்தின் அருகே உள்ள சிறு கிராமத்தில் ஏழைக் குடும்பத்தில் பிறந்தவன். பரம்பரையாக வைத்தியத்தைத் தன் உறவினர் ஒருவரிடம் அறிந்திருந்தான். முறைப்படியாக சமஸ்கிருதம் படித்திருந்தான். அவனது உறவுப்பெண் ஒருத்தியிடம் காதல் கொண்டிருந்தான்; அடிக்கடி அவளைச் சந்தித்திருக்கிறான்.

அந்தக் காதலர்களின் சந்திப்பை அந்தப் பெண்ணின் வீட்டுத் தாசி (பணிப்பெண்) அறிந்துவிட்டாள். அச்செய்தி மேலிடத்திற்குச் சென்றது. முதல்கட்ட விசாரணையில் அது உண்மை என்று தெரிந்தது. அவன் மேல் பாலியல் குற்றச்சாட்டு ஜோடிக்கப்பட்டது. பின்னர் அவனை விசாரிக்க சுசீந்திரம் கோவிலுக்குக் கொண்டுவந்தனர்.

அவனது காதலியிடம் நடத்திய விசாரணையின்போது (இது ஸ்மார்த்த விசாரம் எனப்படும்) அவள் விஷப்பாம்பு இருந்த மண் பானைக்குள் கையைவிட்டு சோதிக்கப்பட்டாள்; அப்போது அவள் இறந்துவிட்டாள்.

இந்தச் செய்திகளை எல்லாம் அந்த நம்பூதிரி பல சூழ்நிலைகளில் சொல்லி இருக்கிறான். பாபு ராமதாஸ் இந்தக் கதையை என்னிடம் சொல்லிவிட்டு அந்த நம்பூதிரியின் வம்சா வழியினர் நாங்கள் என்று சொன்னார்.

இந்தக் கதையை எண்பதுகளின் பாதியில் நான் கேட்டேன். ராமதாஸ் என்னிடம் இந்த நிகழ்ச்சிகளைக் கொஞ்சம் மிகைப்படுத்தி சொல்லியிருக்கலாம் என்று அப்போதே தோன்றியது. இதைச் சொல்வதற்கும் இப்போது ஆட்கள் இல்லை.

ராமதாஸ் சொன்ன கதைக்குப் பின்னால் நீண்ட வரலாறு உண்டு. சுசீந்திரம் தாணுமாலயன் கோவில் பற்றி விரிவாக ஆராய்ந்த டாக்டர் கே.கே.பிள்ளை 'பிரத்யாயம்' என்னும் தலைப்பில் இதைச் சொல்லுகிறார்.

பிரத்யாயம் என்னும் சமஸ்கிருதச் சொல்லுக்கு நம்பிக்கையை நிலைநாட்டுதல் என்று பொருள் கொள்ளுகின்றனர். குற்றவாளியாய்க் கருதப்பட்ட ஒருவன் தனது ஒழுக்கத்தை நிரூபிக்க, கொதிக்கும் நெய்யில் கைவிடுதல் என்னும் பொருளில் இது கைமுக்கு எனவும் வழங்கப்பட்டது.

கேரளத்தில் நம்பூதிரிகள் தங்கள் தூய்மையை நிரூபிக்க 'காளி கோவிலைத் தெரிந்தெடுப்பது' என்ற வழக்கம் பத்தாம் நூற்றாண்டுக்கு முன்பே இருந்தது என்கின்றனர். கொடூரமான தெய்வம் என்னும் நிலையில் காளி இதற்குப் பயன்பட்டு இருக்கிறாள்.

சுசீந்திரம் சிவன் கோயிலை இந்தச் சோதனைக்குத் தெரிவு செய்யக் காரணம்; இது தொடர்பான தலபுராணம்தான். கவுதமரின் மனைவி அகலிகையிடம் தன் ஆசையைத் தீர்த்த இந்திரன் சாபம் பெற்று விமோசனம் அடைந்த தலம்; "எந்தப் பாவத்தையும் தொலைக்கும் தலம்" என்ற கதைகள் இக்கோவில் தொடர்பானவை. நம்பூதிரிகளின் தனிப்பெரும் ஆளுமைக்கு உட்பட்ட பெரும் சொத்துக்கள் இருக்கும் கோவில் என்பதும் ஒரு காரணம்.

இந்தக் கோவிலில் நிலைபெற்ற சிவன், ருத்ர மூர்த்தியாகக் கருதப்பட்டது ஒரு காரணம். இதுபோன்ற சோதனை நிகழ்வுகள் செங்கனூர், கார்த்திகைப் பள்ளி போன்ற இடங்களில் உள்ள கோயில்களிலும் நடந்திருக்கின்றன.

தகாத பாலுறவு, வன்புணர்ச்சி, கொலை தொடர்பான குற்றங்கள் ஆகியன சுசீந்திரம் கோவிலில் விசாரிக்கப்பட்டன. இது நம்பூதிரி சாதிகளுக்கு மட்டுமே உரியது. இந்தச் சோதனை பிரத்தியாயம் அல்லது கைமுக்கு எனப்பட்டது. இந்தச் சோதனை குறித்த செய்திகள் தனிப்பட்ட முறையில் கோவிலில் பதிவுசெய்யப்படவில்லை. கோவில் கணக்கு அச்சார கணக்கு போன்றவை எழுதி வைக்கப்பட்ட ஓலைகளிலிருந்தே கே.கே.பிள்ளை இவற்றைத் தொகுத்திருக்கிறார்.

இரண்டு

இந்தத் தண்டனைகள் நமக்குப் புதியதல்ல. இது குறித்த செய்திகள் இலக்கியங்களிலும் கல்வெட்டுகளிலும் கதைப்பாடல்களிலும் உள்ளன. இந்தத் தண்டனை முறையின் வழிமுறை பற்றி அறியுமுன்பு பிரத்தியாயம் பற்றி பார்க்கலாம்.

நாட்டார் தெய்வ வழிபாட்டுத் தலங்களில் பெண்களின் புனிதத்தை நிலைநிறுத்த அல்லது சோதனை செய்யும் வழக்கம் உண்டு. இப்போதும் இந்த வழக்கம் நடைமுறையில் உள்ளது. இது நிறுவன சமயம் சார்பான கோவில்களிலும் இருந்தது. சோரம் போனதாகக் கருதப்பட்ட பெண், திருடியதாகக் குற்றஞ்சாட்டப்பட்ட ஆண், ஒரு குறிப்பிட்ட கோவிலில் மூல தெய்வத்தின் முன்னே சென்று கையில் சூடத்தை ஏற்றி சத்தியம் செய்து, தன்னை நிரபராதி என்று சொன்னால் அதை ஏற்றுக்கொள்ளும் நடைமுறை இன்றும் உள்ளது.

குற்றவாளிகளைச் சோதனை செய்யும் இடமாகவும் தண்டனை கொடுக்கும் இடமாகவும் கோவில்களும் மதக்கூடங்களும் இருந்திருக்கின்றன. இது உலகளாவிய நிலை. குற்றவாளிகளைத் தெய்வமே தண்டிக்கும் என்பது காலங்காலமாக இருந்து வரும் நம்பிக்கை. நீண்ட பாரம்பரியம் உடைய வழிபாட்டு மரபுடைய எல்லா நாடுகளுக்கும் இது பொருந்தும்.

குற்றம் சாட்டப்பட்டவர்கள் நெருப்பில் கையைவிட்டு நிரூபித்த நிகழ்ச்சியை கிரேக்க நாடக ஆசிரியரான சொபோகிளிஸ் கூறுகிறார். வட ஆப்பிரிக்காவில் ஷாம்பசி நீக்ரோ இனத்தவரிடம் இப்படி ஒரு வழக்கம் இருந்தது. கத்தோலிக்கத் துறவிகள் தங்கள் தூய்மையை நிரூபிக்க நெருப்பு சோதனையை மேற்கொண்டனர். இதற்கு புனித பிரான்சிஸ் பாலின் வாழ்க்கை உதாரணம். ஐரோப்பிய கிறிஸ்தவ ஆலயங்களில் நடந்த இந்தச் சோதனை முறைக்கு இடைக்காலத்தில் பெரும் எதிர்ப்பு வந்தது. பின்னர் இந்த முறை நிறுத்தப்பட்டது. எகிப்தில் இதுபோன்று நடந்த நிகழ்ச்சிகள் ஏராளம்.

தமிழகத்தில் ஒருவன் குற்றமற்றவன் என்பதை நிரூபிக்க நடந்த சோதனைகள் பற்றிய செய்திகள் வட்டார இலக்கியங்களிலும் கல்வெட்டுகளிலும் கதைப்பாடல்களிலும் உள்ளன. நெருப்பில் மூழ்கி நிரூபித்த நிகழ்வுகள் காவிய காலத்தில் நடந்திருக்கின்றன. ஓடும் ஆற்று நீரில் குதிப்பது, விஷத்தைக் குடிப்பது, விஷப்பாம்பு இருக்கும் மண் குடத்தில் கையை விடுவது, கொதிக்கும் நெய் அல்லது எண்ணெயில் கையை விடுவது, பிளம்பாய் ஜொலிக்கும் இரும்புத் துண்டைக் கையில் எடுப்பது, சூரியன் அல்லது ஒரு தெய்வத்தைப் பார்த்து சத்தியம் செய்வது, உள்ளங்கையில் சூடத்தைப் பொருத்தி சத்தியம் செய்வது என இப்படியாக நடைமுறையில் இருந்த முப்பதுக்கு மேற்பட்ட சோதனை முறைகளைப் பழம் இலக்கியங்களிலிருந்து சேகரித்துள்ளனர்.

தமிழகத்தில் சோழர் காலத்து இலக்கியங்களில் இதற்குச் சான்று உண்டு. மிகப்பெரிய அறிவாளிகளும் படைப்பாளிகளும்கூட இதிலிருந்து தப்பவில்லை. ஐம்பெரும் காப்பியங்களில் ஒன்றான சீவக சிந்தாமணிக்கு உரை எழுதிய திருத்தக்கத் தேவர் சிற்றின்பத்தை அனுபவித்தே சிந்தாமணிக்கு உரை எழுதினார் என்ற குற்றச்சாட்டு எழுந்தபோது; அதைத் தாங்கமுடியாமல் கொதிக்கும் இரும்புத் துண்டைக் கையில் எடுத்து தன் தூய்மையை நிரூபித்தார் என்பது ஒரு கதை.

வைணவ பூசகர் ஒருவர் திருட்டுக் குற்றம் சாட்டப்பட்டு பாம்பு இருந்த குடத்தில் கையை விடச் சென்றபோது, அவரைத் தடுத்து பன்னிரு ஆழ்வார்களில் ஒருவரான குலசேகர ஆழ்வார் தன் கையைக் குடத்தில் விட்டு பூசகரின் தூய்மையை நிரூபித்தார் என்ற வைணவ மரபுக் கதையுண்டு.

தென்னிந்திய கல்வெட்டுக்களில் இதுபோன்ற நிகழ்ச்சிகளுக்கு நிறைய சான்றுகள் உண்டு. திருநாக்குன்றமுடையார் கோவிலில் அணிகலன்கள் திருட்டுப்போனபோது அர்ச்சகர் ஒருவரை நிர்வாகம் சந்தேகித்தது. அந்த அர்ச்சகர் கொதிக்கும் இரும்பைப் பிடித்து, தான் திருடவில்லை என்று சத்தியம் செய்ய வேண்டும் என்று நிர்வாகம் ஆணையிட்டது. இது 13 ஆம் நூற்றாண்டு கல்வெட்டு கூறும் செய்தி.

புகழேந்திப் புலவரின் பெயரிலுள்ள ‘அல்லி அரசாணி மாலை’ என்னும் அம்மானைப் பாடலில் ஒரு நிகழ்ச்சி: அல்லி அயர்ந்து உறங்கிக் கொண்டிருக்கும்போது, அர்ஜுனன் அவள் கழுத்தில் தாலியைக் கட்டிவிடுகிறான். மறுநாள் தன் கழுத்தில் தாலி தொங்குவதைப் பார்த்த அல்லி, தன் நாட்டிலுள்ள எல்லா அரசர்களையும் வரவழைக்கிறாள். கொதிக்கும் எண்ணெயில் கையை விட்டு, அல்லிக்குத் தான் தாலி கட்டவில்லை என்று சத்தியம் பண்ணும்படி ஆணையிடுகிறாள். இந்தக் கதைப்பாடலின் காலம் கி.பி.18 அல்லது 19 ஆம் நூற்றாண்டு ஆகும்.

கேரளத்தில் குற்றவாளிகளைச் சோதனை செய்யும் வழக்கத்தை நேரில் பார்த்த லோமியோ என்பவர் பதிவுசெய்திருக்கிறார். குற்றம் சாட்டப்பட்டவரை முதலை இருக்கும் நீர் நிலையில் தள்ளுதல், கொதிக்கும் ஈயக் குழம்பில் கைவிடுதல், பாம்பு இருக்கும் குடத்தில் கை விடுதல், கொதிக்கும் நெய்யில் கைவிடுதல் என்பன போன்ற சோதனைகள் 19 ஆம் நூற்றாண்டு வரை மலபாரில் வழக்கத்தில் இருந்தன.

கௌரி இலட்சுமிபாய் ராணி என்பவர் திருவிதாங்கூரின் பகர அரசியாக இருந்த காலத்தில்; கிழக்கிந்திய கம்பெனி ரெசிடென்ட் ஆக இருந்த கர்ணல் ஜான் மன்றோ (1819-1822)விடம் யூதர் ஒருவர் திருவிதாங்கூரில் குற்றவாளிகளைச் சோதிக்கும் கொடுமையான வழக்கத்தை நிறுத்தும்படி முறையிட்டு இருக்கிறார். மன்றோ, இந்த சோதனை வழக்கத்தை ஒழிப்பதற்கு முயற்சி எடுத்தார். ஆனால், வைதீக சார்புள்ள பண்டிதர்கள் இதற்கு எதிர்ப்பு தெரிவித்தனர். அப்போது அரசியும் இதைக் கண்டுகொள்ளவில்லை.

மூன்று

சுசீந்திரம் வட்டப்பள்ளி மடம் காப்பகத்தில் கைமுக்கு தொடர்பாக உள்ள 12 ஓலைகளில் ஒன்று மட்டும்தான் கொலைக்குற்றம் தொடர்பானது. பிற எல்லாம் பாலியல் குற்றம் தொடர்பானவை. கைமுக்கு சோதனைகள் பல நடந்திருக்கலாம். ஆனால் கிடைத்த ஆதாரங்கள் குறைவு.

இப்படியான பாலியல் குற்றங்கள் நம்பூதிரிகளிடம் உருவாகக் காரணம் என்ன? இதற்கு ஒரு பின்னணி உண்டு; நம்பூதிரிகளின் குடும்பத்தில் மூத்தவன் மட்டுமே சொந்த ஜாதியில் திருமணம் செய்துகொள்ள முடியும். மற்ற சகோதரர்கள் வேறு ஜாதிப் பெண்களைச் சம்பந்தம் செய்துகொள்ளலாம். இதனால் நம்பூதிரிகளின் ஜாதியில் திருமணம் ஆகாத முதிர் கன்னிகளின் எண்ணிக்கை அதிகமானது. இந்தச் சூழ்நிலை நம்பூதிரிப் பெண்கள், ஆண்களின் பாலியல் தொடர்பை உருவாக்கக் காரணமானது என்கின்றனர்.

சுசீந்திரம் கோவிலில் நடந்த பிரத்தியாயம் என்னும் வழக்கம் எப்போது ஏற்பட்டது? இப்படி ஒரு வழக்கம் உருவாகக் காரணம் என்ன என்பதையெல்லாம் அறிவதற்கு முன்னால் சுசீந்திரம் கோவிலுக்கும் நம்பூதிரிகளுக்கும் உள்ள தொடர்பை அறிய வேண்டியதிருக்கிறது. நாஞ்சில் நாட்டில் நம்பூதிரிகளின் செல்வாக்கு எப்போது ஏற்பட்டது. இதற்கான சில தகவல்களை டி.கே வேலுப்பிள்ளை, திவான் நாகம் அய்யா, பேராசிரியர் இளங்குளம் குஞ்சம் பிள்ளை போன்றோர் கூறுகின்றனர்.

கன்னியாகுமரி மாவட்டத்தில் வைதீகக் கோவில்களில் நம்பூதிரிகளின் செல்வாக்கு உருவான காலம் பதிமூன்றாம் நூற்றாண்டு

ஆகயிருக்கலாம். இதற்கு சுசீந்திரம் அருகே உள்ள துவாரகை கிருஷ்ணன் கோவிலில் உள்ள கல்வெட்டுகளில் சான்று உண்டு. இந்தக் கோவிலின் கருவறை தென்மேற்கு மூலையில் கி.பி. 1229 ஆம் ஆண்டுக் கல்வெட்டு உள்ளது.

இக்கோவிலில் வட திருவிதாங்கூர் வேத விற்பன்னரான ஸ்ரீ கோவிந்த ப்ரக்ஞ படரார் ஸ்ரீகான கிராம பகவான் என்ற ஞானி இருந்தார். இவருடன் வேதவித்துகள் சிலரும் இந்தக் கோவிலில் இருந்தனர். 1230-இல் உள்ள இந்தக் கோவில் கல்வெட்டு கோவிந்தப் ப்ரக்ஞ படரார் முன்னிலையில் தாணுமாலயன் கோவில் சபை கூடியதைக் கூறும். துவாரகை கோவிலில் கோவிந்தம் படரார் மேல்சாந்தியாக இருந்திருக்கிறார்.

கோவிந்தர் என்னும் பெயருடைய வேதம் படித்த நம்பூதிரி, நாஞ்சில் நாட்டுக் கோவில் ஒன்றில் பூசகர் ஆகவும் சபை உறுப்பினராகவும் இருந்திருக்கிறார். இவர் மட்டுமல்ல வேறு நம்பூதிரிகளும் கோவில் பூசகர்களாகவும் யோகக்காரர்களாகவும் கோவில் நிர்வாகியான ஸ்ரீ காரியம் ஆகவும் இருந்திருக்கின்றனர். இது 14ஆம் நூற்றாண்டுக்கு முன்பு நடந்த நிகழ்வு.

இந்தக் காலத்தில் வேறு கோவில்களிலும் நம்பூதிரிகள் கோவில் நிர்வாகிகளாகவும் பூசகர்கள் ஆகவும் இருந்திருக்கின்றனர். சான்று, கன்னியாகுமரி பகவதி அம்மன் கோவில் திருவட்டாறு ஆதிகேசவப் பெருமாள் கோவில், வாள் வச்ச கோஷ்டம் மகிஷாசுரமர்த்தினி கோவில் போன்றவை. வேணாட்டு அரசர்கள் நம்பூதிரிகளின் வைதீக மரபில் தலையிடவில்லை.

நாஞ்சில் நாட்டுக் கோவில்களின் தாந்திரீகம், ஆகமம் போன்றவை நம்பூதிரிகளால் சீரமைக்கப்பட்டது இந்தக் காலத்தில்தான். திருவட்டாறு ஊரில் மலையாளம் பேசிய நம்பூதிரிகள் மண்ணின் மைந்தர்களாகவே தங்களைக் கருதிக்கொண்டனர். நம்பூதிரிகள் அந்த ஊரில் வாழ்ந்த தமிழ் பேசிய பிராமணர்களைப் பரதேசிகள் என்று அழைத்தனர். இன்றுகூட அது நடைமுறையில் உள்ளது. இப்படியான ஒரு சூழ்நிலையில்தான் சுசீந்திரம் கோவில் நம்பூதிரிகளின் சோதனைக் கூடமாக ஆனது.

சுசீந்திரம் கோவிலில் பிரத்தியாயம் அல்லது கைமுக்கு வழக்கம் அறிமுகமான காலகட்டத்தைச் சரியாகக் கணிக்க முடியவில்லை என்று கூறுகிறார் டாக்டர் கே.கே.பிள்ளை. நாஞ்சில் நாட்டில் நம்பூதிரிகள் அறிமுகமான 13ஆம் நூற்றாண்டுக்குப் பின்னர் இந்த வழக்கம் வந்திருக்கலாம் என்பது ஒரு ஊகம். கே.கே.பிள்ளைக்குக் கிடைத்த ஆவணங்கள் எல்லாமே 18 ஆம் 19ஆம் நூற்றாண்டுகளைச் சார்ந்தவை ஆகும். இது குறித்த முதல் செய்தி கி.பி.1627 ஆம் ஆண்டு ஆவணத்தில் தான் வருகிறது என்கிறார் அவர்.

கருநாகப்பள்ளி லட்சுமிதாசன் நம்பூதிரி எழுதிய 'சுக சந்தேசம்' என்னும் மலையாள சிற்றிலக்கியத்தில் வரும் "உன் கண்களை சுசீந்திரம் ஊரின் மேல் பதித்துவிடு. அங்குள்ள சிவனிடம் இந்திரனே புனிதம் பெற்று இருக்கிறான்; இப்போதும்கூட மனிதனின் சோதனைக் கூடமாகவும் இத்தலம் விளங்குகிறது" என்னும் வரிகள் கைமுக்கு நிகழ்வின் காலத்தை ஓரளவு உறுதிசெய்ய உதவுகிறது.

சுக சந்தேசம் நூலின் காலம் கி.பி.14ஆம் நூற்றாண்டு. எனவே கைமுக்கு வழக்கம் 14ஆம் நூற்றாண்டுக்கு முற்பட்டது என்று ஊகிக்கிறார் கே.கே.பிள்ளை. கோவிலில் வட திருவிதாங்கூரில் இருந்து தென் திருவிதாங்கூர் கோவில்களுக்குத் தாந்திரீக ஆகமங்களை நடத்த வந்த நம்பூதிரிகள் கி.பி.14-ஆம் நூற்றாண்டின் ஆரம்பத்தில் இதை அறிமுகப்படுத்தி இருக்கலாம்.

நான்கு

கைமுக்கு நிகழ்வை ஸ்மார்த்த விசாரம், பிரத்யாயம் என்னும் இரண்டு கட்டங்களாக வகுத்துக்கொண்டு விளக்குகிறார் கே.கே.பிள்ளை. ஸ்மார்த்தவிசாரம் என்பது குற்றம் சாட்டப்பட்ட நம்பூதிரி ஜாதிப் பெண்ணை விசாரிப்பது. இது, அவளது வீட்டில் நடக்கும். குற்றம் சாட்டப்பட்ட நம்பூதிரி இளைஞனை விசாரித்து சோதனை செய்வது பிரத்தியாயம். இது குறிப்பிட்ட கோவிலில் நடக்கும்.

ஸ்மார்த்த விசாரம் என்பதில் உள்ள ஸ்மார்த்தம் என்ற சொல்லுக்கு மேலாண்மைக்காரர் மீமாம்சைக்காரர் கிராமத்து நீதிபதி என்னும் அர்த்தங்களைக் கொள்கின்றனர். ஒரு பெண் சோரம் போய் விட்டாள் என்ற செய்தி கிடைத்ததும் அது அந்த வீட்டுத் தலைவரிடம் தெரிவிக்கப்படும். இதன் பின் விசாரணை ஆரம்பமாகும். இதன் முதல் கட்டமாக குற்றஞ்சாட்டப்பட்ட பெண்ணை வேலைக்காரியான தாசி (பணிப்பெண் என்ற அர்த்தத்தில்) விசாரிப்பாள். இது, தாசி விசாரம் எனப்படும்.

பணிப்பெண்ணின் முதல் கட்ட விசாரணைக்கு வீட்டில் உள்ள உறவினர்கள் உதவுவார்கள். தாசியின் விசாரணையில் அந்தப் பெண் தவறு செய்தவள் என்று ஊகிக்கப்பட்டால், அவள் அஞ்சு புரை என்னும் தனி அறையில் அடைக்கப்படுவாள். இந்த அறை அவளது வீட்டு வளாகத்தில் தாய் வீட்டுக்குத் தொடர்பற்ற இடத்தில் அமைக்கப்பட்டிருக்கும். இந்த அறையில் இருப்பவள் வீட்டில் இருப்பவருடன் தொடர்புகொள்ள முடியாது.

தாசியின் விசாரணைக்கும் பின்னர் குடும்பத்தின் மூத்த உறுப்பினர் நாட்டுத் தலைவருக்கும் இதைத் தெரிவிப்பார். அவர் குற்றவாளியை விசாரிக்க ஒரு குழுவை அமைப்பார். அந்தக் குழுவின் தலைவராக

நிரம்பப் படித்தவர் ஒருவர் இருப்பார். இவரைத் தவிர இரண்டு அல்லது அதற்கு மேற்பட்ட மீமாம்சைக்காரர்கள் (ஸ்மார்த்தர்) நம்பூதிரிகளின் சாதி நடைமுறை அறிந்த ஒருவர் வட்டாரத் தலைவர் ஆகியோர் இருப்பார்கள்.

இரண்டாவது கட்ட விசாரணையில் விசாரணைக்குழு பணிப்பெண்ணை விசாரிக்கும். இந்த விசாரணை சமயத்தில் குற்றம் சாட்டப்பட்ட நம்பூதிரிப் பெண் வீட்டு வளாகத்தில் பனை ஓலைக் குடிசையில் தனியாக இருக்க வேண்டும்; வெளியே வருதல் கூடாது. பணிப்பெண்ணான தாசியை விசாரித்த பின்பு விசாரணைக் குழுவினர் தங்களுக்குள் கலந்து ஆலோசிப்பார்கள். இதன்பிறகு ஒரு வருஷமோ அதற்கும் அதிகமாகவோ விசாரணை தொடர்ந்து நடக்கலாம். விசாரணையின்போது ஏற்படும் செலவை அந்த வீட்டுக்காரர்களே கொடுக்க வேண்டும்.

விசாரணை செய்யும்போது, குற்றம் சாட்டப்பட்ட பெண்ணிடம் கண்ணியமான வார்த்தைகளால் உரையாட வேண்டும் என்பது நடைமுறை. விசாரணைக்காரர்கள் குற்றவாளியைப் பார்த்துப் பேசுவதைவிட வேலைக்காரியைப் பார்த்துப் பேசுவதை வழக்கமாகக் கொண்டிருந்தனர். விசாரணை முடிவில் அந்தப் பெண் குற்றம் உடையவள் என்று நிரூபிக்கப்பட்டால், அவளைப் பார்த்து மற்றவர்கள் இரண்டு கைகளையும் கொட்டி அவமானப் படுத்துவார்கள். அவள் அடிமையைப் போன்று நடத்தப்படுவாள். இதன்பின்னர் பெரும்பாலும் அவள் சொந்த ஜாதியிலிருந்து விலக்கப்படுவாள்.

அந்தப் பெண் நம்பூதிரி சாதியிலிருந்து பகிஷ்கரிக்கப்பட்ட பின்பு வீட்டை விட்டு வெளியேற வேண்டும். பிறகு, அவள் தன் விருப்பம் போல் எங்கு வேண்டுமானாலும் செல்லலாம். ஸ்மார்த்த விசாரணை முடிவின்போது ஊரின் எல்லையில் மலபார் முஸ்லிம்களும் கிறிஸ்தவர்களும் காத்திருப்பார்கள். குற்றவாளியாக முடிவு செய்யப்பட்ட நம்பூதிரிப்பெண் தான் விரும்பியவருடன் சென்று, விடலாம் இதுவே பெரும்பாலும் நடைமுறையில் இருந்தது. இதன் பின்னர் அவளுக்கும் அவள் ஜாதிக்கும் எந்தத் தொடர்பும் இல்லாமல் ஆகிவிடும்.

நம்பூதிரி ஆண் குற்றம் உடையவன் என்று கருதப்பட்டால், அவனது நேர்மையை நிரூபிக்க வாய்ப்பு கொடுக்கப்படும். இது, கைமுக்கு அல்லது பிரத்தியாயம் எனப்படும். குற்றம் சுமத்தப்பட்ட ஆணின் தெய்வ சோதனை குறித்த செய்திகள் முதலில் நாட்டு அரசருக்கு அனுப்பப்படும். இதற்கு அறுபத்தி ஆறு பணம் அபராதம் கொடுக்கப்பட வேண்டும். இது கைமுக்கு நிகழ்ச்சியின் முதல்கட்டம்.

இதன்பிறகு குற்றவாளியைப் பற்றிய செய்திகள் அடங்கிய ஓலையை தேவாரி எனப்படும் பூசகர் ஒருவர் சுசீந்திரம் கோவில் காவலாளியிடம் ஒப்படைப்பார். இந்தக் காவலாளி வைராவி சாதியைச் சார்ந்தவராய் இருப்பார்.

வைராவி, அந்த ஓலையைக் கோவில் நிர்வாகிகள் ஆன யோகக்காரர்களில் மூத்தவரிடம் கொடுப்பார். அவர் மற்றவர்களுக்கு இந்தச் செய்தியைத் தெரிவிப்பார். பின்னர் யோகக்காரர்களும் ஸ்ரீகாரிய நம்பூதிரியும் தேவாரியும் கோவில் இளைய நயினார் மண்டபத்தில் கூடுவர்.

அந்தக் கூட்டத்தில் தேவாரி பிரத்தியாயம் நடத்தவேண்டிய கட்டாயத்தைச் சொல்லுவார். மறுப்பு இருந்தால் அதை அரசரிடம் தெரிவிப்பதாகவும் சொல்லுவார். எல்லோரும் மறுப்பு இல்லை என்று சொல்லுவார்கள். இது ஒரு சடங்கு நாடகம்தான்; சோதனைக்கும் மறுப்பு தெரிவிப்பதில்லை.

இதன் பின்னர் அடுத்த நாள் கோவில் சபையினர் உதயமார்த்தாண்டம் மண்டபத்தில் கூடுவார்கள். அப்போது பிரத்தியாயம் நடத்தவேண்டிய நாள் நிச்சயிக்கப்படும். கைமுக்கு சடங்கில் கோவில் பூசகரான நம்பூதிரிக்கு முக்கிய இடம் உண்டு. இவரும் யோகக்காரர்களும் விவாதிப்பார்கள். கைமுக்கு சோதனை நடத்தவேண்டிய நாள் நிச்சயிக்கப்பட்டதும் அது ஓலையில் பதிவுசெய்யப்படும். பின்னர் அரசருக்கும் தெரிவிக்கப்படும்.

ஐந்து

கோவில்சபை கைமுக்கு நடத்த முடிவுசெய்த பின்னர் குற்றம் சாட்டப்பட்ட நம்பூதிரி, அவனது சொந்த ஊரில் இருந்து சுசீந்திரத்திற்கு அழைத்து வரப்படுவான். அவனுடன் அவனது நண்பனும் உறவினர் ஒருவரும் வருவார்கள். குற்றவாளியின் மேல் உள்ள குற்றத் தகவல்கள் எழுதப்பட்ட ஓலை அவனது உறவினரிடம் கொடுக்கப்பட்டிருக்கும். கூடவே, இது தொடர்பான அரசு நீட்டும் இருக்கும். இந்த இரு ஓலைகளைக் கொண்டுவரும் குற்றவாளியையும், உறவினர்களையும் வட்டப்பள்ளி தன் வீட்டிற்கு அழைத்துச் செல்வார். இதன்பின் கைமுக்கு நிகழ்வின் மூன்றாம் கட்டம் ஆரம்பமாகும்.

குற்றம் சாட்டப்பட்டவர் வட்டப்பள்ளி மடம் வளாகத்தில் மூலையில் ஒரு குடிசையில் இருப்பான். இவனது முதல் விசாரணை தொடங்கும் முன்பு குற்றவாளி 22 பணம் அபராதம் செலுத்த வேண்டும். யோகக்காரர்களின் அனுமதியுடன் குற்றவாளி கிழக்கு வாசல் வழியாக கோவிலுக்குள் செல்வான். அவனுடன் வந்தவர்கள்

மேற்கு வாசல் வழி செல்வார்கள். இந்த நிகழ்ச்சி சூரியன் மறைவதற்கு முன்பே நடந்துவிடும். இந்த நாளில் குற்றவாளி முழுப்பட்டினியுடன் இருப்பான்.

அன்று கோவில் சபை இளைய நயினார் மண்டபத்தில் கூடும். கோவில் சபை உறுப்பினர்கள் ஒவ்வொருவரும் அவர்கள் அமரவேண்டிய இடத்திலே இருப்பார்கள். ஸ்ரீகாரியம் நம்பூதிரி கன்னி மூலையில் இருப்பார். இவரது வலதுகை பக்கம் உள்ள விசுப்பலகையில் அரசரின் நீட்டு வைக்கப்பட்டிருக்கும். ஸ்ரீ காரிய நம்பூதிரியின் வலதுபுற பகுதியில் முல்லை மங்கலமும் புதுமடமும் இதே வரிசையில் தெற்கு மண் ஊராண்மைக் காரரும் தென்பகுதியில் கொட்டம்பள்ளியும் தென் மூலையில் புத்தில்லமும் இருப்பார்கள். சபை கூடிய பிறகு சபையின் அருகே இருக்கும் விளக்குகளை அகற்றி விடுவார்.

கோவில் கணக்கன் இடுப்பில் துண்டை கட்டிக்கொண்டு சபையில் நிற்பான். பாரிசைவன் சங்கு ஊதுவான். அப்போது கொட்டு முழங்கும். குற்றவாளி சபையின் முன்னே அபராத பணத்தை வைப்பான். இந்த நிகழ்ச்சியில் கோவில் காணியாட்சி உரிமை உடைய இலைவாணியனுக்கு உரிமை உண்டு. அவன் கைமுக்கு நிகழ்ச்சி நடக்கும்போது வெற்றிலை பாக்கு கொடுக்க வேண்டும்.

அபராதத் தொகையை ஸ்ரீகாரிய நம்பூதிரி எடுத்துக்கொண்டு விசாரணைக்கு உத்திரவிடுவார். இப்போது விசாரணை வெறும் சடங்காகத்தான் நடக்கும். ஏற்கனவே உள்ள முடிவை இந்த சபை ஏற்றுக்கொள்ளும். விசாரணை முடிந்ததும் குற்றவாளியும் அவனுடன் வந்தவனும் கோவில் கிழக்கு வாசல்வழி சென்று வட்டப்பள்ளி மடத்திற்கு வந்துவிடுவார். அன்று குற்றவாளி, அவனுக்கு உரிய இடத்தில் தங்குவான்.

அடுத்த நாள் காலையில் குற்றவாளியும் அவர் ஊரிலிருந்து வந்தவனும் கிழக்கு வெளிப்பிராகாரத்திற்கு அழைத்து வரப்படுவார்கள். அப்போது கோவில் சபையார் செண்பகராமன் மண்டபத்தில் கூடுவர். பட்டதிரி ஒருவர் குற்றவாளி பற்றிய செய்திகளை ஓலையிலிருந்து படிப்பார். இதன்பின் குற்றவாளி வடக்கு இடம் கொடிமரத்தின் அருகே நிறுத்தப்படுவான். அவனுக்குக் காவலாக கோவில் பலவேலைக்காரன் நிற்பான்.

செண்பகராமன் மண்டபத்தில் இரண்டு தங்கக்குடங்கள், தங்கக் கெண்டி, வெள்ளி விளக்கு, நெய் காய்ச்சுவதற்குரிய வெண்கலப்பானை, வெள்ளித்தட்டுகளில் மலர்கள், வெள்ளிக்கும்பா ஆகியன இருக்கும். குற்றவாளி இறுதி முறையாக சபைக்கு 26 பணம், 21 கட்டு வெற்றிலை 316 பாக்கு ஆகியவற்றை அபராதமாகக் கொடுப்பான். ஸ்ரீ காரியம் நம்பூதிரி இவற்றைச் சரிபார்த்துவிட்டு சோதனையை ஆரம்பிக்கலாம் என்பார்.

சோதனை நிகழ்ச்சியை வட்டப்பள்ளி ஸ்தானிகர் ஆரம்பித்து வைப்பார். இதன் முதல் கட்டமாக கோவில் ஸ்ரீ பலிப்புரையில் சிறிய மர வாகனத்தில் தங்க ரிஷபம் எடுத்துச்செல்லப்படும். இந்த வாகனம் ஸ்ரீபலிப்புரையிலிருந்து புறப்படும். இதன்பின் பட்டுக்கொடை பிடிக்கப்படும். வெஞ்சாமரை வீசிக்கொண்டு ஒருவர் செல்வார். பாரிசைவர்கள் இருவர் சங்கு ஊதிக்கொண்டே செல்வார்கள். வட்டப்பள்ளி தலைமையில் செல்லும் இந்த வாகனம் கோவிலை ஒருமுறை சுற்றிவிட்டு செண்பகராமன் மண்டபத்திற்கு முன்னே வந்து நிற்கும்.

இந்தச் சமயத்தில், குற்றவாளி இந்திர விநாயகர் கோவிலின் அருகே உள்ள நீராழியிலிருந்து தண்ணீரை எடுத்து மறைவிடத்தில் நின்று குளிப்பான். பின் புதிய ஆடையை உடுத்துக்கொள்வான். இதன் பிறகு அவன் யாரிடமும் பேசக்கூடாது. யோகக்காரர்களில் ஒருவர் தன் கையில் இருக்கும் ஓலையில் உள்ள ஸ்லோகத்தை மெதுவாகப் படிப்பார். குற்றவாளி மௌனத்தைக் கலைத்துவிட்டு அந்த ஸ்லோகத்தை திரும்பிச் சொல்வான்.

சூரியன், சந்திரன், வாயு, அக்னி, பூமி, ஆகாயம், சொர்க்கம், தண்ணீர், காலை, மாலை, இரவு, பகல், தர்மம், இதயம் ஆகியவற்றைச் சாட்சியாக வைத்து சொல்கிறேன்.

துவஜஸ்தம்பத்தின் அருகே கணபதியின் பாதங்களில் இந்த கைமுக்கு (பிரத்தியாயம்) சோதனை நடக்கிறது, கணபதியைச் சாட்சியாக வைத்து சொல்கிறேன்.

இங்கு நடைபெறும் எல்லா விதிகளுக்கும் கட்டுப்பட்டு எந்த இடையூறும் செய்யாமல் நான் இருப்பேன் என்று உறுதிகூறுகிறேன்.

குற்றவாளி இந்த ஸ்லோகத்தைச் சொல்லும்போது ஒருவர் சிறிய வாகனத்திலிருந்து தங்க ரிஷபத்தை எடுத்து செண்பகராமன் மண்டபத்திலுள்ள விசுப்பலகையில் வைப்பார். அருகே தீ மூட்டப்பட்ட அடுப்பில் வெங்கலப்பானை இருக்கும். 3 ஆழாக்கு நெய்யும் ஒரு ஆழாக்கு நல்லெண்ணெயும் அதில் விடப்படும். நெய் கொதித்துவிட்டதா என்று அறிய, மகிழ இலை அல்லது தர்ப்ப இலையை நெய்யிலே போட்டுப் பார்ப்பார்கள். நெய் கொதித்து விட்டால் தங்க ரிஷபம் அதில் போடப்படும்.

கொடிமரத்தின் அருகில் தலைகுனிந்தபடி நிற்கும் குற்றவாளியை நெருப்பின் அருகே வரும்படி சமிக்ஞை செய்வார். ஸ்ரீகாரியம் நம்பூதிரி அவனும் வருவான் அவனது வலதுகையை சுத்தமான வெள்ளைத் துணியால் சுற்றிக் கட்டுவான். பல வேலைக்காரன். அதன் மேல் மூன்று கட்டு வெற்றிலையை வைத்து பொதிந்து கட்டுவான்.

குற்றவாளி சாட்சி, கணபதியை வணங்குவான். சபையோரை வணங்குவான். பின் கொதிக்கும் எண்ணெயில் கையை விட்டு தங்க ரிஷபத்தை எடுத்து விசுப்பலகையில் வைப்பான். மறுபடியும் அவனது கை வெள்ளைத் துணியால் கட்டப்படும். உடனே சபை கலைந்துவிடும். குற்றவாளி வட்டப்பள்ளி மடத்திற்குச் செல்லுவான்.

அடுத்த நாள் காலையில், யோகக்காரர்கள் தெற்கிடம் எதிரே வீரபாண்டியன் மண்டபத்தில் கூடுவார்கள். வழக்கமான பூஜையும் ஸ்ரீ பலியும் முடியும் வரை யோகக்காரகர்கள் காத்திருப்பர். சிலர் மந்திரம் ஓதிக்கொண்டிருப்பார்கள்

ஸ்ரீ பலி ஊர்வலம் கருவறைக்குள் சென்றதும் பல வேலைக்காரன் குற்றவாளியைத் தெற்குவாசல் வழி கோயிலுக்குள் அழைத்துவருவான், அவன் சபை முன் நிறுத்தப்பட்டதும் சபை அமைதியாகும்.

சபையோரில் ஒருவர் அவன் கையில் கட்டப்பட்ட துணியை அவிழ்ப்பார்; கையில் காயம் இல்லை என்றால் அதை உரக்கச் சொல்லுவார். அது ஓலையில் பதிவு செய்யப்படும். அவன் குற்றமற்றவன் என்ற ஓலைப்பதிவு அவன் கையில் கொடுக்கப்படும். இந்த ஓலையில் மூத்த நம்பூதிரியும் கணக்கனும் ஒப்பமிட்டு இருப்பர்.

சோதனையில் வெற்றிபெற்ற நம்பூதிரி சாட்சி வினாயகரை வணங்குவான். பின்னர் கோவில் கிழக்கு வாசல்வழி வந்து வடக்குத் தெருவில் இருக்கும் தெப்பக்குளத்தின் அருகே வருவான். அங்கு நம்பூதிரிகளுக்கு உரிய குளப்புரையில் குளிப்பான். அவனுக்குப் புதிய ஆடை கொடுக்கப்படும். அதை அணிந்து மறுபடியும் கோவிலுக்கு வருவான்.

அந்த நம்பூதிரி இளைஞன். இப்போது மாசுமறுவற்றவன், அவன் கோவில் வெளிப் பிரகாரத்தை ஒருமுறை சுற்றிவிட்டு ரிஷப மண்டபத்தில் நின்று தாணுமாலயனை வணங்குவான். மேல்சாந்தி அவனுக்குப் பலவகைக் கறிகளுடன் கோவில் பிரசாதத்தைக் கொடுப்பார். அவன் சாப்பிட்ட பின் யோகக்காரர் ஒருவரின் வீட்டுக்குச் செல்வான். அங்கு இரண்டு நாட்கள் தங்கிவிட்டு தன் சொந்த ஊருக்குத் திரும்பிவிடுவார்.

குற்றவாளியின் கையில் காயம் இருந்தால் அவன் பாவம் செய்தவனாகக் கருதப்படுவான். அவனது குற்றம் பதிவுசெய்யப்படும். இதன்பிறகு பலவேலைக்காரன் குற்றவாளியைத் தெற்கு வாசல் வழியே அழைத்துச்சென்று கிழக்குத் தெருவில் உள்ள குலசேகர பிள்ளையார் கோவிலின் முன்னே கொண்டு விட்டுவிடுவான். அது அவன் ஜாதி விலக்கு செய்யப்பட்டதற்கு அடையாளம். இதன் பிறகு பிற நம்பூதிரிகள் அவனுடன் தொடர்பு வைத்துக்கொள்ளக் கூடாது.

கைமுக்கு தொடர்பான ஓலை ஆவணங்களைப் பரிசோதித்த கே.கே.பிள்ளை அவற்றைப் பட்டியலிட்டிருக்கிறார்

கி.பி.1755 புரட்டாசி மாதம் 3 ஆம் தேதி காயம் இல்லை

கி.பி.1804 பங்குனி 23 வேறு குறிப்பில்லை

1812 ஐப்பசி மாதம் 12 வேறு குறிப்பில்லை

1815 ஐப்பசி 27 காயம் இல்லை

1816 ஐப்பசி 20 காயம் உண்டு

1833 பங்குனி 23 வேறு குறிப்பில்லை

ஆண்டு இல்லை. ஆனி மாதம் 20 காயமில்லை.

சாதி விலக்கு செய்யப்பட்ட நம்பூதிரி சுசீந்திரம் ஊரிலுள்ள மலையாள பாதமங்கலம் பிரிவு தேவரடியாருடனும் தமிழ்த் தேவதாசிகளுடனும் கலந்துவிடுவான். தான்பெற்ற உரிமையையும் சமூக மதிப்பையும் அதே பிறவியில் இழந்துவிடுவதுதான் அவனுக்குக் கொடுக்கப்பட்ட அதிகபட்ச தண்டனை. கைமுக்கு தொடர்பாக நடந்த சுவாரசியமான நிகழ்ச்சிகளை கே.கே.பிள்ளை எழுதியிருக்கிறார்

கொல்லம் நகரத்தைச் சார்ந்த நம்பூதிரி இளைஞன் ஒருவன் உறவுப் பெண்ணுடன் தகாத உறவு கொண்டதாகக் குற்றம் சாட்டப்பட்டு கைமுக்கு சோதனைக்குச் சுசீந்திரம் வந்தான். அவனிடம் விசாரணை முடிந்தது. முறைப்படி சோதனைச் சடங்கு தொடங்கியதுபோது அவன் நான் குளிர்ந்த நீரில்தான் கையை விடுவேன் உண்மையிலேயே இந்தக் கோவிலில் தாணுமாலயன் சக்தி உடையவனாக இருந்தால் என் கை சுட்டுப் பொசுங்கட்டும் என்றான்.

அவனது வேண்டுகோளைக் கேட்ட யோகக்காரர்கள் யோசிக்கவில்லை. அவன் விருப்பப்படியே நடக்கட்டும் என்றனர். ரிஷபம் குளிர்ந்த நெய்யில் போடப்பட்டது; கையில் முறைப்படி கட்டுகளும் போடப்பட்டன. அவன் எளிதாக எடுத்துவிட்டான். அடுத்த நாள் அவன் கைக் கட்டை அவிழ்த்தபோது தீக் காயத்தின் அடையாளம் இருந்தது. இந்த நிகழ்ச்சி 1810 ஆம் ஆண்டு வைகாசி எட்டாம் தேதி நடந்ததாக ஓலையில் குறிப்பு உள்ளது. இதுபோன்று இன்னொரு நிகழ்ச்சியும் உண்டு.

கொச்சி நகரத்தின் பக்கத்து கிராமத்தில் உள்ள இளைஞன், தகாத உறவின் காரணமாகக் குற்றஞ்சாட்டப்பட்டு சுசீந்திரம் கோவிலுக்கு வந்தான்; அவனிடம் விசாரணை நடந்தது. தன் பேரில் குற்றமில்லை என்று அவன் தொடர்ந்து புலம்பிக்கொண்டிருந்தான். யோகக்காரர்களோ சடங்குகள் முறைப்படி நடந்த பின்பு உன் புனிதம் நிரூபிக்கப்படும் என்றார்கள். சடங்குகள் முறைப்படி நடந்தன. அவன்

கொதிக்கும் நெய்யில் விருப்பமில்லாமல் கையை விட்டான். மறுநாள் அவன் கையின்கட்டு அவிழ்க்கப்பட்டது அதில் காயம் இருந்தது. கோவில் நிர்வாகம் அவனைக் குற்றவாளி எனத் தீர்மானித்தது.

அந்த இளைஞன் கண்ணிமைக்கும் நேரத்தில் கோவிலின் கைமுக்கு மண்டபத்திலிருந்து (இப்போது செண்பகராமன் மண்டபம்) ஓடி கோபுர வாசலுக்குச் சென்றான்; படிக்கட்டில் ஏறி கோபுர அடிஸ்தானத்தின் மேலே சென்றான் (அப்போது கோபுரம் கட்டப்படவில்லை) அதிலிருந்து தரையிலேயே பாய்ந்து தற்கொலை செய்துகொள்ளப் போனான். அப்போது அசரீரி ஒலி கேட்டது; அது, பிருங்கி முனிவரின் குரல் என்று சொல்லிக்கொண்டது. அது அவனைக் காப்பாற்றியது. அவன் தன் எண்ணத்தை மாற்றிக்கொண்டு கோபுரத்தில் இருந்து கீழே இறங்கினான்.

திருவிதாங்கூர் அரசர்களில் கருணை உள்ளவரான சுவாதித் திருநாள் காலத்தில் (1829 - 1845) நடந்த ஒரு நிகழ்ச்சி கைமுக்கு வழக்கத்திற்கு முற்றுப்புள்ளி வைக்கக் காரணமானது.

மத்திய கேரள இளைஞன் ஒருவனுக்கு கைமுக்கு சோதனை முடிந்தது. அடுத்த நாள் அவனது கட்டு அவிழ்க்கப்பட்டது. அதில் காயம் இருந்ததன் அடையாளம் வெளிப்படையாகச் சொல்லப் பட்டது. உடனே அந்த நம்பூதிரி இளைஞன், கோவில் வடக்கு வாசல்வழி வடக்குத் தெருவிற்கு வந்தான். தெப்பக்குளத்தின் மண்டபத்தின் மேலே ஏறி குளத்தில் சாடி விட்டான். அவன் நீரில் மூழ்கி இறந்துபோனான். அவனைக் காப்பாற்ற முடியவில்லை.

இந்த நிகழ்ச்சி 1830 - 1834 ஆம் ஆண்டுக்கும் இடைப்பட்ட காலத்தில் நடந்தது. இதன் பிறகு வடக்கு வாசல் கதவை அடைத்துவிட்டனர். நம்பூதிரி இளைஞன் சாதி விலக்கு அளிக்கும் முன்பே தற்கொலை செய்துகொண்டது பாவமாகக் கருதப்பட்டது. இதனால் இந்தக் கைமுக்கு வழக்கத்தை நிறுத்துமாறு அரசர் ஆணையிட்டார்.

ஆறு

நாகர்கோவில் அகில இந்திய வானொலி நிலையம் ஆரம்பித்த காலகட்டத்தில், பழம்பெரும் நடிகரான எஸ்.எம்.குமரேசன் என்பவரைச் சந்திக்க சுசீந்திரம் ஊருக்குச் சென்றேன், அவர் நிரந்தரமாகவே அந்த ஊரில் இருந்தார். இந்த ஊரைச் சார்ந்த பேராசிரியர் பத்மநாபன் என்பவரும் சிற்பி சக்தி கணபதி என்பவரும் என்னுடன் இருந்தனர். இவர்கள் இருவரும் சுசீந்திரம் ஊரினர். இந்திய வானொலிப் பணியாளர் ஆகியோரும் இருந்தனர். ஊர் மக்களில் வயதான சிலரும் இருந்தனர்.

இந்தப் பேட்டியின்போது கைமுக்கு பற்றி பொதுவான பேச்சு வந்தது. அப்போது முதியவர்கள் சிலர் கே.கே.பிள்ளையின் புத்தகத்தைப் படிக்காதவர்கள்; தாங்கள் செவிவழியாகக் கேட்ட சில தகவல்களைச் சொன்னார்கள். அவர்கள் ஜாதி விலக்கு ஆன நம்பூதிரி நாயர் அல்லது வேளாளர் சாதியுடன் இணைந்துவிட்டார்கள். அப்படி இணைந்த குடும்பத்தினர் சிலரின் பரம்பரையினர் இப்போதும் உள்ளனர் என்றனர்.

சுசீந்திரம் கைமுக்கு நிறுத்தப்பட்டது. ஆனால் நம்பூதிரிப் பெண்களுக்காக நடந்த ஸ்மார்த்தவிசாரம் என்னும் விசாரணை 1905 வரை நடந்திருக்கிறது. இறுதியாக நடந்த விசாரணை தாத்திக் குட்டி என்ற பெண்ணிடம் நடத்தப்பட்டது. "இவளை அழகி என்று சொல்வது பொருத்தம் இல்லை. பேரழகி என்று சொன்னால் சரியாக இருக்கும்" என்று ஒரு ஆய்வாளர் கூறுகிறார். இவள் சிறுவயதில் சொந்த உறவினர்களுடன் தொடர்பு கொண்டதாகக் குற்றம் சாட்டப்பட்டவள். அதனால் ஜாதி விலக்குக்கு ஆளானவள்.

தாத்திக்குட்டியிடம் 50 நாட்கள் விசாரணை நடத்தப்பட்டது. 49 நாட்கள் அவள் பதில் பேசவில்லையாம். கடைசி நாளில் தன்னைக் கெடுத்த அறுபத்திநான்கு ஆண்களின் பெயர்களை ஆதாரத்துடன் சொன்னாளாம். அதற்கு மேல் அவளைப் பேசவிடவில்லை. அவளுக்கு ஜாதி விலக்குத் தண்டனை கிடைத்தது.

அவளால் குற்றம்சாட்டப்பட்ட அறுபத்திநான்கு பேர்களும் ஜாதி விலக்குத் தண்டனையைப் பெற்றார்கள். அவள் சொந்த ஊரில் இருந்து வெளியேற்றப்பட்டாள். பின்னர் சென்னைக்குப் போனாள். அங்கே ஒருவரைத் திருமணம் செய்துகொண்டு வாழ்ந்தாள். அவளது பேத்திகளில் ஒருத்தி 'செம்மீன்' மலையாளப் படத்தில் நடித்த நடிகை ஷீலா என்பது ஒரு செய்தி.

முற்போக்கு எண்ணம் கொண்ட கேரளத்து விமர்சகர் ஒருவர், இந்த தாத்திக்குட்டி ஒருவகையில் பெண்களுக்காகக் குரல்கொடுத்த முதல் மலையாளிப் பெண் என்கிறார்கள். இவளால் ஸ்மார்த்த விசாரம் நிறுத்தப்படவேண்டிய சூழ்நிலை உருவானது. நம்பூதிரி குடும்பத்தில் எல்லோருமே ஒரே ஜாதியில் திருமணம் செய்துகொள்ளலாம் என்ற ஒரு சூழ்நிலை உருவானதற்கும் இதுவே காரணம். சுப்பிரமணிய பாரதி 'சக்கரவர்த்தினி' இதழில் (செப் 1906) நம்பூதிரியின் திருமணத்தில் ஏற்பட்ட மாற்றம் பற்றி குறிப்பிடுகிறார்; பாராட்டவும் செய்கிறார்.

உங்கள் நூலகம் நவம்பர் 2022

★ ★ ★

வழிபாடு-நாட்டார் தெய்வம்

24. தெக்கன் திருவிதாங்கூரில் இந்திரன்

சங்க காலத்தில் இரண்டாயிரம் ஆண்டுகளுக்கு முன்பே வழிபடப்பட்ட தெய்வம் இந்திரன் என்பதைப் பலரும் சொல்லியிருக்கிறார்கள். ஆனால், தமிழகத்தின் தென்கோடியில் உள்ள இன்றைய கன்னியாகுமரி மாவட்டமான பழைய தென் திருவிதாங்கூரில் இந்திரன் வழிபடப்பட்டி ருக்கிறான்; அவனது பெயர் வழக்கில் இருந்திருக்கிறது. சாதாரண மக்கள் அறிந்திருக்கிறார்கள். இதற்கெல்லாம் காரணங்கள் உண்டு.

இந்திரனைத் தெய்வமாக வழிபட்டவர்கள் இந்த மாவட்டத்தில் வாழ்ந்திருக்கிறார்கள். இவர்களின் குலசாமியாகக்கூட இவன் இருந்திருக்கலாம். இதற்கான சான்றுகளை இப்போதும் தேட முடியும்.

கன்னியாகுமரி மாவட்டத்தின் தலைநகரான நாகர்கோவிலின் பழைய பெயர் கோட்டாறு. இந்தப் பெயர் 2000 ஆண்டுகளாகத் தொடருகிறது. 16 ஆம் நூற்றாண்டுக்குப்பின் நாகர்கோவில் என்ற பெயர் உருவானது. இந்த ஊரில் உள்ள நாகராஜா கோவிலை மையமாக வைத்து ஊர் விரிவானபோது, நாகர்கோவில் என்ற பேரும் பரவலானது.

கோட்டாறு என்பதற்குப் பின்னால் ஒரு கதை உண்டு. அது இந்திரன் தொடர்பானது. இந்திரன் பாபம் தீர கன்னியாகுமரி மாவட்டம் சுசீந்திரத்திற்கு வந்தார். அவர் ஐராவதம் இந்திரன் யானை, உச்சைச்சிரவம் என்ற வெள்ளைக் குதிரையுடனும் வந்தார்.

இந்திரன் பூஜை செய்த இடத்தில் தண்ணீர் இல்லை. ஐராவதத்தைப் பார்த்தார்; அது தன் வெள்ளைக் கொம்பால் தரையைக் கீறியது. உடனே தண்ணீர் பெருக்கெடுத்தது. அது ஆறாக ஓடியது. யானை தன் கொம்பால் (கோடு) கீறிய ஆறு கோட்டாறு எனப்பட்டது.

கன்னியாகுமரி தலபுராணம் தந்த நதி என்ற ஆற்றின் பெயரைக் கூறும். இந்த ஆறு இப்போது புழையாறு என்ற பெயரில் ஓடுகிறது. மகேந்திரகிரி மலையில் (மகா இந்திரன் மலை) உற்பத்தியாகி 38 கிலோ மீட்டர் தூரம் ஓடி மணக்குடி கடலில் சங்கமம் ஆகிறது.

இந்த ஆற்றின் கரையில் கோட்டாறு (நாகர்கோவில்), சுசீந்திரம் (இந்திரன் பூசை செய்த இடம்) என்ற ஊர்கள் உள்ளன. "சுசீந்திரம் கோவில் தலபுராணம் கரிய கோட்டினால் வருதலினிய கோட்டாறென" என்று கூறும்.

இந்திரன் சுசீந்திரம் ஊரில் தவம் செய்த போது, தன் தேரை ஒரு பெரிய ஏரியின் கரையில் நிறுத்தினாராம். இந்த ஊர் தேரூர் எனப்பட்டது. சுசீந்திரம் அருகே உள்ள செழிப்பான இந்த ஊரில் இந்திரனைப் பற்றிய கதைகளை இப்போதும் கேட்க முடியும். தேரூர் ஊரில் பிரம்மாண்டமான ஏரி உள்ளது. இதில் இந்திரனின் தேரும் ஐராவதமும் மூழ்கிக் கிடந்தன என்பதைக் குறிக்கும்.

தேர் தாழ்ந்தது தில்லை முளைத்தது
யானை தாழ்ந்தது அரசு வளர்ந்தது.

என்ற வழக்காறு இப்போதும் வழங்குகிறது.

இந்த ஏரியின் தென்புற எல்லையில் தில்லை மரமும், வடக்கில் அரசு மரமும் உள்ளன. இந்த மரங்களை இந்திரனாக வழிபடும் மரபு சமீபகாலம் வரை இருந்தது.

கன்னியாகுமரி மாவட்டம் அகஸ்தீஸ்வரம் வட்டத்தில் மருங்கூர் என்ற கிராமம் உள்ளது. அங்கு 90 அடி உயரமுள்ள 22 ஏக்கர் பரப்பளவுள்ள பாறையில் சுப்பிரமணியசுவாமி கோவில் இருக்கிறது. இந்த ஊரிலும் இந்திரனைத் தொடர்புபடுத்தி கதைகள் வழங்குகின்றன. இந்த ஊர் பற்றி சுசீந்திரம் சமஸ்கிருத தலபுராணத்தில் குறிப்புள்ளது. இதன் 15 ஆம் சுருக்கத்தில் இந்திரனைப் பற்றிய கதை வருகிறது.

இந்திரன் தன் பாப விமோசனத்துக்காக சுசீந்திரம் வந்தான். அப்போது அவன் தன் ஐராவதம் யானையைப் பிரம்மசேத்திரமான மருங்கூருக்கு அனுப்பிவைத்தான். அப்போது அவனது வெள்ளைக் குதிரையான உச்சைச் சிரவம் தன்னால் மருங்கூர் சுப்பிரமணிய சுவாமி கோவிலுக்குப் போக முடியாது என்றதாம். உடனே இந்திரன், தன் குதிரையுடன் அனந்தன் என்பவனையும் அனுப்பினாராம். இந்திரனின் குதிரையான உச்சைச் சிரவம் முருகனை வணங்கியது. அதனால் இந்த ஊர் வாசிபுரம் என அழைக்கப்பட்டதாம்.

இந்த மாவட்டத்தில் உள்ள தாழக்குடி என்ற கிராமத்தில் இருக்கும் ஜெயந்தீஸ்வரர் அழகம்மன் கோவிலில் உள்ள சிவன், தேவேந்திரனின் மகன் ஜெயந்தீஸ்வரனால் பிரதிஷ்டை செய்யப்பட்டது என்பது ஐதீகம். இது குறித்த தலபுராணம் உள்ளது. இது அச்சில் வரவில்லை. ஏட்டு வடிவில் உள்ளது. இதில் சயந்தன் பூஜித்த சருக்கம் தனியாக உள்ளது. இந்தக் கோவில் கி.பி.1127ல் கட்டப்பட்டது.

இதே மாவட்டம் தோவாளை வட்டத்தில் அழகிய பாண்டியபுரம் என்னும் ஊரில் உள்ள கோவிலைச் சேந்தனார் கோவில் (இந்திரனின் மகன் ஜெயந்தன் பேரில் கோவில்) என்கின்றனர். தோவாளை வட்டம், மயிலாடி ஊர் அருகே சேந்தன்புதூர் என்ற ஊர் உள்ளது. இந்த ஊரிலும் இந்திரன் மகன் ஜெயந்தனுடன் இணைத்த கதைகள்

வழங்குகின்றன. நாகர்கோவில் கன்னியாகுமரி சாலையிலிருந்து இடதுபுறம் 900 அடி உயரமுள்ள மருந்துவாழ் மலை உள்ளது. இங்கே உள்ள சுனை இந்திரன் சுனை என வழங்குகிறது. இந்த மலையில் ஒரு துண்டுப் பாறையில்தான் தேவேந்திரனுக்குக் கோவில் உள்ளது.

கன்னியாகுமரி மாவட்டத்தில் பெரிய புகழ்பெற்ற கோவில்களில் சுசீந்திரம் தாணுமாலையப் பெருமாள் கோவில் முக்கியமானது. இந்தக் கோவில் தலபுரணம், கல்வெட்டுகள், வாய்மொழிச் செய்திகள், சிறு நூற்கள், சடங்குகள், வழிபாடுகள் எல்லாவற்றிலும் இந்திரனின் அடையாளம் உண்டு.

இந்திரனுடன் தொடர்புடைய தலங்களாக தமிழகத்தில் மாயபுரம் ஐராவதேஸ்வரர் கோவில், கும்பகோணம் அருகே சற்குருநாதேஸ்வரர் கோவில், திருப்பத்தூர், திருப்பராய்த்துறை கோவில், மதுரை திருப்பூந்துருத்தி கோவில், விருத்தாசலம், திருமழபாடி கோவில், செங்கல்பட்டு திருவெங்காடு கோவில், தஞ்சாவூர், திருவையாறு கோவில் ஆகியவற்றைக் குறிப்பிடுவது மரபு. இத்தகு கோவில்களில் சுசீந்திரம் கோவில் முக்கியமானது.

சுசீந்திரம் என்ற பெயருக்கு இந்திரன் விரும்பிய இடம், (சுசீ விருப்பம்) இந்திரன் தூய்மை பெற்ற இடம் என்று தலபுராணம் கூறும்.

சுசீந்திரம் தலபுராணம் சமஸ்கிருதம், தமிழ், மலையாளம் ஆகிய மூன்று மொழிகளில் உள்ளன. தமிழ்த் தலபுராணத்தை முத்தமிழ் கவிராயர் என்பவர் (கி.பி.1857) எழுதி உள்ளார். தமிழ் தலபுராணத்தாலே மொத்தம் 753 பாடல்கள் உள்ளன. இந்திரன் ஐராவதம் யானையில் வருவதும் சிவனைப் பூசித்த நிகழ்ச்சிகளும் 132 பாடல்களில் வருணிக்கப்படுகிறது. இதில் இந்திரன் அகலிகை கதை, இந்திரன் விமோசனம் அடைந்தது, இந்திரன் பெருமை விவரிக்கப்படுகிறது.

சுசீந்திரம் கோபுரவாசலின் இருபுறச் சுவர்களில் அந்தணன் சிவ பூஜை செய்வது போன்ற புடைப்பு சிற்பங்கள் உள்ளன. இவற்றை இந்திரனுடன் தொடர்புபடுத்திப் பேசுகின்றனர். சுசீந்திரம் கோவிலில் நடந்த மலையாள பிராமணரான நம்பூதிரி குற்றவாளிகளுக்கான சோதனையில் குற்றவாளியை நீராட்டும் துறை இந்திர பாலதுறை எனப்படுகிறது. குற்றவாளி இந்திரன் விநாயகரைத் தொழுது இந்திர வாழப்பன் என்னும் பிள்ளையாரை வணங்கி நிற்க வேண்டும் என்பது பழைய நடைமுறை.

சுசீந்திரம் கோவிலின் தேர்களில் ஒன்று இந்திரன் தேர். மார்கழித் திருவிழாவில் சப்பரத்தேரில் இந்திரன் இருப்பார். இந்த விழாவை இந்திரன் அரூபியாகப் பார்ப்பார் என்பது ஐதீகம்.

சுசீந்திரம் கோவில் முதல் கிழக்கு பிரகாரத்தில் சித்திர சபையை ஒட்டி உள்ள விநாயகரை இந்திர விநாயகர் என்று அழைக்கின்றனர். இந்தக் கோவில் கருவறை சிவனை பூஜை செய்ய இந்திரன் நடு சாமத்தில் வருவான் என்பது ஐதீகம். இதனால் கருவறையில் ஒருநாள் பூஜை செய்யும் பூசகர் அடுத்த நாள் பூஜை செய்ய வரமாட்டார். இரவில் இந்திரன் பூசை செய்யும்போது பூசைத் தட்டுகள் இடம் மாறியிருக்கும். இதையெல்லாம் பூசகர் பார்க்கக்கூடாது என்பதால் இன்னொருவர் பூசைக்கு வருவார். இந்தமுறை இப்போதும் பின்பற்றப்படுகிறது.

இந்திரன் ஒரு இரவில் பூசை செய்ததற்காக (அர்த்தசாம பூஜை) மாறவர்மன் வீரபாண்டியன் என்ற மன்னன் நிலம் விட்டுக் கொடுத்திருக்கிறான். இது 14 ஆம் நூற்றாண்டு கல்வெட்டுச் செய்தி. ஆனால் இதற்கு முன்பே இந்திரனைப் பற்றி செய்திகள் கல்வெட்டுகளில் உள்ளன.

சுசீந்திரம் கோவிலில் உள்ள வீரபாண்டியனின் கல்வெட்டு (கி.பி.1256) கோவில் நிவந்தத்தைத் கூறுகிறது. இந்த நிந்த நிலம் இந்திர வீரவாய்க்காலுக்குத் தெற்கும் அமரபுயங்கள் வாய்க்காலுக்கும் வடக்கு இருப்பதாகக் கூறும். இந்திர வாய்க்கால், அமரபுயங்கன் என்னும் பெயர்கள் இந்திரனுடன் தொடர்புடையவை.

13ஆம் நூற்றாண்டுக்கு முன்பே இங்கு இந்திரனின் பெயர் பரவலாயிருக்கிறது எனத் தெரிகிறது. (கல்வெட்டுத் தொகுதி 1968-1994) அதோடு ஒரு வாய்க்காலுக்கு இந்திரனின் பெயர் சூட்டும் அளவுக்கு இந்திரன் பெயர் பரவலாயிருந்தது தலபுராணம் தீட்சைச் சருக்கத்தில் 11 "அந்தரத்து துந்து மியைந்து முழங்கினார் ஆடினார் பாடினார் முன் இந்திரனைப் பெரிதா சுயம்புலிங்கமாம் சுந்திரனொக்க சுசீந்திரன் என்றனர்; தாபதரானவர் பின் சுந்தரஞான வளத்தையுமன்று" என்று கூறும்.

சுசீந்திரம் கோவிலைக் குறித்து சென்னைப் பல்கலைக்கழகம் நீலகண்டசாஸ்திரியை வழிகாட்டியாகக் கொண்டு ஆய்வு செய்யப் பட்ட (1943-1946) கே.கே.பிள்ளையின் ஆய்வேடு 1953ல் அச்சில் வந்தது. இவர் இந்திர வீர வேளாளர் பற்றிக் குறிப்பிடுகிறார்.

இந்திரவீரர் மார்கழி மாத விழாவில் சிறப்பு செய்யப்பட்டனர் என்பது வாய்மொழிச் செய்தி. கே.கே. பிள்ளை கூறும் இந்திர வீரவேளாளர் மருத்துவமலை பகுதியில் வாழ்ந்திருந்தனர். இந்த மலையை அடுத்த ஒரு குளத்தின் பெயர் பள்ளர் குளம். இக்குளக்கரையில் பெயர்ப் பலகை இப்போதும் உள்ளது.

இந்த மாவட்டம் தோவாளை வட்டம் மலைப்பகுதிகளில் சாஸ்தா புடைப்புச் சிற்பங்களை அடுத்து வஜ்ராயுதம் புடைப்புச் சிற்பங்கள்

காணப்படுகின்றன. வஜ்ராயுதம் இந்திரனின் ஆயுதம். இடலாய்குடி பரசுராமப் பெருந்தெரு கல்வெட்டில் அரசர்களின் இலச்சினைகளாகப் பொறிக்கப்பட்டவற்றில் வஜ்ராயுதமும் உள்ளது.

வஜ்ராயுதம் பொறிக்கப்பட்ட கல்லை வயல்களின் எல்லைக் கல்லாக நட்டிருக்கின்றனர். இப்படியான பல செய்திகள் இந்திரனுக்கும் இந்த மாவட்டத்திற்கும் உள்ளன. இதை விரிவாக ஆராயலாம்.

'இந்திரன் கோட்டம்' மே 2022

25. கன்னியாகுமரி மாவட்டம் நாட்டார் தெய்வங்களும் வழிபாடும்

கேரளத்துடன் 1956 வரை ஒன்றாக இருந்து பின் தமிழ்நாட்டுடன் இணைந்த கன்னியாகுமரி மாவட்டம், வழக்காறு பேச்சுவழக்கு பண்பாட்டு அடிப்படையில் இட நாடு (கல்குளம் விளவங்கோடு வட்டம்) நாஞ்சில் நாடு (அகஸ்தீஸ்வரம் தோவாளை வட்டம்) என இரண்டாக இயங்குகிறது. நாட்டார் வழிபாடு தெய்வங்கள் ஆகியவற்றிலும் இந்த வேறுபாடு உண்டு. நான்கு பெருநெறி கோவில் களின் வழிபாடு, விழா, சடங்குகளிலும் இந்த வேறுபாடு உண்டு.

இந்த மாவட்டத்தின் நாட்டார் தெய்வங்களில் பெண் தெய்வங்களே அதிகம். இங்குள்ள மொத்த நாட்டார் தெய்வங்களை 1 புராணம் அல்லது புராணச் சார்பு வழி உருவான தெய்வமானவை 2 அகால மரணம் அடைந்தவர்கள், கயிலையில் வரம் பெற்று தெய்வமானவை 3 பாண்டி நாட்டில் இருந்து குடியேறிய தெய்வங்கள் என பொதுவாக வகைப்படுத்தலாம்.

முதல் வகையில் முத்தாரம்மன், சுடலைமாடன், பெருமாள் சுவாமி, பிரம்மசக்தி, காலசாமி, பலவேசக்காரன் போன்ற தெய்வங்கள் உதாரணங்கள். இந்த தெய்வங்கள் கயிலையில் பிறந்தவையும் உண்டு. பார்வதியின் அம்சமாகப் பிறந்தவைகளும் உண்டு. இவை சிவனிடம் வரம்பெற்று வழிபாடு பெறும். இவை தொடர்பான கதை, பாடல்கள் வில்லிசைக் கலை நிகழ்ச்சியிலும் கணியான் ஆட்ட நிகழ்ச்சியிலும் பாடு பொருள்களாக உள்ளன. இவற்றில் சில அச்சில் வந்துள்ளன பெருமளவில் வாய்மொழி அல்லது ஏட்டு வடிவில் உள்ளன.

இரண்டாம் வகை தெய்வங்களை அகால மரணத் தெய்வங்கள் என்று கூறலாம். இவற்றிலும் பெருமளவு பெண் தெய்வங்களே உள்ளன. அகால மரணமடைந்தவர்கள் கொலை, தற்கொலை, விபத்து காரணமாக இறந்தவர்கள் ஆவர். இவர்கள் இறந்ததும் கயிலை மலை சென்று சிவனிடம் வரம்பெற்று தெய்வம் ஆகிவிடுவார்கள். முக்கியமாக தன்னைக் கொன்றவர்களைப் பழிவாங்குதல் இவர்களின் முதல் நோக்கமாக இருக்கும். இசக்கியம்மன், பிச்சைக்காலன், பொன்னிறத்தாள், நீலன், பூலன்கொண்டாள், தோட்டுக்காரி என சில உதாரணங்கள்.

இந்த வகைத் தெய்வங்கள் எண்பதுக்கு மேல் உள்ளன. இவற்றிற்கு வில்லுப்பாட்டுகள் உள்ளன. கணியான் ஆட்டத்திலும் இத்தகு

கதைகள் மிகக் குறைவாகவே பாடப்படுகின்றன. இவற்றில் மிகக் குறைவாகவே அச்சில் வந்துள்ளன. ஏனையவை ஏட்டு வடிவிலும் வாய்மொழி வடிவிலும் கையெழுத்துப் படிகளாயும் உள்ளன. இந்த வகை தெய்வங்களில் சில இயக்கியம்மன் அல்லது சுடலைமாடனுடன் இணைந்து முன்னொட்டாக ஒரு பெயரைப் பெற்று வழிபடப் படுகின்றன. (மாவியக்கி விடு மாடன் அருளுமாடன் காச்சக்கார இசக்கி, மேலாங்கோட்டு இசக்கி) இப்படி இணையாத தெய்வங்கள் தனிக் குடும்பத்தாரால் அல்லது குழுவால் வழிபடப்பட்டு மிகக் குறைந்த பக்தர்களைக் கொண்டு வாழ்கின்றன. இவற்றைக் களஆய்வு செய்து தகவல் சேகரிப்பது சிரமமான காரியம்.

மூன்றாவது வகை தெய்வங்கள் திருவிதாங்கூர் ஊருக்கு அப்பால் பாண்டி பகுதியிலிருந்து சாதிக்கலவரம், போர் பஞ்சம் காரணமாக குடிபெயர்ந்த மக்களுடன் வந்தவை (பெருமாள் சாமி, காந்தாரி, ஈஸ்வரி, பலவேசம் சேர்வைகாரன், பொன்னிறத்தாள், வடுகச்சி அம்மன் குலசேகரத் தம்புரான், வீணாதி வீணன் என இப்படிப் பல) இத்தகு தெய்வங்கள் குடிபெயர்ந்த ஜாதியுடன் அல்லது குடும்பத்துடன் தொடர்புடையதாய் மட்டுமே இருப்பதால் பரவலாக வழிபாடு பெறவில்லை.

இவை குறித்த கதைப் பாடல்கள் உண்டு. இவற்றில் மிகக் குறைவாகவே அச்சில் வந்துள்ளன. பெரும்பாலும் வாய்மொழி வடிவில் ஏட்டு வடிவில் உள்ளன. இத்தெய்வங்களை வழிபடும் குடும்பங்களின் குடிபெயர்ச்சி, வாழ்க்கை மாற்றம், வளர்ச்சி காரணமாக இத்தகு தெய்வங்களைப் பற்றிய கதைகளும் அருகி வருகின்றன.

கன்னியாகுமரி மாவட்டத்தில் இட நாட்டு நாட்டார் தெய்வங்களில் வழிபாட்டில் கேரளச் செல்வாக்கு அதிகம் உள்ளது. குமரி மாவட்டம் கேரள எல்லையில் உள்ள இட்டகவேலி கொல்லங் கோடு முடிப்புரை அம்மன் வழிபாடு முழுக்கவும் அகால மரணம் தொடர்பானது என்றாலும் வேறு ஒரு நிலைக்கு இது சென்றுவிட்டது. இத்தெய்வங்கள் காளியின் அம்சமாகக் கருதப்படுகிறது. அதோடு தாருகன் கதையுடன் தொடர்புபடுத்தப்படும் சடங்குகளும் நடக்கின்றன.

இட நாட்டு இசக்கி அம்மனின் வழிபாட்டில் அக்காள் தங்கை என்ற இரு மரபுகள் உண்டு. தமிழகத்தில் வேறு இடங்களில் இந்த மரபு இல்லை. இசக்கியம்மன் தொடர்பான வில்லுப் பாட்டிலும் இந்த வேறுபாடில்லை. அக்கா மென்மையானவள், தங்கை கொடூரமானவள். இந்த மரபு வட கேரளத்தில் உள்ள விஷகாவுக் கோவில் பாதிப்பால் உருவானவை.

அக்கா தங்கை இசக்கி பற்றிய கதைகள் இட நாட்டிலிருந்து நாஞ்சில் நாட்டுக்கு குடிபெயர்ந்துள்ளன. இடநாட்டில் காளி

அம்சமாக பெண் தெய்வங்களைக் கருதுவதால் தாருகன் கதை இவற்றுடன் தொடர்புபடுத்தப்படுகின்றன. சில இடங்களில் இந்தக் கதை சடங்குரீதியாகவும் நாடியம்படுத்தப்பட்டு நடத்தப்படுகிறது. இடநாட்டுப் பகுதியில் ஒன்றிரண்டு இடங்களில் கண்ணகி பகவதியாக அல்லது காளியாக வழிபாடு பெறுகிறாள். இது பற்றிய இரண்டு கதைப்பாடல்களும் உள்ளன. நாஞ்சில் நாட்டில் இந்த மரபு இல்லை.

இடநாட்டில் மாடன் கோவில்களில் கணியான் ஆட்டம் பெரும்பாலும் நடப்பதில்லை இங்கே காளி கோவில்களில் களமெழுத்தும் பாட்டும் என்ற கலை நிகழ்கிறது. இது கோவில் சடங்குகளைச் சார்ந்தது. நாஞ்சில் நாட்டில் ஒரு இடத்தில்கூட இந்தக் கலை நடக்கவில்லை. இட நாட்டில் சாஸ்தா காளி கோவில்களில் நேர்ச்சைக்காக ஆடப்படும் கண்ணன் ஆட்டம் நாஞ்சில் நாட்டில் அறிமுகம் இல்லாதது.

இன்றைய நிலையில் இந்த மாவட்டத்தில் சுடலை மாடன், முத்தாரம்மன் என்னும் தெய்வங்கள் மட்டுமல்ல வேறு பல தெய்வங்களும் மேல்நிலையாக்கம் பெற்று வருகின்றன. ஜெய மோகனின் மாடன் மோட்சம் என்ற கதை இந்த விஷயத்தை உள்ளடக்கியது. தமிழகத்தின் பிற மாவட்டங்களுடன் ஒப்பிடுகின்ற போது கன்னியாகுமரி மாவட்ட நாட்டார் தெய்வங்கள் மேல்நிலை ஆக்கத்தை மிக வேகமாகச் சென்றுகொண்டிருக்கின்றன. இவற்றின் தனித்தன்மை அழிந்துவருகின்றன.

கன்னியாகுமரி மாவட்டத்தில் நாட்டார் தெய்வங்களுக்கு அருள் வந்து ஆடுகின்றவர்களை கோமரத்தாடி வெளிச்சம்பாடு என்னும் சொற்களால் குறிக்கின்றனர். இவ்வாறு ஆடுகின்றவர்களின் எண்ணிக்கை இப்போது குறைந்து வருகிறது. இப்படி ஆடுவது சமூக மதிப்பை இழக்கும் என்ற நம்பிக்கை பரவலாகிவிட்டது. பெரும் பாலான கோவில்கள் சைவக் கோயில்களாக மாறி வருகின்றன.

26. மருதமரத்தில் யட்சிகள்

வாள்வச்ச கோஷ்டம் மகிஷாசுரமர்த்தினி கோவில் மருத மரத்தில் யட்சி இருந்த கதையை எழுத்தாளர் ஜெயமோகன் எனக்கு முதலில் சொன்னார். அவர் சொன்ன கதையின் வேறு வேறு வடிவங்களைப் பழைய திருவிதாங்கூரின் தலைநகரான பத்மநாபபுரம் ஊரில் கேட்டேன்.

ஒரு முறை வாள் வச்ச கோஷ்டம் மகிஷாசுரமர்தினி கோவிலுக்கு ஒரு கல்வெட்டைப் படியெடுக்க தொல்லியல் துறை அதிகாரி கோபாலுடன் சென்றபோதும் கேட்டேன், அதே கதையைக் கவிஞர் பெருந்தேவியை அந்தக் கோவிலுக்கு அழைத்துச்சென்ற போதும் கேட்டேன்.

நான் கேட்ட கதைக்குப் பொதுவான ஒரு வடிவம் உண்டு. அதன் பழைய வடிவம் வேணாட்டு அரசர்கள் காலத்தில் வழங்கியது என்று சொன்னார்கள். பொதுவாக இதுபோன்ற யட்சி கதைகள் சம காலத்தை ஒட்டி அல்லது சற்று முன்பு நடந்ததாகச் சொல்லப்படுவது வழக்கம். நான் கேட்ட கதையின் வடிவம் வேணாட்டு அரசர்கள் காலத்தது.

ஒரு நாள் நல்ல முழு நிலவு இடைத்தரா போற்றி சங்கர நம்பூதிரி மாட்டுவண்டியில் காட்டா துறையிலிருந்து இடது புறம் வழி பிரிந்த சாலை வழி சென்றுகொண்டிருந்தார். அவர் உயர்ந்த பதவியில் இருந்த அதிகாரி; அரசனுக்கும் வேண்டியவர். அதனால் மிக ஆடம்பரமான ஒரு மாட்டு வண்டியில் வந்துகொண்டிருந்தார். காளைகள் நிலவில் நடப்பதற்குத் தோதாக சங்கரன் நாயர் வண்டியை மெல்ல ஓட்டிக் கொண்டிருந்தான். பதிவாகச் செல்லும் பாதை காளைகளுக்குப் பிரச்சினையில்லை. இயல்பாகச் சென்று கொண்டிருந்தன

நம்பூதிரி வண்டியில் சாய்ந்துகொண்டு எதையோ சிந்தித்துக் கொண்டிருந்தார். ஒழுங்காகப் போய்க்கொண்டிருந்த வண்டி அசைய ஆரம்பித்தது. காளைகள் மிரண்டன; வண்டி இடது வலது எனத் திரும்ப ஆரம்பித்தது; காளைகள் அவன் கட்டுக்குள் நிற்கவில்லை; அவன் சந்தேகத்தோடு நேரே பார்த்தான்.

நாயர் தூரத்தில் தெரிந்த மருதமரத்தின் கீழே அந்த இரண்டு யட்சிகளைப் பார்த்துவிட்டான். நாயருக்கு வியர்த்தது. வண்டியை நிறுத்திவிட்டான். நம்பூதிரியைத் திரும்பிப்பார்த்தான். நம்பூதிரி விழித்துக்கொண்டார். எதோ அசம்பாவிதம் என்று தெரிந்தது.

நம்பூதிரி மருதமரத்தைப் பார்த்தார். அந்த யட்சிகள் இருவரும் ஒரே உயரத்தில் இருந்தனர். யட்சிகளுக்கு உரிய அங்க அடையாளங்கள் சங்கரன் நாயருக்கு ஏற்கனவே கேட்டுக் கேட்டு அலுத்த கதைகள் நினைவுக்கு வந்தன. அந்த வழியில் இரவில் வர அவனுக்கு விருப்பமில்லை. நம்பூதிரியிடம் ஒன்றும் சொல்லமுடியாது.

யட்சிகள் இப்படித்தான் இருப்பார்கள் என்பது நாயருக்குத் தெரியும். இப்போது அதிர்ச்சி முகத்தைத் துடைத்தான். போதையின் உச்சத்திற்குக் கொண்டு செல்லும் லட்சணம் சாமுத்திரிகா புத்தகத்தில் சொல்லப்படாத பேரழகிகள்.

சங்கரன் முகத்தைத் துடைத்துக்கொண்டே நம்பூதிரியைப் பார்த்து இரண்டு கைகளையும் கூட்டி நமஸ்கரித்தான். திருமேனி திருமேனி என நாக்கு குழறப் பேசினான். அவன் பேசியது அவருக்குப் புரியவில்லை. அவன் மருதமரத்தை தூண்டிக் காட்டினான். நம்பூதிரி யட்சியைப் பார்த்துவிட்டார்.

" நாயர் கோசும் பெட்டியைப் பிடித்துக்கொண்டு குறுகிப்போய் நின்றான். காளைகளை அவனால் கட்டுப்படுத்த முடியவில்லை. நம்பூதிரி வண்டியின் பின்பகுதி சங்கிலியைக் கழற்றி விட்டு இறங்கினார். அவர் கணக்கு வழக்குகளில் மட்டுமல்ல மந்திரங்களிலும் வல்லவர். அது பரம்பரையாக இடத்தரா குடும்பத்திலிருந்து வந்த சொத்து.

அந்த யட்சிகளால் தொந்தரவில்லை என்பதை அறிந்து கொண்டார். அந்த யட்சிகள் இங்கே நின்று பலரை பயமுறுத்திய கதை அவருக்குத் தெரியும். அந்த யட்சிகள் இரட்டையாய் பிறந்து நெருப்பில் விழுந்து அகால மரணமடைந்தவர்கள். அவர்களைச் சாந்தி செய்ய வேண்டும்; வேறு வழியில்லை அந்த யட்சிகளை அங்கேயே தாபித்து விடலாம் என்று நினைத்தார் அப்படியே செய்துவிட்டார் மருதமரத்தின் அடியில் தெய்வமாக இணைந்தனர்.

மருதமரம் இருந்த பகுதியை மக்கள் மஞ்சள் பாறை என்று சொன்னார்கள். மருதமரத்திற்கு வழிபாடு நடந்தது. நம்பிக்கை பெருகியது. சிறிய கோவில் உருவானது. காலப்போக்கில் வளர்ந்தது. ஆரம்பத்தில் கோவிலின் கருவறை இருந்த இடம் மடப்பள்ளி (சமயலறை) ஆக மாற்றவேண்டிய நிலை வந்தது. கருவறை வேறு இடத்திற்குப் போனது. இங்கு கருவறையில் மட்டுமில்லை மடப்பள்ளிக்கு விமானமும் உண்டு மடப்பள்ளி விமானத்துக்கும் கும்பாபிஷேகமும் நடக்கின்ற ஒரே கோயில் இது ஒன்றுதான்.

★ ★ ★

பத்து ஆண்டுகளுக்கு முன்பு ஒரு முறை தொல்லியல் அலுவலர் கோபாலுடன் நானும் செந்தீ நடராஜனும் வாள்வச்ச கோஷ்டம்

கோவிலுக்கு ஒரு கல்வெட்டைப் படி எடுக்கப் போனோம். அப்போது கோவிலைப் பற்றிய செய்திகளைச் சேகரித்தபோது இடத்தரா நம்பூதிரி தொடர்பான கதையை மீண்டும் கேட்டேன். அந்தக் கோவிலில் இருக்கும் மகிஷாசுரமர்த்தினி முழுக்கவும் மலையாள சார்புடன் வழிபடப்படுகிறாள் என்பதும் தெரிந்தது. இப்போதும் அப்படித்தான்.

நாங்கள் படி எடுக்கப் போன கல்வெட்டு ஒரு தமிழ்ப் பாட்டும். அதைச் சொல்லி ஆகவேண்டும். வாள் வச்ச கோஷ்டம் தமிழ்நாட்டின் ஒரு பகுதியாக இருந்தாலும் ஊரும் கோவிலும் மண்ணும் மரங்களும் மக்களும் கேரளத்தின் ஒரு பகுதியாக இருப்பது போன்ற பிரமையை முழுக்கவும் ஏற்படுத்திக் கொண்டே இருக்கிறது. இந்த ஊர் நாகர்கோவில் - திருவனந்தபுரம் முக்கிய சாலையிலிருந்து ஐந்து கிலோமீட்டர் தொலைவில் தனிமைப்பட்டு இருக்கிறது.

மலையாள மொழி உருவான காலத்திலிருந்து. 1956 வரை கேரளத்துடன் இருந்த, இந்த ஊர்க் கோவிலில் 1662 ல் வெட்டப்பட்ட ஒரு கல்வெட்டில் அறுசீர்கழிநெடிலடி ஆசிரிய விருத்தப் பாடல் உள்ளது. இது நம்ப முடியாத செய்தி தான். இந்தக் கல்வெட்டை திருவிதாங்கூர் அரசு 1913க்கு முன்பே எடுத்துவிட்டாலும் அது முழுமையாக எடுக்கப்படவில்லை என்பதால் மீண்டும் படி எடுக்கத்தான் நாங்கள் போயிருந்தோம்.

இந்தத் தமிழ்க் கல்வெட்டு மலையாள வருஷம் 798 (கி.பி.1622)ல் வெட்டப்பட்டது. கோவிலின் உள் பிரகாரம் வடக்குப் பக்கச் சுவரில் உள்ளது. இந்தக் கல்வெட்டு கூறும் செய்தியும் வித்தியாசமானது. கன்னியாகுமரி மாவட்ட கல்வெட்டுக்களில் இப்படி ஒரு செய்தி இல்லை.

இந்தக் கோவில் சபையில் முக்கிய ஸ்தானிகர் ஆக முல்லை மங்களம் தாமோதரன் என்பவர் இருந்தார். இவர் சபையின் உறுப்பினர். மட்டுமல்லர். கோவில் கட்டுமானப் பொறுப்பாளராகவும் இருந்தார். மிக நேர்மையானவர். சத்தியவாசகன் என்று மக்கள் அவரை அழைத்தார்கள். தாமோதரன் இக்கோவிலில் கட்டுமானப் பணி செய்து வந்தபோது அகால மரணம் அடைந்துவிட்டார். இது பற்றிய அந்தக் கல்வெட்டு வருமாறு,

எத்திசையும் புகழ் பெறவே மருவு கொல்லம்
எழுநூற்றி தொண்ணூற்றி எட்டாம் ஆண்டில்
ஒத்து வளர் பங்குனி நாலாறோடு ஒன்றில்
ஒத்து நிற்கும் கார்த்திகைக்கு முன் மூன்றாம் பக்கம்
சத்தியவாசகன் முல்லை மங்கலத்து
தானிகரில் தாமோதரன் என்பதாக
பக்தியினால் திருப்பணிகள் பலதும் செய்தே
பரலோகம் அடைந்து அரன் பொற்பாதம் பெற்றானே

என்பது அந்தப் பாடல். முழுக்கவும் மலையாளப் பின்னணியில் மலையாளம் பேச்சு மொழியாகப் பேசப்பட்ட பகுதியில் உள்ள ஒரு கோவிலில் அருமையான தமிழ் கல்வெட்டு அதுவும் ஆசிரிய விருத்தப் பாடல். இப்போதும் இந்தக் கோவிலில் இன்று பக்தர்களுக்கான விளம்பரப் பலகைகள் மலையாளத்தில்தான் உள்ளன. இந்த மாற்றம் எப்படி வந்தது.

27. விஷ்ணுவுக்குப் படியளக்கும் சுடலைமாடன்

பறக்கை மதுசூதனப் பெருமாள் கோவில் 1000 ஆண்டுகளுக்கு முற்பட்டது. இங்கே முற்காலப் பாண்டியரின் வட்டெழுத்துக் கல்வெட்டு உண்டு. இக்கோவிலின் தலபுராணம், சுசீந்திரம் கோவில் தலபுராணத்தின் ஒரு பகுதியாக உள்ளது, அச்சில் வந்துள்ளது. வாய்மொழி வடிவிலும் ஒரு கதை வழங்குகிறது.

காஞ்சிபுரம் மன்னன் ஒருவனின் பிறந்த நாள் சனிக்கிழமை வந்தது. ஜோதிடர்கள் இது அவனுக்கு நல்லதல்ல; பரிகாரமாக மரத்தால் கருடச் சிற்பம் செய்து கன்னியாகுமரி அருகே உள்ள மதுசூதனர் கோவிலுக்குக் கொடுக்க வேண்டும்; காஞ்சி மன்னனும் அக்கோவிலுக்குச் செல்ல வேண்டும் என்று கூறினார்கள்.

காஞ்சி மன்னன் மகா சிற்பி ஒருவனிடம் மரத்தில் கருடனின் சிற்பம் செய்யுமாறு பணித்தான். அவனும் செய்தான். அந்தச் சிற்பம் தத்ரூபமாக அமைந்துவிட்டது. அது ஆக்ரோசம் பெற்றது; மெல்லப் பறக்க ஆரம்பித்தது. சிற்பியால் அதைப் பிடிக்க முடியவில்லை; தன் கையிலிருந்த உளியை அதன்மேல் எறிந்தான்; உளி அதன் சிறகில் பட்டது; ஊனமுற்ற அந்தக் கருடன் தெற்கு நோக்கிப் பறந்தது; பறக்கை மதுசூதனர் கோவில் தென்மேற்குச் சுவரில் வந்து அமர்ந்தது. உடனே அது மரச்சிற்பம் ஆனது; சக்தி இல்லாமல் ஆனது.

இந்த நேரத்தில் காஞ்சி மன்னனும் கருடனைச் செய்த சிற்பியின் குடும்பமும் தெற்கு நோக்கிப் பயணம் ஆயினர். ஜோதிடம் சொன்னபடி பறக்கை வந்தனர். அங்கே பறந்து வந்து அமர்ந்த கருடனின் சிற்பத்தைக் கண்டனர். அது ஊனமாக இருந்தது; வழிபாடு நடத்தத் தகுதியற்றது என ஊர் மக்கள் அந்தக் கருடனை ஒதுக்கிப் போட்டனர். காஞ்சி சிற்பி சொன்னான் “என் கை பட்டால் இச்சிற்பம் சக்தி பெறும்” என்றான். அப்படியே செய்யச் சொன்னான் காஞ்சி மன்னன். சிற்பி அந்தக் கருடனின் கண்ணைத் தூரிகையால் திறந்தான். கருடன் உயிர் பெற்று கோயிலினுள் சென்றது. இதன் பிறகு காஞ்சி சிற்பி பறக்கை ஊரிலேயே தங்கிவிட்டான். அவன் வம்சாவழியினர் இப்போதும் கருடனுக்குக் கண்திறக்கும் சடங்கைச் செய்கின்றனர்.

ஊனமுடைய அல்லது லேசாகச் சிதைந்த விக்கிரகத்தை வழிபாட்டில் வைக்கக்கூடாது என்பது நம்பிக்கை. இது காலங் காலமாக உள்ளது. ஒரு முறை இராமகிருஷ்ண பரமஹம்சரிடம் “ஊனமுற்ற விக்கிரகத்தை வழிபாட்டில் வைக்கலாமா” என்று

கேட்டதற்கு அவர் “ஊனமுடைய நம் குழந்தையை வீட்டை வீட்டு துரத்துவார்களா? மாட்டோம். அரவணைப்புடன் வீட்டில் அல்லவா வைத்திருப்போம். அதுபோலத்தான் இதுவும்” என்றாராம். என்றாலும் நாம் பல விஷயங்களில் இராமகிருஷ்ணரைப் புறக்கணித்தது போல் இதைப் புறக்கணிக்கிறோம்.

ஆனால் நாட்டார் வழிபாட்டின் நிலை வேறு. குறைபட்ட கடவுள் வடிவங்களை அது மண், கல், மரம் எதில் செய்யப்பட்டதாக இருந்தாலும் தூக்கி எறியமாட்டார்கள். குறைபட்ட தெய்வ வடிவங்கள் வழிபாடு பெறுவதை நாட்டார் கோவில்களில் பார்த்திருக்கிறேன். ஒருவகையில் பரமஹம்சரை பாமர மக்கள் தான் புரிந்துகொண்டனரோ என்னவோ விதிவிலக்காகச் சிலர் இருக்கலாம்.

★ ★ ★

18ஆம் நூற்றாண்டில் தென் திருவிதாங்கூருக்குப் படையெடுத்து வந்த முகலாயப் படை வீரன் ஒருவன் நாகர்கோவில் அருகே உள்ள சுசீந்திரம் சிவன் கோவிலின் தேரை எரித்தும் கோவில் சிற்பங்களையும் அழிவுமதி செய்தான் என அக்கோவில் வரலாற்றை எழுதிய கே.கே.பிள்ளை கூறுகிறார்.

இக்கோவில் சிற்பங்களை உடைத்தது பற்றிக் கன்னியாகுமரி களவு மாலை என்ற அம்மானை நூலில் சில செய்திகள் உள்ளன. கோவில் மூலவிக்கிரகத்தை ஊனமாக்கிவிட்டால் அந்தக் கோவில் வழிபாடு நின்றுவிடும் என்னும் தகவலை அந்த முகமதிய தளபதி கேள்விப்பட்டதால் கருவறைப் படிமங்களை உடைக்கப் போகிறான் என்று அறிந்து மூலவிக்கிரகங்களை அகற்றும் முயற்சி நடந்ததாம். இந்த களவுப்பாடல்

ஊனமுற்ற சாமி எல்லாம்
உதாவது என்று சொல்லி
பதவலால் மூடி வைத்தார்
பவிசு எல்லாம் முடங்கினதே
சுற்றி நின்ற சாமிகளை
கைகால்களை முடக்கி விட்டால்
கொண்டாட்டம் கும்மி எல்லாம்
கொத்தோடே ஒழிந்து விடும்.

என்று கூறும்.

இப்படியாக முகலாயப் படைகள் உடைத்த சிலைகள் வழிபாடு இல்லாமல் ஆகிவிட்டதாம். இதே படை வீரர்கள் நாட்டார் தெய்வ கோவில் சிலைகளையும் உடைத்தார்களாம். ஆனால் அந்தக் கோவில்களில் பூசை முடங்கவில்லை. மண்டைக்காடு மதக்கலவரத்தின்

போது மேலகிருஷ்ணன்புதூர், கொத்தவிளை எனச் சில கிராமங்களில் நாட்டார் தெய்வங்களின் உருவங்கள், சுடுமண் சிற்பங்கள் உடைக்கப்பட்டன. ஆனால் அடுத்த நாளே அந்தக் கோவில்களில் பூசை நடந்தன. உடைந்த உருவங்களை வைத்தே வழிபாடு செய்ததை நான் அறிவேன்.

★ ★ ★

ஒருமுறை கல்வெட்டியல் ஆய்வாளர் செந்தீ நடராசனுடன் ஆதிச்சநல்லூர் அகழாய்வு இடத்தைப் பார்த்துவிட்டு திரும்பி வரும்போது நாங்குனேரி வட்டம் இராஜாக்க மங்கலம் ஊராட்சியில் உள்ள மைலாப்புதூரில் நடந்த அகழாய்வுப் பணியைப் பார்க்கப் போனோம்.

இந்த இடம் நாகர்கோவில் திருநெல்வேலி சாலையில் தளபதி சமுத்திரம் ஊரிலிருந்து 2 கி.மீ. தொலைவில் இரணியன் குடியிருப்பு அருகே மைலாப்புதூர் இருக்கிறது. இந்த ஊரைத் தொட்டு நம்பியாறு ஓடுகிறது. ஊர் எல்லையில் உள்ள மேட்டில் 120 செ.மீ. ஆழத்தில் பழைய கோவில் ஒன்றைக் கண்டிருக்கின்றனர். இவற்றில் பானை ஓடுகளும் சிற்பங்களும் கிடைத்துள்ளன. இப்போது 21 சிற்பங்கள் பார்வைக்கு வைக்கப்பட்டுள்ளன. இவற்றில் ஒன்று தவிர பிற எல்லாமே உடைந்தவை. சில உறுப்புகள் இணைக்கப்பட்டும் ஒட்டப்பட்டும் அமைக்கப்பட்டுள்ளன.

இங்கு 50க்கும் மேற்பட்ட சிற்பங்கள் கண்டெடுக்கப்பட்டுள்ளன என தொல்லியலாளர்கள் கூறுகின்றனர். இவற்றில் சப்த கன்னிகைகள், நவக்கிரகங்கள், சிற்பங்கள் அடங்கும். சிற்பங்களில் எழுத்துகளும் பொறிக்கப்பட்டுள்ளன. இந்திரன் (சதக்ரது), செவ்வாய் (குஜி), யமன் (ய), புதன் (புதவர) என்னும் சிற்பங்களுடன், அனுக்கிரக நரசிம்ம மூர்த்தியின் சிற்பம் உள்ளது. இங்கு எடுக்கப்பட்ட அமர்ந்த கோலத் திருமால் சிற்பம், லண்டன் ராக்பெல்லர் சேகரிப்பிற்குப் போய் விட்டதாம்.

இந்தச் சிற்பங்கள் எல்லாம் கி.பி.8அல்லது9ஆம் நூற்றாண்டி லானவை என்றும் முற்காலப் பாண்டியர்காலக் கட்டிடக் கலைக்கும் சிற்பக்கலைக்கும் இந்த இடத்தின் அகழாய்வுப் பொருட்கள் சான்று என்றும் ஆய்வாளர்கள் கூறுகின்றனர். இச்செய்திகளைக் கல்வெட்டு காலாண்டு இதழில் (எண் 81) படித்துவிட்டுத்தான் இந்த இடத்தைப் பார்ப்பதற்கு செந்தீ நடராசன், சுந்தரம் ஆகியோருடன் நானும் போனேன்.

காரை ஓதுக்கமாக நிறுத்திவிட்டு அகழாய்வு மேட்டை அடையாளம் கண்டு நடந்து போனோம். சுற்றுவட்டாரத்தில் யாருமில்லை. தொலைவில் வயதான பெண் நின்றுகொண்டிருந்தாள். அவளும் கொஞ்ச நேரம் நின்றுவிட்டு மறைந்துவிட்டாள். நாங்கள்

சாவகாசமாக அந்த இடத்தையும் சிற்பங்களையும் பார்த்துப் படம் எடுத்தோம். செந்தீ நுட்பமாக சிலவற்றிற்கு விளக்கம் சொன்னார்.

இந்த நேரத்தில் நாலைந்து பேர்கள் எங்களை நோக்கி வந்தார்கள். நான் முதலில் பார்த்த வயதான பெண்ணும் கூட்டத்தில் நின்றாள். முன்னால் நின்ற ஒருவர் "நீங்களெல்லாம் யார்" என்று கேட்டார். அவரது பேச்சில் அதிகாரமும் பயமுறுத்தலும் இருந்தது.

நான் எங்களை வரிசையாய் அறிமுகப்படுத்தினேன். கூட்டத்தில் நின்ற ஒருவன் என்னைப் பார்த்து வணங்கினான். "சார் நான் உங்கள் மாணவன்; பி.ஏ. பொருளாதாரம் படித்தேன்; உங்கள் தலை நல்லா நரைத்துவிட்டதே; அடையாளம் தெரியவில்லை" என்றான். "தவறாக நினைக்காதீர்கள் சிலைக் கடத்தல் காரர்கள் சிலபேர் வந்து நோட்டம் பார்க்கிறார்கள் என்று நினைத்தோம். எங்கள் ஊரின் பழைய அனுபவம்; அதனால் தான் வந்தோம்" என்று தொடர்ந்து பேசினான்.

அவர்களில் ஒருவர் "உங்கள் மாதிரி சில பேரு வாறாங்க. ஒரு தபா இப்படித்தான் கொஞ்சம் படாடோபமான ஆட்கள் வந்தாங்க. கவர்மென்ட் ஆபீசருன்னு சொன்னாங்க. 30க்கு மேல் சிற்பங்களை இங்கிருந்து சென்னைக்குக் கொண்டு போகணும்; லாரில ஏத்த உதவி செய்யணும்; பணம் தருகிறோம் என்றார்கள். நாங்களும் உதவி செய்தோம். கணிசமா பணம் தந்தார்கள். பத்திரமா சிற்பங்களை அனுப்பினோம். அப்புறமா தெரிஞ்சுது; சிலைகள் கடத்தப்பட்ட செய்தி" என்றார்.

எனக்கு ஏற்கெனவே அந்த விஷயம் தெரியும். சிலைகளைக் கொண்டுசென்ற லாரியைப் போலீசார் மதுரை எல்லையில் பிடித்தனர். விசாரணையில் சென்னையில் பிரபலமாக உள்ள ஒரு புள்ளி அந்தக் காரியத்தைச் செய்திருக்கிறார் என்று தெரிந்தது. அவர் கடத்தப்பட்ட சிற்பங்களை மதுரை அருங்காட்சியகத்தில் ஒப்படைப்பதாகப் பேரம் பேசினார்; சிற்பங்களை அருங்காட்சியகத்திற்குக் கொண்டு செல்வதற்குரிய பொறுப்பும் அங்கே இறக்கி வைக்கவேண்டிய செலவும் எனக்குரியது என்றாராம் பிரபலம். கொடுக்கவேண்டியவர் களுக்கும் கொடுத்தார். சிற்பங்கள் பாதுகாப்பாய் அருங்காட்சி யகத்தில் உள்ளன. கடத்தல்காரர்களின் மேல் வழக்குப்பதிவு செய்யப்படவில்லை.

தொல்லியல் துறையினர் மைலாப்புதூரில் கிடைத்த சிற்பங்களை மதுரை அருங்காட்சியகத்திற்குக் கொண்டுசெல்லுவதற்கு உரிய தொகையை ஒதுக்காததால் காலம் கடந்துகொண்டிருந்தது. இதைத் திருட்டுக் கும்பல் பயன்படுத்திக்கொண்டது. கடத்தல் காரர்கள் கணிசமாகப் பணம் செலவளித்த சிற்பங்களுக்கு எந்தச் சிதைவும் இல்லாமல் மதுரையில் சேர்ந்துவிட்டனர்.

தெனாலிராமன் செங்கல்லைப் பெட்டியில் வைத்து கிணற்றில் போட்டுவிட்டு திருடர்களைக் கொண்டு கிணற்றை தூர்வாங்கிய கதைபோல் ஆயிற்று. இந்த சிலை திருட்டு ஊடகங்களில் வரவில்லை. இதனால் ஊர்க்காரர்கள் உஷாரானார்கள்.

வந்தவர்கள் நிதானமான பிறகு பெரியவர் ஒருவர் தாமிரபரணியாற்றங்கரையில் இரண்டு மூன்று சிற்பங்கள் கிடப்பதாகச் சொன்னார். அவை கிடக்கும் இடத்திற்குச் செல்லும் வழி பாதுகாப்பு இல்லாதது. கவனமாகப் போகலாம் என்றார். என்றாலும் நான்கு தண்ணீர்ப் பாம்புகள், ஒரு மஞ்சள் சாரை, நண்டுகள், கள்ளிச் செடிகள் எனக் கடந்து ஆற்றின் கரையை அடைந்தோம். நம்பியாற்றின் அருகே அதிக வெள்ளமுமில்லை.

சிற்பங்கள் கிடந்த இடம் சுத்தமாக இருந்தது. அங்கே அவை ஏன் கொண்டுவரப் பட்டன என்பது மர்மமாக இருந்தது. மூன்று சிற்பங்கள்; வெண்ணிறக் கற்களால் ஆனவை. ஒன்று பெண் தெய்வம். பிற படைவீரன்/அரசனாக இருக்கலாம். அந்தச் சிற்பங்களை அருங்காட்சியகத்திற்குக் கொண்டு செல்ல ஏற்பாடு செய்தோம்.

எங்களுடன் தகவலாளியாக வந்த முதியவர் "பக்கத்துல வாகைக் குளத்துக்கு மேற்கே இரண்டு மைல்கள் தூரத்திலே காட்டுப் பகுதியிலே உலகளந்தான் கோவில் இருக்கிறது. போய்ப் பாருங்கள்" என்றார். அந்தக் கோவிலைப் பற்றி கேட்க யாரும் இல்லை. காட்டுப் பாதைவழி போனோம். அந்தக் கோவில் இருக்கும் ஊர் மக்கள் வாழாத இடம்.

அந்தக் கோவில் முற்காலப் பாண்டியர் காலத்தது. இங்கு 9ஆம் நூற்றாண்டு வட்டெழுத்துக் கல்வெட்டு உண்டு. அச்சில் வந்திருக்கிறது. கோவிலின் வடக்கே சிறிய பிராமணர் குடியிருப்பு இருந்திருக்கிறது. வைணவப் பிராமணர்கள் வாழ்ந்த இந்தக் குடியிருப்பின் வீடுகள் பாழடைந்து அழிந்த நிலையில் உள்ளன. ஊரே குடிபெயர்ந்திருக்கிறது.

இந்தக் குடியிருப்பு வீடுகளின் சிதைந்த அடையாளத்தை இன்றும் காணமுடியும். ஒவ்வொரு வீட்டிற்கும் கிணறு உள்ளது. கிணற்றுக் கப்பிகள்கூட இன்றும் உள்ளன. கிணற்று நீர் கூட வற்றவில்லை. நான் குடியிருப்பு வீடுகளுக்குள் பார்க்க ஆசைப்பட்டுப் போனேன். என்னுடன் வந்தவர் தடுத்துவிட்டார், "பாம்பு மட்டுமல்ல நரிகளும் உண்டு; வேண்டாம்" என்றார்.

இந்த அக்கிரகார மக்கள் அண்மையில்தான் குடிபெயர்ந்தார் களாம். இங்கே வேதம் ஓதியதையும் ஆழ்வார் பாடல்களைப் பாடியதும் ஆன நிகழ்ச்சிகளைப் பார்த்தவர்கள் ஐம்பதுகளில் இருந்தார்களாம். நம்மாழ்வாரின் திருவாய்மொழிப் பாடல்களின்

ஏடுகளை இந்த ஊரிலிருந்து திருநெல்வேலியிலிருந்து ஒருவர் பெற்றிருக்கிறார்.

இந்த ஊர் மக்கள் ஜாதிப் பூசல் காரணமாகக் குடிபெயர்ந் திருக்கின்றனர். முக்கியமாக இங்கு வாழ்ந்த பிராமணப் பெண்களுக்குப் பாதுகாப்பு இல்லையாம். இது குறித்த செய்திகள்கூட சேகரித்தேன். முழுமையாக அல்ல; சில தகவல்களைக்கூட இப்போது எழுத முடியாது. இதுபோன்ற ஒரு கதையை - நடந்த நிகழ்ச்சியைத் திருப்புடைமருதூர் ஊரிலும் கேட்டேன். அந்த ஊர் சைவப் பிராமணர்கள் குடிபெயர்ந்ததற்கு உள்ள காரணங்களையும் இப்போது சொல்ல முடியாது.

தமிழக வரலாற்றில் களப்பிரர்களைப் பற்றிய செய்திகளில் ஒன்று பாண்டிய அரசன் ஒருவன் கொடுத்த தேவதான நிலங்களைக் களப்பிரர்கள் பிடுங்கிக்கொண்டார்களாம். கடுங்கோன் என்ற பாண்டியன் அதைத் திருப்பிப் பெற்று களப்பிரர்களை வென்றான் என வேள்விக்குடிச் செப்பேடு கூறும்.

உலகளந்த பெருமாள் கோவில் அருகே வாழ்ந்த பிராமணர்களுக்கு நிலம், தோட்டம் எல்லாம் இருந்தன. ஒரு சாதிக்காரர் அவற்றை மேற்பார்வை செய்கிறோம் என்னும் பெயரில் தங்களுக்கு உரிமையாக்கிக் கொண்டார்களாம். அவர்களிடமிருந்து திருப்பிப் பிடுங்க கடுங்கோன் இல்லை.

இப்படியாக உள்ள செய்திகளை அக்கோவிலுக்கு வந்திருந்த குறைவான பக்தர்களிடம் பேசிக்கொண்டிருந்தேன். அக்கோவிலின் பூசகர் இராமாநுஜர் பிராமணர் அல்லாதவர். ஈடுபாட்டுடன் வருகிறார். இக்கோவிலின் மூலவிக்கிரகம் உடைந்த பின்பு கோவில் பாழடைந்து விட்டதாம். அக்கிரகாரத்து மக்கள் குடிபெயர்ந்ததற்கும் கருவறை படிமம் உடைந்ததற்கும் தொடர்புண்டு என்ற புதிய தகவலை ஒருவர் சொன்னார். இதுபோன்ற ஒரு தகவலைத் திருப்புடை மருதூரிலும் கேட்டேன். ஆனால் அங்கு கோவில் பாழ்படவில்லை; கோவிலில் உறைந்த சிவனின் சாங்கித்யத்தை இல்லாமல் ஆக்கப்பட்டதற்கு ஒரு காரணக் கதையைக் கூறுகின்றனர்.

இக்கோவிலின் கருவறையில் இருந்த உடைந்த சிற்பங்கள் கோவில் வளாகத்திலேயே புதைக்கப்பட்டுள்ளன என்றார் பூசகர். அவரின் உதவியுடன் புதைக்கப்பட்டிருந்த இடத்தை அடையாளம் கண்டோம். மண்ணை அகற்றி சிற்பங்களைப் பார்த்தோம். உலகுடையார்; திருமாலுக்குரிய நான்கு கரங்கள்; சிற்பம் பழமையானது என்பதற்கு அடையாளமாக பிரயோகச் சக்கரம் கையில்.

அந்தச் சிற்பம் கோவில் உருவான கி.பி.8 அல்லது 9 ஆம் நூற்றாண்டின் காலத்தது; ஏதோ முற்காலப் பாண்டியன் ஒருவன்

நிறுவியது. எத்தனையோ பண்டிதர்கள் வேதம் ஓதி ஆழ்வார்கள் பாடி பூசை செய்த சிற்பம். கையில் சின்ன கீறல். இதற்காகவே இது ஒதுக்கப்பட்டிருக்கிறது.

நான் பூசகர் இராமானுஜத்திடம் கேட்டேன். "இதோ விக்கிரகத்தை கோவிலில் ஓர் இடத்தில் பிரதிஷ்டை செய்யாமல் வைத்திருக்கலாமே: உடைந்து போன இசக்கியம்மன் சுடுமண் உருவத்தை நம் ஊரில் உடைந்துபோனாலும் தூரே எறிவதில்லை. வழிபாட்டு இடத்தில் வைக்கத்தானே செய்கின்றோம் என்றேன். அவர் கொஞ்ச நேரம் மௌனமாக இருந்தவிட்டு இசக்கியும் உலகுடைய பெருமாளும் ஒன்றா? ஒப்பிடாதீர்கள்" என்றார் பிராமணர் அல்லாத அந்தப் பூசகர்.

★ ★ ★

கன்னியாகுமரி மாவட்டம் அழகிய பாண்டியபுரம், குறத்தியறை அருகே மலையடிவாரத்தில் ஒரு சிறு குடைவரைக் கோவில் உள்ளது. இதைப் பார்க்க நானும் செந்தீ நடராசன், செல்வதரன் ஆகியோரும் போனோம். இந்த அனுபவம் மறக்க முடியாதது. குறத்தியறை மேல்நிலைப் பள்ளியின் பின்னே நீண்டு கிடக்கும் மலையடிவாரத்தில் அந்தக் குகைக் கோவில் உள்ளது.

இந்த இடத்தைச் செந்திட்டப்பாறை என்றும் அவ்வையாரம்மன் கோவில் என்றும் அழைக்கிறார்கள். இந்தப் பெயர்கள் மிகச் சிலருக்கு மட்டுமே தெரிந்திருக்கின்றன. ஆடிமாத செவ்வாய் கிழமைகளில் இந்தக் கோவிலில் அவ்வையாரம்மனுக்கு வழிபாடு நடக்கிறது. இந்த மாதத்தில் இதுபோல் வழிபாடு நடக்கும் இன்னொரு இடம் சீதப்பால் அவ்வையாரம்மன் கோவில்.

சீதப்பால் ஊர்க் கோவிலில் அவ்வையார் சிற்பமே உள்ளது. குறத்தியறை ஊர்க்கோவிலின் நிலைவேறு. இந்தக் குடைவரையில் புடைப்புச் சிற்பமாக விஷ்ணு சிற்பம் உள்ளது. நின்ற கோலம்; நான்கு கைகள்; பின் கைகளில் சங்கு, பிரயோகச் சக்கரம்; முன்கைகள் அபயஹஸ்தம், கடிஹஸ்தம்.

இந்தக் குகையை ஆராய்ந்த எச்சர்கார் இங்குள்ள விஷ்ணு சிற்பம் விழுப்புரம் மாவட்டம் கீழ்மாவிலங்கையில் உள்ள விஷ்ணு சிற்பத்தை ஒத்துக் காணப்படுகிறது. அதனால் குறத்தியறை குகை விஷ்ணு சிற்பம் ஐடில பராந்தகன் நெடுஞ்சடையன் (கி.பி. 768-815) முதல் வரகுணன் ஸ்ரீமாறன், ஸ்ரீவல்லபன் (815-862) ஆகிய அரசர்களில் ஒருவன் காலத்தில் அமைக்கப்பட்டிருக்கலாம் என்கிறார்.

இந்தப் பழைய குடைவரைக் கோவில் பற்றி தகவல் சேகரிக்க கவிமணி தேசிக விநாயகம்பிள்ளை சென்றிருக்கிறார். இது தற்செயல்

நிகழ்வு. நாஞ்சில் நாட்டின் நிர்வாகப் பொறுப்பைக் கவனித்த முதலியார் வம்சா வழியினர் வீட்டில் பழைய ஆவணங்களைச் சேகரிக்கப்போன சமயத்தில்தான் குறத்தியறை குறவன் திட்டுப்பாறை குடைவரைக் கோவிலைப் பார்க்கப் போனார்.

கவிமணி அங்கு போன சமயம் ஆடிமாத செவ்வாய் கிழமை குடைவரைக் கோவில் விஷ்ணுவை அவ்வையாராக அலங்கரித்து வழிபட்டிருக்கிறார்கள். விஷ்ணுவிற்கு வெள்ளி மார்புக் கவசமும், அணிகலன்களும் - அணிவிக்கப்பட்டிருந்ததைக் கண்டிருக்கிறார். இந்தக் குகையின் முன்பு விஷ்ணு சிற்பம் ஒன்றும் இருந்ததைக் கண்டிருக்கிறார். இந்த களஆய்வு நிகழ்ச்சி 1903-04ல் நடந்திருக்கலாம். பின்னர் முதலியார் ஆவணங்கள் பற்றி நீண்ட கட்டுரை ஒன்றை Kerala Society Papers இதழில் (Series 7-1931) எழுதியிருக்கிறார். இக்கட்டுரையின் முன்னுரையில் இந்தக் குடைவரை விஷ்ணுவைக் குறிப்பிடுகிறார்.

விஷ்ணு எப்படி அவ்வையாராக மாறினார்? இது எப்போது நடந்தது? இங்கு லேசாக சிதைந்ததும், உடைந்ததும் ஆகிய இரண்டு விஷ்ணு சிற்பங்கள் உள்ளன. இந்தக் குடைவரைக் கோவிலின் முன் உள்ள வட்டப்பாறையில் உள்ள கல்வெட்டு, 'இரும்பைத் தங்கமாக மற்றும் ரகசியம்' எனப் பரவலாக நம்பப்பட்ட கதையைக் கவிமணியும் நம்பியிருக்கிறார். அங்குள்ள கல்வெட்டு தொடர்பான கதை இன்றும் வழங்குகிறது.

நாஞ்சில் குறவன் ஒருவன் இரும்பைத் தங்கமாக்கும் மூலிகையையும் அதுகுறித்த ரசாயண ரகசியத்தையும் அறிந்து பெரும் பணக்காரனானான். நாஞ்சில் நாட்டு அரசனும் ஆனான். அவன் மகனுக்கு சைவவேளாள குடும்பத்தில் பெண் கேட்டான். அதனால் குறவ அரசன் சூழ்ச்சியால் கொல்லப்பட்டான். குறவ அரசன் தன் ரகசியத்தை ஒரு கல்லில் எழுதி வைத்திருந்தானாம். இந்தக் கதை 19ஆம் நூற்றாண்டின் இறுதியிலும் 20 ஆம் நூற்றாண்டிலும் பரவலாக வழங்கியது. இதனால் இதைப் படித்து அறிய சித்தவைத்தியர்கள் இங்கே படையெடுத்திருக்கின்றனர்.

இங்கே 3 வட்டெழுத்துக் கல்வெட்டுக்கள் உள்ளன. இரண்டும் 10 ஆம் நூற்றாண்டின. இவற்றில், விஷ்ணு "வண்டுற வீற்றிருந்தருளின எம்பெருமாள்" எனக் குறிப்பிடப்படுகிறார். இவை நிவந்தக் கல்வெட்டு; விஷ்ணுவிற்கு நிவந்தம்; இதனால் இந்தக் குகை மட்டுமல்ல இங்குள்ள விஷ்ணு சிற்பங்களும் 10 ஆம் நூற்றாண்டுக்கு முற்பட்டன என்று தெரிகிறது.

குறவன் தட்டுப்பாறை குடைவரைக் கோவிலுக்கு ஆறு ஏழு முறை சென்றிருக்கிறேன். ஒவ்வொரு முறையும் கவிமணி குறிப்பிட்ட விஷ்ணு

சிற்பத்தைத் தேடினேன். செந்தீ நடராசனுடன் ஒரு முறை சென்றபோது குறத்தியறை ஊரிலிருந்து கடுக்கரை ஊருக்குப் போகும் சாலையில் இடதுபுறம் உள்ள தோட்டத்தில் சுடலைமாடன் கோவிலில் அந்தச் சிற்பம் உள்ளது என்று அறிந்தேன்.

குறத்தியறை மேல்நிலைப் பள்ளியின் அருகே குடியிருந்த ஒருவரின் உதவியுடன் அந்தச் சுடலைமாடன் கோவிலுக்குப் போனேன்.இது வெட்டவெளியில் அமைந்த சுடலைமாடன். கோவிலில். ஆஜானு பாகுவாய் சுடலைமாடன் நின்றுகொண்டிருந்தார். மாடனுக்கென்று பொதுவாக உள்ள வடிவம் அது. அரைவட்டத்தலை, சாய்வான செவ்வக வடிவம். சுமார் 7 அடி உயரம். மஞ்சணை என்றும் மணமுள்ள சாந்துப்பூச்சு; களபம் என்ற சந்தனக் கலவையால் மணந்து கொண்டிருந்தார். உயரமான அந்த வடிவத்தின் முன்பகுதியில் வெட்டுக்கத்தியின் படம். சுடலை மாடன் அருகே குண்டாந்தடி; கழுத்தில் பிச்சி, அரளி மாலைகள்.

சுடலைமாடனின் அருகே துணைமாடன்கள் இசக்கி பசச சில தெய்வங்கள். எல்லோரும் மாடனின் வடிவில் இருந்தனர். அருகே சுடுமண் விளக்கு. நாங்கள் சென்றது ஒரு சனிக்கிழமையில்; அதனால் முந்திய நாள் சிறப்பு வழிபாட்டின் அறிகுறி தெரிந்தது, சுடலை மாடனுக்கு அருகே விஷ்ணுவும் நின்றார். நான்கு கரங்கள். பின் கைகளில் சங்கு சக்கரம், ஒரு கை அபயஹஸ்தம்; இன்னொரு கை கடிஹஸ்தம் நின்ற கோலம்; அவர் கையிலுள்ள பியோகச் சக்கரம், அந்தச் சிற்பத்தின் காலத்தைக் காட்டியது.

தொல்லியலாரின் கணக்குப்படி கி.பி. 8 அல்லது 9 ஆம் நூற்றாண்டினது. முற்காலப் பாண்டியன் அமைத்தது. நாட்டார் தெய்வங்களுக்கு பூசப்படும் மஞ்சணை சாந்து மணத்துடன் விஷ்ணு நின்றார். அவரது ஒப்பனையும் கிராமத் தெய்வத்திற்குரிய அம்சங்களுடன் இருந்தது.

நாங்கள் விஷ்ணுவைப் படம் எடுத்துக்கொண்டிருந்தபோது அந்தக் கோவிலுடன் தொடர்புடைய ஒருவர் வந்தார். எங்களை அறிமுகப்படுத்திக்கொண்டோம்; பாதகமில்லாதவர்கள் என்று நினைத்தாரோ தெரியவில்லை. விரிவாகப் பேசினார். "...இந்த நாராயணன் கல் உருவம் குறவன் தட்டுப்பாறையில் தோட்டத்துல கவனிப்பாரற்றுக் கிடந்தது. இவர எப்படியாவது காப்பாத்தணுன்னு கொண்டு வந்தேன். இல்லேன்னா மேலஊத்து ஓடைக்கு பாலமாவோ காம்பவுண்டு எல்லைக்கல்லாவோ ஆகிருப்பார். இவருக்குன்னு தனியாவா வழிபாடு பூசை நடக்கும்; சுடலை மாடன் புண்ணியத்துல பூசை இவருக்கும் நடக்கும். வெள்ளி செவ்வாய் பூச; எல்லாஞ் சாமிதானே" என்றார். அந்த விஷ்ணுவிற்கு மாடன் வாழ்வு கொடுத்தது மாதிரி அவர் பேசினார்.

திருவிதாங்கூர் தொல்லியல் வரிசை 8ல் உள்ள குறவன் திட்டு (குறத்தியறை) கல்வெட்டு எனக்கு நினைவுக்கு வந்தது. 13 வரிகள் கொண்ட அந்தக் கல்வெட்டில் முதல் பராந்தகச் சோழன் தன் 31 ஆம் ஆண்டில் இந்த விஷ்ணுவைக் கவனிக்க குன்றப்பள்ளி இப்பிக்க விசியன் சாத்தன் சிரவணன் என்பவனை நியமித்த செய்தி வருகிறது. இதற்குப் பொன் கொடையாக வழங்கியிருக்கிறான். கல்வெட்டில் குறிப்பிடப் படும் வண்டுற வீற்றிருந்தருளின எம்பெருமாள் இப்போது பெருமாள் மாடனாகப் பெயர் பெற்றுப் பாதுகாப்பாக இருக்கிறார்.

'காக்கைச் சிறகினிலே' ஆகஸ்ட் 2019

28. முப்பந்தல் கோவில்

நாகர்கோவில் - திருநெல்வேலி நெடுஞ்சாலையில் 17 கி.மீ. தொலைவில் சாலை ஓரத்தில் முப்பந்தல் இசக்கியம்மன் கோவில் உள்ளது. இந்தக் கோவிலின் முக்கிய தெய்வம் பற்றி ஆறு கதைகள் வழக்கில் உள்ளன.

இந்தக் கோவில் பரிவார தெய்வங்களில் அவ்வையாரம்மன் முக்கிய தெய்வமாகக் கருதப்படுகிறாள். முப்பந்தல் என்ற ஊர்ப்பெயரே அவ்வையாருடன் தொடர்புடையது.

முப்பந்தல் ஊருக்கும் அவ்வையாருக்கும் உள்ள தொடர்பான கதையை 1901ல் தைக்காடு சுப்பிரமணிய அய்யர் என்ற தாசில்தார் தொகுத்திருக்கிறார். அப்போது திவானாக இருந்த நாகம் அய்யா இந்தக் கதையைத் திருவிதாங்கூர் வரலாறு என்ற நூலில் குறிப்பிடுகிறார். அந்தக்கதை அவ்வையார் யாதவப்பெண் ஒருத்திக்காக நடத்திய திருமணம் பற்றியது.

முப்பந்தல் என்ற ஊர் உருவானதற்கு வாய்மொழியிலும் கதைப்பாடல்களிலும் பல்வேறு வடிவங்களில் கதைகள் சொல்லப்படுகின்றன.

ஒருமுறை சேர சோழ பாண்டியர்கள் அரசியல் காரணமாக ஆலோசனை செய்யவேண்டிய விஷயங்களை முப்பந்தலில் வைத்துப் பேசினார்களாம். இதற்காக மூன்று மண்டபங்களும் பந்தல்களும் அமைக்கப்பட்டன. இதனால் இந்த இடம் முப்பந்தல் ஆயிற்று.

ஆரல்வாய்மொழி மீனாட்சி அம்மன் ஆலயம், சுந்தரேஸ்வரர் கோவில், அவ்வையார் கோவில் மூன்றும் இருப்பதால் முப்பந்தல் ஆயிற்று என்பது ஒருகதை.

முப்பந்தல் இசக்கியை அவ்வை என்றே கூறுகின்றது ஒரு வில்பாட்டு. அவ்வையாரை யோகினியாகவே கூறுகின்றனர் திருவிதாங்கூர் வரலாற்றாசிரியர்கள். பழையபாடல் ஒன்று

சீதமும் சூடும் தெறுதலால் முன்னவ்வை
கோதைக் குமரி இவர் கூட்டமிட்டார்-ஓதம்
போதிகுளிர் வேண்டாம் முதியார் வெம்மை பொருள் கன்னி
வதிருவாள் மாமலை நீர்மடு

எனக் கூறும்.

அவ்வையார் தமிழகத்தின் தென் பகுதியில் சுற்றியலைந்துவிட்டு முப்பந்தலுக்கு வந்தார். அங்கே ஒரு யாதவக் குடும்பத்தினர் அவளை உபசரித்தனர். அந்த வீட்டில் திருமணமாகாத கன்னி ஒருத்தி இருப்பதைக் கண்டாள். மணமகன் தயாராக இருந்தான். திருமணம் செய்யப் பணம் இல்லை. அவ்வை திருமணப் பொறுப்பை ஏற்றுக்கொண்டாள். கல்யாணத்திற்கு மூன்று மன்னர்களையும் அழைத்தாள். அவர்களும் வந்தார்கள்.

எல்லோருக்கும் விருந்து படைக்க ஏற்பாடு செய்தார் அவ்வையார். பலவகையான பழங்களைக் கொண்டுவரச்செய்தாள். எல்லா பழங்களும் கிடைத்தன. பனையின் பழம் கிடைக்கவில்லை. அவ்வை யாரிடம் சொன்னார்கள். அவள்,

> "திங்கட்குடைய சேரனும் சோழனும் பாண்டியனும்
> மங்கைக்கு அநுகிட வந்து நின்றார் மணப்பந்தரிலே
> சங்கொக்க வெண்குருத்தின்று பச்சோலை சலசலத்து
> கொங்கிக் குறத்தி கொங்கை போல் குரும்பைவிட்டு
> நுங்குகண் முற்றி அடிக்கண் கறுத்து நுனிசிவந்து
> பங்குக்கு மூன்றுபழம் தர வேண்டும் பனத்துண்டமே"

எனப் பாடினார். பனம் பழங்கள் சொரிந்து விழுந்தன.

திருமண ஏற்பாடுகள் நடந்துகொண்டிருந்தபோது அவ்வையார் ஆசிச்சன் புதூரிலிருந்தார். அவ்வையே உடனே வரவேண்டும் என்னும் செய்தி போயிற்று. அவள் முப்பந்தல் வந்தாள். பின் அங்கேயே நிலைபெற்றாள்.

முப்பந்தல் இசக்கியம்மன் சுமார் 300 ஆண்டுகளுக்கு முன்பே வழிபடப்பட்ட தெய்வம். இங்கே பெரிய விழாக்களும் நடந்திருக்கின்றன. இக்கோவிலின் தண்ணீர் மடத்தின் அருகே ஒரு கல்லில் 1885 ஆம் ஆண்டுக் கல்வெட்டு இருந்தது. இதில் "இது முத்துசாமி விநாயகப் பெருமாள் செய்வித்த உபயம்" என்னும் செய்தி இருந்தது. இதனால் 135 வருஷங்களுக்கு முன்பே இங்கே நிறைய மக்கள் வந்தார்கள்; அவர்களின் தாகம் தீர்க்க நீர்மோரும் தண்ணீரும் கொடுத்தார்கள். அதற்காக கல்வெட்டு அமைத்திருக்கிறார்கள் என்று தெரிகிறது.

திருவிதாங்கூர் ராஜ்ஜியத்தில் இரண்டாம் அரசராக ஆட்சி செய்த கார்த்திகைத் திருநாள் இராமவர்மா என்ற தர்மராசன் என்ற அரசர் (1758-1798) 1784ல் இராமேஸ்வரத்திற்குத் தீர்த்தயாத்திரை சென்றார். இந்த நிகழ்ச்சி பற்றிய "தர்மராஜாவின் ராமேஸ்வர யாத்திரை" என்ற கதைப்பாடல் உள்ளது.

தர்மராஜாவின் பாதுகாப்பிற்காகச் சென்ற வீரர்கள் முப்பந்தல் கோவிலருகே உள்ள மண்டபத்தில். முகாம் அடித்திருந்ததை "கத்தி சமுதாடு வீரரெல்லாம் முப்பந்தல் கல்மடத்தில் விழித்தே இருக்கையிலே" என்று இக்கதைப்பாடல் கூறும். தர்மராஜா இந்தக் கோவிலில் வழிபாடு செய்திருக்கிறார். தனது பயணம் நல்லபடியாக நடந்தால் இசக்கியம்மனுக்கு பெரிய வழிபாடும் விழாவும் நடத்து வதாகவும் நேர்ந்ததாகக் கதைப்பாடல் கூறும். இதனால் இக்கோவில் 300 வருஷங்களுக்கு பரவலாக அறியப்பட்டதாகத் தெரிகிறது.

இந்தக் கோவிலின் அருகே உள்ள கிணற்றின் துலாக்கல்லில் ஒரு கல்வெட்டு இருந்தது. அதன்படி இந்தக் கிணறு 1796ல் வெட்டப்பட்டது என்று தெரிகிறது. இந்தக் காலத்தில் இசக்கியும் அவ்வையாரும் இங்கு பூஜிக்கப்பட்டிருக்கின்றனர்.

திருவிதாங்கூர் ராஜ்ஜியத்தின் எல்லைகளை மூன்று தேவிகள் காப்பாற்றுகிறார்கள் என்று முப்பந்தல் இசக்கி வில்லுப்பாடல் கூறும். தெற்கே கன்னியாகுமரி பகவதி அம்மன், வடக்கே கொடுங்கல்லூர் பகவதியம்மன், தென்கிழக்கே முப்பந்தல் அம்மன். இந்த மூவரும் தொடர்ந்து வழிபாடு பெறுகின்றனர். நம்பிக்கை உடைய தெய்வங்களாக நிலைபெற்றுள்ளனர்.

முப்பந்தல் கோவிலில் இயக்கியின் சுடுமண் உருவத்தை (ஓட்டுருவம்) நேர்ச்சையாகக் கொண்டு விடுவது என்பது நடைமுறையில் உள்ளது. 200 வருஷங்களுக்கு முற்பட்ட முப்பந்தல் வில்லுப்பாட்டிலும் இது பற்றி செய்தி உண்டு. நேர்ச்சையாக இசக்கி உருவத்தை முப்பந்தலில் கொண்டு விடும்போது நேர்ச்சை கொடுப்பவர் "அடிமை கொண்டு கடமை தீர்த்தேன்; ஏற்றாயோ" என்று மூன்று முறை சொல்லுவார். உடனே பூசகர் "ஏற்றேன்" என ஒருமுறை கூறுவார். இதன்பிறகு அந்த ஓட்டுருவம். கோவிலுக்கு உரிமையுடையதாகும்.

II

இசக்கியம்மன் கோவில் வடக்கு நோக்கியது. முன் சிறுமண்டபம், மகா மண்டபம், கருவறை, உள்பிரகாரம் என அமைந்தது. கோவிலைச் சுற்றி அண்மைக் கட்டுமானம் உண்டு. வெட்டவெளியில் 20 அடி உயர அமர்ந்தகோல இசக்கி உருவம் உள்ளது. இரண்டு கைகள், சூலமும் கப்பறையும் உள்ளன.

முக்கிய தெய்வமான இசக்கி கல்வடிவம். இரண்டு கைகள் சூலம் கப்பறை தாங்கியவை. அருகே வலப்புறம் கல்யாண அம்மன். தெற்கு பிராகாரத்தில் கன்னி மூலையில் கணபதி, முருகன், அவ்வை ஆகியோர் உள்ளனர்.

கோவிலின் முன்பு மேல்புறத்தில் கிழக்கு நோக்கி சுடலைமாடன்; கீழ்புறம் மேற்கு நோக்கி பட்டவராயன் ஆகியோர் உள்ளனர். இசக்கி

கோவிலின் கிழக்கே அவ்வைக்குத் தனிக்கோவில் உண்டு. இக்கோவில் 300 ஆண்டுகளுக்கு முற்பட்ட சுற்றாலை மண்டபம் உடையது. இங்கு கருவறையில் அவ்வை கிழக்கு நோக்கி நின்ற கோலமாய், தோளில் தொங்கும் மூட்டையுடன் இருக்கிறார்.

அப்போது அவ்வையார் இருக்கும் கோவிலின் சுற்றாலை மண்டபம் பயணிகள் தங்குமிடமாக இருந்தது என தர்மராஜாவின் ராமேஸ்வர யாத்திரை கதை கூறும்.

கன்னியாகுமரி மாவட்டத்தில் எல்லா இன மக்களுக்கும் பிடித்தமான தெய்வமாக, நம்பிக்கைக்குரிய தெய்வமாக, முப்பந்தல் இசக்கியம்மன் இருக்கிறாள். இக்கோவிலில் பட்டுப்புடவை சாத்துதல். பொங்கல் இடுதல், முடிகாணிக்கை கொடுத்தல், மரத்தொட்டில் கட்டுதல், காதுகுத்துதல், இசக்கியின் ஓட்டுருவத்தை நேர்ச்சையாகக் கொடுத்தல், கோழி, ஆடு, மாடு போன்றவற்றை காணிக்கையாகக் கொடுத்தல் எனப் பல நேர்ச்சை படைத்தல் வழக்கம் அதிகரித்து வருகிறது. இது பற்றி அச்சில் வராத பழைய பாடல்

முப்பந்தல் இசக்கி என்றே
மூவுலகும் பேர் பெற்றாள்
வருஷம் ஒரு திருநாளும்
வகைவகையாய் காணிக்கைகள்
வகையுடனே கோலப்பிள்ளை
மாவுப் பிள்ளை மஞ்சப்பிள்ளை
சீரான திருநாளாம் சிறப்புடனே
வராறாளே வாறாளே

III

இசக்கி கதை

பழகைநல்லூர் என்ற ஊரில் வேலவன் என்பவன் இருந்தான். அவன் அவ்வூர் கோவிலில் பணிபுரிந்த பார்ப்பானின் மகன். வேலவன் அந்த ஊரின் தேவதாசி குலத்தில் பிறந்த சிவகாமியின் மகள் லட்சுமியை விரும்பினான். லட்சுமி ஆடல் கலையில் வல்லவள். வேலவன் லட்சுமி வீடே கதி எனக் கிடந்தான்.

வேலவன் தன் கைப்பணத்தை அவளிடம் இழந்தான். அவனிடம் கொடுக்க ஏதுமில்லை என்று தெரிந்ததும் சிவகாமி அவனை வீட்டைவிட்டு வெளியேற்றினாள். வேலவன் காட்டுவழி சென்றான். லட்சுமிக்கு அவனைப் பிரிய மனம் இல்லை. வீட்டிலிருந்த நகைகளை அணிந்துகொண்டு அவனைத் தேடிச் சென்றாள்.

வேலவனை நடுக்காட்டில் கண்டாள். அவன் அவளை வீட்டிற்குத் திரும்பி விடு என்றான். அவள் கேட்கவில்லை. நடந்த களைப்பில் அவள்

உறங்கிய போது அவனது மனம் மாறியது. ஒரு கல்லை அவள் தலையில் போட்டான். ஆபரணங்களை மூட்டையாகக் கட்டிக் கொண்டு சென்றுவிட்டான்.

லட்சுமியைத் தேடி அவளது அண்ணன் கழுக்கண்ட நட்டுவன் காட்டு வழி போனான். தங்கையின் உடலைக் கண்டான். துக்கம் தாங்காமல் தன்னை மாய்த்துக்கொண்டான். இருவரும் அடுத்த ஜென்மத்தில் அண்ணன், தங்கையராய் சோழ நாட்டில் பிறந்தனர்.

அண்ணன் தங்கை என இரு குழந்தைகளால் சோழ நாட்டுக்குக் கெடுதல் வரும் என ஒரு சோதிடன் சொன்னான். அதனால் குழந்தைகள் காட்டில் விடப்பட்டனர். ஒருமுறை அய்யனார் கோவில் தெய்வம் அண்ணனைக் கொன்றது. தங்கை வேப்பமரத்தில் தங்கி யிருந்தாள். அதைப் பழகைநல்லூர் ஊர் மக்கள் வெட்டினர். அவர்களைப் பழிவாங்குவேன் என்றாள் லட்சுமி. அவள் இசக்கியாக மாறினாள்.

ஆபரண மூட்டையுடன் காட்டு வழி சென்ற வேலவனைப் பாம்பு கடித்தது; அவன் இறந்தான். அடுத்த பிறவியில் காவிரிப்பூம்பட்டினத் தில் பிறந்தான். ஆனந்தன் எனப்பெயர் பெற்றான். தந்தையின் வணிகத் தொழிலைச் செய்தான். ஒருமுறை பழகை காட்டுவழி போக வேண்டிய நிலை வந்தது. அப்போது இசக்கியாக இருந்த லட்சுமி வழிமறித்தாள். கள்ளியை ஒடித்து குழந்தையாக்கி இடுப்பில் வைத்துக்கொண்டாள். என் கணவரே உன் பிள்ளையைப் பாரும் என அந்த வணிகரிடம் சொன்னாள். இதை மறுத்த வணிகனுக்குப் பரிந்து பேச பழகை மக்கள் வந்தனர். இசக்கி வணிகனைக் கொன்றாள்; பழகை மக்களையும் கொன்றாள். பின் சிவனிடம் வரம் பெற்று இசக்கியம்மன் ஆனாள்.

IV

முப்பந்தல் கோவிலில் குடியிருக்கும் அவ்வையாரம்மனைப் பற்றிய ஒரு வில்பாட்டு உண்டு. இதன் சில பகுதிகள் மலையாளத்தில் உள்ளன. இப்பாடல்களை மலையாள மகாகவி உள்ளூர் பரமேஸ்வர அய்யர் சேகரித்துள்ளார். இதே கதை தமிழில் அம்மானை வடிவில் உள்ளது. அதில் அவ்வையார் ஆதிச்ச நல்லூரிலிருந்து குடியெர்ந்து முப்பந்தலுக்கு வருவதான பகுதி கீழ்வருமாறு

ஆதிச்சன்பூரைவிட்டு காட்டு மடப்பதை கூடி
கட்டளைக்குளம் கடந்து கருமேனி அய்யன் தோப்பும்விட்டு
செஞ்ஞாரைப் பதி கடந்து சேரமான் கோட்டைவிட்டு
அதிர்த்திவிளை காடதிலே கோயில் கட்டி குடியிருத்தி
பெண்ணான பெண் கொடியாள் அவையாருக்கிழுவியவள்
பாலோடே பண்ணையோடே யாச்சியத்தோடிருக்கையிலே

ஆதிச்சன் பூரதிலே வாறதந்த வேளையிலே
புரட்டாசி மாதத்திலே பன்னிரண்டாம் தேதியிலே
மழைக்கொதுங்கி இடைப்பெண்ணின் மனையதிலே சென்றாளே
அவையாரைச் சண்டவுடன் அகத்திருந்த சேலையீந்தாள்
அப்போது பாண்டிராசன் அங்கு வந்து சேர்ந்தாளே

29. நாட்டார் மரபில் விஷ்ணுவிற்கும் உரிமை உண்டு

தமிழக நாட்டார் தெய்வங்கள், வழிபாடு, நாட்டார் சடங்குகள் பற்றி ஆராய்ந்தவர்களில் பெரும்பாலோர் இவற்றைச் சைவச்சார்புடன் தொடர்புபடுத்திப் பேசுவது வழக்கமாக உள்ளது. நாட்டார் தெய்வங்களின் வழிபாட்டு மரபில் சிவன், பார்வதி தொடர்பான கதைகளே அதிகம் உள்ளன. சைவத்தை ஒப்பிடும்போது வைணவம் அல்லது விஷ்ணு தொடர்பான கதைகள், தெய்வங்கள், வழிபாட்டு முறைகள் மிகக் குறைவாகவே கிடைத்துள்ளன.

இரண்டாயிரம் ஆண்டுகளுக்கு முன்பே இராமாயண, பாரதக் கதைகள் தமிழகத்தில் வழக்கிலிருந்தன. இவை பற்றிய குறைவான சான்றுகள் சங்கப்பாடல்களில் காணப்படுகின்றன. இராமாயணத்தின் முழுக்கதையும் அல்லது வான்மீகியின் மூலவடிவமும் சங்க காலத்தில் வந்து சேர்ந்ததா என்பதைச் சரியாகச் சொல்ல முடியவில்லை. அதே சமயத்தில் சங்கப்பாடல்களில் காணப்படுகின்ற இராமாயணத் துணுக்குகள் வாய்மொழியாகப் பேசப்பட்டவற்றின் அறுபட்ட துண்டுகளும் அல்ல.

ஆரம்பகாலத்தில் தமிழ் மக்கள் வழங்கிய இராமாயணக் கதை உவமை, உருவகத்திற்குப் பயன்படும் அளவுக்குப் பரவலாக அறியப்பட்டிருக்கிறது. சிலப்பதிகாரம், பரிபாடல் போன்ற இலக்கியங்களின் காலத்தில் பாகவதக் கதைகள் பரவலாகிவிட்டன. இவ்விரு இலக்கியங்கள் மட்டுமல்ல, பெரும்பாணாற்றுப்படை, தொல்காப்பியம் போன்றவற்றிலும் குறிப்பிடப்படும் மாயோனும்- விஷ்ணுதான் என்று கூறுவது மரபாகிவிட்டது. ஐங்குறுநூறு நூல் கூறும் விண்டு விஷ்ணுவே என்பார் உரையாசிரியர்கள்.

உரையாசிரியர்களின் கணக்குப்படி சங்க கால விஷ்ணு வைதீகக் கடவுளாகவே காட்டப்படுகின்றான். இவன் ஆயிரம் தலைகளை உடைய பாம்பின் மேல் பள்ளி கொண்டவன். இவனது மகன் மன்மதன், இரணியனைக் கொன்றவன். ஆமை, பன்றி வடிவங்களை எடுத்தவன். தேசி என்னும் அரக்கனை அழித்தவன். கம்சனுடன் போர் செய்தவன். திருமகள் கணவன், இப்படிப் பல புராணத் துணுக்குகள் தமிழகத்துக்கு வந்து சேர்ந்துள்ளன. சிவன், திருமால் என இரண்டு தெய்வங்களிலும் வைதீகச் சார்புடன் காட்டப்படுவது திருமால்தான்.

சிவன் ஆரம்ப காலத்திலிருந்தே நாட்டார் மரபுடன் இணைக்கப்பட்டே பேசப்படுகிறான். சாதாரண மக்களின் கடவுள் என்ற அடையாளத்தைப் பெறுவதற்குரிய கூறுகள் அவனிடம் உள்ளன. திருமாலின் நிலை வேறு. நகரமயமாக்கப்பட்ட இடத்தில் வாழும் மக்களுடன் இணைக்கப்பட்டுப் பேசப்படுகின்றான்.

தமிழக வழிபாட்டு மரபுச் செய்திகளில் விஞ்சி நிற்பது சிவனா, விஷ்ணுவா என்று ஒரு பட்டிமன்றம் நடப்பதாக வைத்துக் கொண்டால் அதற்குத் தலைமை தாங்குபவர் நியாயமாக முடிவு சொன்னால் அது சிவனுக்குத்தான் வந்து சேரவேண்டும்.

இதற்கான சான்றுகளைத் தமிழகத்தில் பரவலாகத் தேடமுடியும் என்றாலும் சைவ ஆச்சாரியர்களோ சித்தாந்திகளோ நாட்டார் வழிபாட்டை ஏற்றுக்கொண்டார்கள் என்று சொல்ல முடியாது. ஆறுமுக நாவலர் கண்ணகியின் வழிபாட்டை வெறுத்ததும், 'செத்துப் பிறக்கின்ற தெய்வங்கள்' என நாட்டார் தெய்வங்களை ஒரு பிரபந்த ஆசிரியர் கூறியதும் தமிழுலகம் அறியும்.

தமிழகத்தில் நாட்டார் தெய்வங்கள், நாட்டார் வழிபாடு என எல்லாவற்றையும் ஒருசேர வைத்துப் பார்த்து ஒரு பொதுப்பண்பை உருவாக்கும் ஆய்வு நடந்ததாகத் தெரியவில்லை. நாட்டார் வழிபாட்டில் பழம் தமிழர் மதத்தையோ வைதீக சமயத் தாக்கத்தையோ தேடும் முயற்சி ஆரம்பகாலத்தில் நடந்திருக்கிறது. இத்தகு ஆய்வாளர்களில் பெரும்பாலோர் நாட்டார் மரபில் வைணவத் தாக்கம் அல்லது திருமால் வழிபாடு பற்றிய செய்திகளை ஆய்வுக்கு எடுத்துக்கொள்ளவில்லை என்று தோன்றுகிறது. இதற்கு முக்கிய காரணம் சான்றுகள் குறைவு என்பதால் இருக்கலாம்.

தென் மாவட்ட நாட்டார் மரபில் திருமால் அல்லது வைணவத் தாக்கம் குறித்த செய்திகளை 16க்கு மேற்பட்ட கதைப்பாடல்களில் தேட முடியும். ரங்கநாதன் குடிபெயர்ந்ததான கதை தொடர்பான பெருமாள்சாமி காவியம் என்ற கதைப்பாடலுக்கு மட்டும் பத்து வாய்மொழி வடிவங்கள் உள்ளன. இவற்றில் ஏழு வாய்மொழி வடிவிலும், ஏட்டு வடிவிலும் உள்ளன.

பெருமாள்சாமி காவியத்தில் வரும் பெருமாள் என்ற நாட்டார் தெய்வத்திற்குத் தென் மாவட்டங்களில் வழிபாடு உள்ளது. நாஞ்சில் நாட்டில் மட்டும் இலந்தவிளை, புல்லுவிளை என 12 க்கு மேற்பட்ட கிராமங்களில் வழிபாடு பெறுகிறது. இலந்தவிளை கிராமத்தில் சங்கு சக்கர தாரியாக நான்கு கரங்களுடன் அமர்ந்த கோலத்தில் பெருமாள் சாமி இருக்கிறார். இது பஞ்சலோகப் படிமம். இவர் அண்மைக்காலம் வரை ஆடு பலிவாங்கிக்கொண்டிருந்தார்.

திருவனந்தபுரத்திற்குத் திருவரங்கன் வந்த வரலாறு அல்லது பெருமாள்சாமி காவியம் என்ற வில்லிசைப்பாடல் தென் மாவட்டக் கோவில்களில் இன்றும் வில்லிசை நிகழ்ச்சியில் பாடப்படுகிறது.

திருவரங்கத்தில் குடிகொண்ட ரங்கன் தன் பூசகன் ஒருவனை பிற பூசகர்கள் பழித்ததால் திருவரங்கத்திலிருந்து குடிபெயர்ந்து திருவனந்த புரத்தில் கோவில் கொண்டான் என்ற வாய்மொழிக் கதையின் அடிப்படையில் இந்த வில்லுப்பாட்டு உருவானது. இதே கதை காஞ்சி வரதராஜப் பெருமாளுடனும் சார்த்திக் கூறப்படுகிறது. இக்கதை திருமழிசை ஆழ்வாருடனும் தொடர்புடையது.

திருவரங்கம் அல்லது காஞ்சிபுரத்திலிருந்து பெருமாள் தென் மாவட்டத்துக்கு குடிபெயர்ந்தான் என்ற வாய்மொழி மரபுக்குத் திருமழிசையாழ்வார் கதை மூலமாயினும், பெருமாள்சாமி கதை அதிலிருந்து சற்று வேறுபட்டது; அதோடு தென்மாவட்ட வாய்மொழி மரபின் இணைப்பும் அதில் உண்டு.

தென் திருவிதாங்கூர் பகுதிகளில் மட்டுமல்ல, திருவனந்தபுரம் பத்மநாப சுவாமி கோவில் தொடர்பான கதைகளில்கூட ரங்கனாதனின் குடிப்பெயர்ச்சி செய்தி வருகிறது. திருவனந்தபுரம் பத்மநாப சுவாமி கோவில் தொடர்பான வாய்மொழிக் கதைகளை ராணி கவுரிலட்சுமிபாய் தொகுத்திருக்கிறார் (Sree Padmanaba Swamy Temple Bharatiya Vidya Bhavan Bombay1995).

பத்மநாப சுவாமி கோவிலில் கிடைத்த அனந்தசயனம் மகாத்மியம் என்னும் ஏடு அக்கோவில் தொடர்பான ஒரு கதையைக் கூறுகிறது. இது திவாகர முனிவருடனும் குஜராத் மாநிலத்தில் குடிபெயர்ந்த ஒரு சாதியினருடனும் தொடர்புடையது. இதே கதை இன்றைய கன்னியாகுமரி மாவட்டத்தில் வாய்மொழியாகவும் பேசப்படுகிறது.

குஜராத் (துவாரகை), காஞ்சிபுரம், ஸ்ரீரங்கம் ஆகிய இடங்களில் ஒன்றிலிருந்து தென் திருவிதாங்கூருக்கு வைஷ்ணவக் குடும்பங்கள் சில குடிபெயர்ந்தது பற்றிய ஒன்பது கதைகள் சேகரிக்கப்பட்டுள்ளன.

கன்னியாகுமரி மாவட்டம் மேற்குப் பகுதியில் வாழும் கிருஷ்ணவகை (குருப்பு) என்னும் சாதியினர் பற்றி டாக்டர் கே.கே.பிள்ளை ஒரு கட்டுரை எழுதி இருக்கிறார். அவர் இச்சாதியினர் கிருஷ்ணனின் வகையினர், அதனால் இப்பெயர்; இவர்கள் துவாரகையிலிருந்து கிருஷ்ணப் படிமத்தைச் சுமந்துவந்து திருவனந்தபுரத்திற்குக் கொண்டு வந்தார்கள். இந்தக் கதை 18 ஆம் நூற்றாண்டிலேயே சேகரிக்கப் பட்டிருக்கிறது என்கிறார்.

இந்த சாதியினர் தமிழ், மலையாளம் என இரு மொழிகளையும் பேசுகின்றனர். இவர்களிடம் மருமக்கள் வழியினரும் உண்டு. இவர்களிடம் சேகரித்த செய்திகளின் அடிப்படையில் வைணவச் சார்பு உடைய அரச வம்சா வழியினர் என்கின்றனர்.

பிரமானந்த புராணமும் சுவாதித் திருநாள் பிரபந்தமும், திவாகர முனி என்னும் துளு பிராமணர் தொடர்பான கதையைக் கூறுகின்றன. ஒருமுறை இவர் தன் பூஜை அறையில் இருக்கும்போது குழந்தை ஒன்று சாளக்கிரமத்தை எடுத்துக் கொண்டு ஓடியதாம்; திவாகரம் குழந்தையின் பின்னே ஓடினார். குழந்தை புலையர் குடியிருப்பு இருந்த இடத்திற்குச் சென்றது. சாளக்கிரமத்தை ஒரு இலுப்பை மரத்தின் அடியில் போட்டுவிட்டு மாயமாய் மறைந்தது. திவாகர் அந்த இடத்தில் ஒரு கோவில் கட்ட ஏற்பாடு செய்தார். திருவனந்தபுரம் பத்மநாபசுவாமி கோவில் உருவானதற்கான கதை இது. இந்த நிகழ்ச்சி கொல்ல வருஷம் 222 இடவ மாதம் (மேய் - ஜூன் கி.பி. 1050) என்பது பழைய ஆவணக் கணக்கு.

திருவனந்தபுரம் பத்மநாபசுவாமி கோவிலுடன் தொடர்புடைய இரண்டு கதைகளை பரவலாகக் கேட்க முடியும். இவை வழக்காற்றுக் கதைகள். ஒன்று ஸ்ரீரங்கம் அல்லது காஞ்சிபுரத்திலிருந்து கிருஷ்ணன் திருவனந்தபுரத்தில் குடியேறியது. இரண்டு அப்படிக் குடியேறும்போது புலையர் வழியே கிருஷ்ணன் அறிமுகமாகிறான். முதல் செய்திக்குக் கதைப்பாடல் சான்று. இரண்டாவது வாய்மொழியாக வழங்குவது.

திருவனந்தபுரம் அனந்தங்காடாய் இருந்த சமயம். இலுப்பை மரங்கள் நிறையவே அடர்த்தியாக நின்றன. அந்தக் காட்டில் ஒருநாள் புலையன் புலைச்சி இரண்டு பேர் நடந்து போய்க்கொண்டிருந்தார்கள். அப்போது இலுப்பை மரத்தின் கீழ் குழந்தை ஒன்று அழுதுகொண்டு நிற்பதைக் கண்டனர்.

குழந்தை பசியால் அழுகிறது என்பதைப் புலைச்சி புரிந்து கொண்டாள். குழந்தைக்கு முலைப்பாலைக் கொடுத்தாள். குழந்தை பால் குடித்தது; சிரித்தது. புலையன் பசும்புல்லைச் சேகரித்து மெத்தை போல் ஆக்கினார். புல் மெத்தையில் குழந்தையைக் கிடத்தினாள் புலைச்சி. குழந்தை உடனே கிருஷ்ணனின் சிற்பமாக ஆனது. இலுப்பை மரம் ஐந்துதலைப் பாம்பாக மாறியது.

இதைப் பார்த்ததும் புலையனும் புலைச்சியும் பயந்துபோனார்கள். அங்கிருந்து வேகமாய் ஓடிவிட்டனர். இந்த விஷயத்தைத் தன் எஜமானிடம் சொன்னான் புலையன். அதை அரசனும் அறிந்து விட்டான். அங்கே ஒரு கோவில் கட்டினான் அரசன். அது பத்மநாப சுவாமி கோவில்.

அனந்தனை முதலில் கண்ட புலையனை அரசனுக்கு மறக்க முடியவில்லை. கோவில் பக்கத்திலுள்ள ஒரு வயலைப் புலையனுக்குக் கொடுத்தான். அந்த வயலில் விளையும் நெல்லை அரிசியாக்கி பத்மநாபனுக்கு நைவேத்தியமாககச் கொடுக்க வேண்டும் என்றும் அரசன் புலையனுக்குக் கட்டளை இட்டான். அந்த வயல் புத்தரிக் கண்டம் எனப்பட்டது.

பத்மநாப சுவாமி கோவிலில் கன்னிப்பூ நிறை சடங்கிற்கு இந்த வயலிலிருந்து கதிரை அறுத்துச்செல்வது வழக்கம். இருபதாம் நூற்றாண்டு ஆரம்பத்தில்கூட இந்த நிகழ்ச்சி நடந்தது. திருவனந்தபுரம் கிழக்கே கோட்டை எதிரே இப்போதுள்ள மைதானமே ஒரு காலத்தில் புத்தரிக் கண்டமாக இருந்தது. மகாத்மா காந்தி திருவனந்தபுரம் வந்தபோது, புத்தரிக் கண்டம் வயலில் புலையர்கள் நின்று பார்த்திருக் கிறார்கள்.

பத்மநாபசுவாமி கோவில் உருவான கதைகளில் வில்வமங்கலம் சாமியார் கதையும் ஒன்று. இதனுடனும் புலையர் ஒருவர் தொடர்புபடுத்தப்படுகிறார். வில்வமங்கலம் நம்பூதிரி என்பவர் ஒருவரல்லர்; இவர்கள் மூன்று கால கட்டங்களில் வாழ்ந்தவர்கள் என்று சொல்லுகிறார்கள். மலையாள மகாகவியும் இலக்கிய வரலாற்றாசிரியருமான உள்ளூர் பரமேஸ்வர அய்யர் வில்வமங்கலம் நம்பூதிரி ஒருவரே; அவர் பத்மநாபசுவாமி கோவில் தொடர்பானவர் என்கிறார். 9ஆம் நூற்றாண்டில் வில்வமங்கலம் சாமியார் ஒருவர் இருந்தார்; 1588ல் ஒருவரும் இருந்தார். இவர்களைப் பற்றிய வாய்மொழிக் கதைகளே பின்னர் தல புராணத்தில் நுழைந்தது. இவர்களின் கதை திவாகரமுனிவர் கதை போன்றது.

திருவனந்தபுரம் பத்மநாப சுவாமி கோவிலும் திருவட்டாறு ஆதி கேசவர் கோவிலும் ஒரே அமைப்பை உடையது. இங்கு இருக்கின்ற அம்பாடி கிருஷ்ணன் கோவில் பற்றிய கதைகள் மகாபாரதத் தொன்மத்துடன் இணைக்கப்பட்டு பேசப்படுகிறது. இந்தக் கதைகள் தென் திருவிதாங்கூரிலும் வாய்மொழியாகப் பேசப்படுகின்றன.

அர்ஜுனன் தீர்த்தயாத்திரை சென்றபோது ராமேஸ்வரத்திற்குச் சென்றான். அங்கே ஒரு கல்பாலத்தைக் கண்டான். பாலம் அருகே ஒரு குரங்கு நின்றது. அர்ஜுனன் குரங்கிடம் இந்தப் பாலத்தைக் கட்டியது யார்? என்று கேட்டான். குரங்கு இராமனின் கட்டளையால் குரங்குகளும் கரடிகளும் பாலத்தைக் கட்டின என்றது.

அர்ஜுனன் கிருஷ்ணனின் பெயரைச் சொல்லி என் வில்லின் உதவியால் பாலம் கட்ட முடியும் என்றான். குரங்கு "செய் பார்க்கலாம்" என்றது. அர்ஜுனன் வில்லை வளைத்து அம்பைப் பொருத்தி கிருஷ்ணா என வாய்விட்டுச் சொல்லி சரத்தைச் செலுத்தினான். சரங்கள் சென்றன. பாலம் உருவானது. குரங்கு அப்பனே நீ யார்? எனக்

கேட்டது. "நான் பாண்டு மைந்தன் அர்ஜுனன்" என்றான். இதே சமயத்தில் குரங்கு அனுமனாக உருமாறியது.

அனுமனுக்கும் அர்ஜுனனுக்கும் இடையே கிருஷ்ணன் குழந்தையாக நின்றான். இருவரும் கிருஷ்ணனை வணங்கினர். கிருஷ்ணன் திருவரங்கத்தில் ரங்கனுக்குப் பூசை செய்வோரிடம் மாறுபாடு வரப்போகிறது; அதனால் ரங்கனாதன் அங்கிருந்து குடிபெயர்ந்து அனந்தங்காட்டுக்கு வரப்போகிறான். நானும் அவனுடன் சேர்ந்து கொள்ளுவேன் என்றான்.

திருவனந்தபுரம் பத்மநாப சுவாமி ஆலயம் உருவான கதை பெருமாள்சாமி கதையுடன் தொடர்புடையது. இராம வழிபாட்டிற்கு எதிராக அல்லது அதை அகற்றிவிட்டு கிருஷ்ண வழிபாட்டின் ஆரம்பம் இந்த வாய்மொழிச் செய்தியின் சாராம்சம் என்று ஊகிக்கலாம் நீ. தென் மாவட்டங்களில் குறிப்பாக - தென் திருவிதாங்கூரில் கிருஷ்ண வழிபாடு நாட்டார் மரபில் நுழைந்ததற்கு இது போன்ற வேறு கதைகளும் உண்டு.

ஸ்ரீரங்கத்திலிருந்து ரங்கநாதன் திருவனந்தபுரத்திற்கு வந்தபோது தனியாக வரவில்லை; மூன்று பூதங்கள், சில தெய்வங்களுடன் வந்தார். ஸ்ரீரங்கத்திலிருந்து அனந்தபுரம் வரையுள்ள ஊர்களில் உள்ள கோவில்களுக்குச் சென்றார். சிதம்பரம் நடராசன், மதுரை மீனாட்சி, நெல்லை காந்திமதி எனப் பல தெய்வங்களைக் கண்டு அளாவளாவினார். இதெல்லாம் பெருமாள்சாமி காவியம் கூறும் செய்தி. வில்லிசைக் கலைஞர் தங்கமணி, ரங்கனாதன் ஸ்ரீரங்கத்திலிருந்து பெரும் செல்வங்களுடன் தங்க நகைகளுடன் பட்டு பீதாம்பரங்களுடன் ஆடம்பரமாக வந்தார் என வில்லிசை நிகழ்ச்சியில் பாடுகிறார்.

அனந்தங்காட்டில் கிருஷ்ணன் (பெருமாள்) வந்தபோது புலையன் ஒருவனே முதலில் கண்டான் என்னும் செய்திகள் வேறு வேறு வடிவங்களில் உள்ளது. ரங்கன் குடிப்பெயர்ச்சி மூலக்கதை; மட்டுமன்றி தென் திருவிதாங்கூரில் பெருமாள் சாமி அல்லது திருமால் குடிபெயர்ச்சி மட்டுமல்ல வைணவத்தாக்கம் உள்ள வேறு கதைகளும் வழக்கில் உள்ளன.

1. காஞ்சிபுரத்திலிருந்து கருடன் பறக்கை மதுசூதனப் பெருமாள் ஆலயத்துக்கு வந்த கதை
2. இராமாயண காவியம் தொடர்பான இராவணன் வழிபட்ட பத்திரகாளி வழிபாடு, இராவணன் பூஜா விதி என்ற நூல்.
3. இடைகரை புலை மாடசாமி கதை
4. பிணமாலை சூடும் பெருமாள் கதை
5. திருநெல்வேலி மாவட்டம் வாகைக் குளம் உலகளந்த பெருமாள் கோவில் அருகே உள்ள வைணவ பிராமணர் குடிபெயர்ச்சி

6. தென் மாவட்டங்களில் வழக்கில் உள்ள தோல்பாவைக் கூத்து, கண்ணன் ஆட்டம் என்னும் இரு கலைகள்.

இச்சான்றுகள் எல்லாமே தென் மாவட்டம் - குறிப்பாக திருநெல்வேலி, கன்னியாகுமரி மாவட்டம் தொடர்பான வைணவத் தொடர்புகளைக் கூறுவன.

ஒருமுறை காஞ்சிபுரத்து அரசன் ஒருவனின் பிறந்தநாள் சனிக்கிழமை வந்தது. சோதிடர்கள் அரசனிடம் இதனால் தோஷம் வரும் பரிகாரம் செய்யலாம் எனச் சொன்னார்கள். அரசன் "என்ன பரிகாரம்" எனக் கேட்டான். ஜோதிடன் மரத்தால் கருடன் செய்து அதைத் தென் திருவிதாங்கூரில் உள்ள பறக்கை மதுசூதனர் ஆலயத்திற்குக் கொடுக்க வேண்டும் என்றான்.

அரசனின் கட்டளைப்படி திறமையான தச்சர் ஒருவர் கருடன் செய்தார். அது தத்ரூபமாக இருந்ததால் வானில் பறக்க யத்தனித்தது. ஆசாரி தன் கை உளியை அதன் மேல் எறிந்தான். உளி கருடனின் சிறகில் பட்டது; என்றாலும் கருடன் வானில் பறந்தது. ஆசாரி அதன் பின்னே ஓடினான். அரசனும் பரிவாரங்களும் கருடன் பின்னே சென்றன. கருடன் பறக்கை கோவிலில் தஞ்சமடைந்தது; தச்சனும் அங்கே போனான். கருடன் கோவிலில் தென்மேற்கு மூலையில் அமர்ந்தது.

இந்தக் கதை மேலும் தொடருகிறது. பறக்கை மதுசூதனர் கோவில் தலபுராணத்தில் இக்கதை வருகிறது. இக்கோவில் திருவிழாவில் 5 ஆம் நாளில் கருடனுக்குக் கண் திறப்பது என்ற சடங்கு நடக்கிறது. இப்போதும் நடக்கும் நிகழ்ச்சியை ஆசாரி ஒருவரே செய்கிறார். இவரது குடும்பத்தினர் தங்களைக் காஞ்சிபுரத்திலிருந்து குடிபெயர்ந்தவர்களாகச் சொல்லிக் கொள்ளுகின்றனர்.

நாஞ்சில் நாட்டில் பறக்கை, மருங்கூர், இரவிபுதூர், காடேத்தி என்னும் கிராமங்களில் காஞ்சிபுரத்திலிருந்து அரசன் ஒருவன் வந்ததான கதை வழங்குகிறது. இவன் வைஷ்ணவச் சார்பாளன். இவனுக்கு இரவிபுதூரில் வழிபாடு உள்ளது. இவன் தொடர்பான கதை வில்லிசை நிகழ்ச்சியில் பாடவும் செய்கின்றனர்.

இராமாயணக் கதையுடன் தொடர்புடைய பாத்திரங்களுக்கு வழிபாடு நிகழ்வது பொதுவானது. இவற்றில் வட்டார ரீதியான வேறுபாடு உண்டு. தென் திருவிதாங்கூரில் இப்படியான வழிபாடுகள் சிலவற்றை அடையாளம் காண முடியும். இதுவும் இப்பகுதியின் வைணவச் சார்பின் சான்று.

கன்னியாகுமரி மாவட்டம் அகஸ்தீஸ்வரம் தாலுகாவில் தெக்குறிச்சி உட்பட 14 கிராமங்களில் கோவிலூட்டம்மை வழிபாடு உள்ளது. இந்த வழிபாடு தூத்துக்குடி மாவட்டம் தட்டார் மடம்

ஊரிலிருந்து குடிபெயர்ந்த வைணவர்களால் பரவியதாகச் சொல்லுகிறார்கள். தட்டார் மடம் கோவில் வடதமிழ்ப் பகுதியில் ஓர் ஊருடன் தொடர்புடையது என்ற ஒரு கதை உண்டு. அந்த ஊர் பெரும்பாலும் காஞ்சிபுரம் அல்லது ஸ்ரீரங்கமாக இருக்கலாம்.

கோவிலூட்டம் என்ற பெயர் காளியைக் குறிப்பது. இவள் இராவணனால் பூசை செய்யப்பட்ட காளி. இராமனை வெல்ல சுக்கிராச்சாரியார் கூறிய அறிவுரைப்படி இராவணன் வழிபட்ட தெய்வம். இந்த வழிபாட்டை அனுமனும் அங்கதனும் அழித்தனர் என்பது ஒரு ராமாயணக் கதை.

கோவிலூட்டம்மை வழிபாட்டினரிடம் ஒரு சிறிய கதைப்பாடல் உள்ளது. 238 வரிகள் கொண்ட இதை இவர்கள் காவியம் என்கின்றனர். இராவணன் இராமனை ஜெயிக்க காளியிடம் வாள் வேண்டி எட்டாவது கோட்டையில் யாகம் செய்கிறான். இதை விபீஷ்ணன் வழி அறிந்த அனுமன் தன் வீரர்களுடன் அந்த இடத்திற்குப் போகிறான்.

அனுமன் காளியிடம் இராம அவதாரப் பெருமையையும் திருமாலின் சிறப்பையும் விவரிக்கிறான். உடனே காளி வீரவாளை அனுமனிடம் கொடுத்துவிடுகிறாள். தன்னை திருமால் அடியவனாகப் பிரகடனப்படுத்துகிறான். என்னை யார் வணங்குகிறார்களோ அவர்களுக்குத் திருமாலின் அருள் கிடைக்கும் என்கிறான்.

இராமன் காளியிடம் பெற்ற வாளால் இராவணனை வெட்டுகிறான். இந்த வாள் திருமாலின் அம்சமாகக் கொள்ளப்பட்டது. இராம ராவணப் போர் முடிந்ததும் காஞ்சிபுரத்தில் உள்ள சிலர் காளியை வழிபட்டனர்; இதற்கு அடையாளமாக ஒரு வாளை நட்டனர். இது கோயிலூட்டம்மை எனப்பட்டது.

இராவணன் யாகம் செய்து காளியை வருவித்த கதை தமிழ் ராமாயணங்களிலோ வான்மீகியிலோ இல்லை. ஆழ்வார்களும் சொல்லவில்லை. வட இந்திய ராமாயணங்கள் சிலவற்றிலும் (அத்யாத்ம ராமாயணம்) தெலுங்கு இராமாயணங்களிலும் (ரங்கநாத ராமாயணம், ஆனந்த ராமாயணம்) பரோடா சமஸ்தானத்தில் கிடைத்த சமஸ்கிருத ராமாயண ஏட்டிலும் இந்தக் கதை நிகழ்ச்சி உள்ளது.

தோல் பாவைக்கூத்து நிகழ்ச்சியில் இராவணனின் தம்பி ஒருவன் இராமனைக் கொல்ல யத்தனிக்கும் கதை காட்டப்படும். இது மயில்ராவணன் கதை எனத் தனியாகவும் காட்டப்படுகிறது.

இடைகரை புலை மாடசாமி என்னும் நாட்டார் தெய்வம் தொடர்பான கதையும் அனந்தன்காட்டு கிருஷ்ணன் கோவில் பூசகருடன் தொடர்புடையதுதான். பிணமாலை சூடிய பெருமாள் கதை சுடலை மாடன் தொடர்புடையது. பெருமாள் மாடனாக மாறிய இந்தக் கதை திருநெல்வேலி மாவட்டம் தென்பகுதி கிராமங்களில் வழக்கில் உள்ளது.

இப்படியாக தென் மாவட்டங்களில் வழிபாடு பெறுவதும், வில்லிசை நிகழ்ச்சில் பாடப்படுவதும், வாய்மொழி வடிவில் இருப்பதுமான தெய்வங்களின் கதைகள் பெருமாள் சாமி காவியத்துடன் நேரடியாகவோ மறைமுகமாகவோ தொடர்புடையவை என்பதை மறுக்க முடியாது. இவற்றின் வழி சில விஷயங்களை ஊகிக்க முடியும்.

நாட்டார் மரபில் வைணவத் தாக்கம் முழுதும் இல்லை என்ற முந்தைய கருத்தாக்கத்திற்கு எதிரான சான்றுகள் உள்ளன. நாட்டார் தெய்வங்களில் சிவன் பார்வதி தொடர்பானவை மிக அதிகம்; என்றாலும் பெருமாளும் நாட்டார் தெய்வமாக இருக்கிறார்.

கன்னியாகுமரி மாவட்டத்திற்கு ஸ்ரீரங்கம் அல்லது காஞ்சிபுரத்திலிருந்து குடிப்பெயர்ச்சி நடந்திருக்கிறது. இப்படி வந்தது தொடர்பான திருமழிசை ஆழ்வாரின் கதையை மூலமாக வைத்து ஒரு கதைப் பாடல் உருவாகியிருக்கிறது. பெருமாள் சாமி காவியம் என்னும் இக்கதைப் பாடல் வேறு பல கிளைக் கதைகள் உருவாகவும் காரணமாயிருக்கிறது.

திருவனந்தபுரம் பத்மநாபசுவாமி கோவில் உருவானதற்காகச் சொல்லப்படும் கதைகளில் ஸ்ரீரங்கம் குடிப்பெயர்ச்சி கதை முக்கியமானது. அதோடு நாட்டார் மரபின் தாக்கத்துடனேயே அனந்தன் காட்டு பத்மநாபன் உருவாயிருக்கிறான் என்று சொல்லும் அளவுக்கு கதைகள் வழக்கில் உள்ளன.

திருவனந்தபுரம் கோவில் உருவான கதைகளில் புலையர் சாதியினருக்கும் பங்குண்டு. ஸ்ரீரங்கத்திலிருந்து குடிபெயர்ந்த பெருமாள், முதலில் அனந்தன் காட்டில் புலையர் தம்பதிகளைத்தான் சந்திக்கிறான். புலையர் வாழும் குடியிருப்பில்தான் பெருமாளுக்கு வழிபாடு நடந்திருக்கிறது. அப்போது பூசை செய்த நம்பூதிரி புலைப் பெண்ணை விரும்பியதால் கொலைப்பட்டார் என்ற ஒரு கதை உண்டு (இடைகரை புலை மாடசாமி)

தென் மாவட்டங்களில் வைணவத் தாக்கம் உடைய கண்ணன் ஆட்டம், கிருஷ்ணனாட்டம், தாதராட்டம், தோல்பாவைக் கூத்து எனச் சில நாட்டார் கலைகளும், பெருமாள் சாமி காவியம், கோவிலூட்டம்மன் கதை, அயோத்தி கதை, இரண்யசம்ஹாரம், குகலவர்சாமி கதை என அச்சில் வந்த கதைகளும், இடைகரை புலை மாடசாமி கதை, பிணமாலை சூடும் பெருமாள் கதை, கோமாண்டி கதை எனச் சில வாய்மொழிக் கதைகளும் உள்ளன. தோல்பாவைக் கூத்து ஆந்திர ராமாயணச் செல்வாக்குடையது.

‘உங்கள் நூலகம்’ ஜூன் 2022

நாஞ்சில் நாட்டு வாலிபர் முதல் மகா நாடு

நாகர்கோவில் (27-2-1944)

1-வது வரிசை: ச.ராமையா, N.R. கிருஷ்ணன், K. குமாரசுவாமி, K.R. பெருமாள்.

2-வது வரிசை: K.R. லக்ஷ்மணன், நா. அண்ணாமலை, கவி. சி. தேசிக விநாயகம் பிள்ளை, கவி.வெ. இராமலிங்கம் பிள்ளை, S. சிவன் பிள்ளை, M.A. வீரப்பா.

3-வது வரிசை: C. சங்கர், S. உழைதாணு பிள்ளை, T.M. சுந்தரம், P.S. மணி, M. பாலசுப்பிரமணியம், ராம. அண்ணாமலை.

காஞ்சி நாட்டு வாலிபர் மத்ய சங்கம், நாகர்கோவில்

தற்போது திருவள்ளுவர் சிலை அமைந்திருக்கும் பாறைகள் 1930ல் எடுக்கப்பட்ட படம்

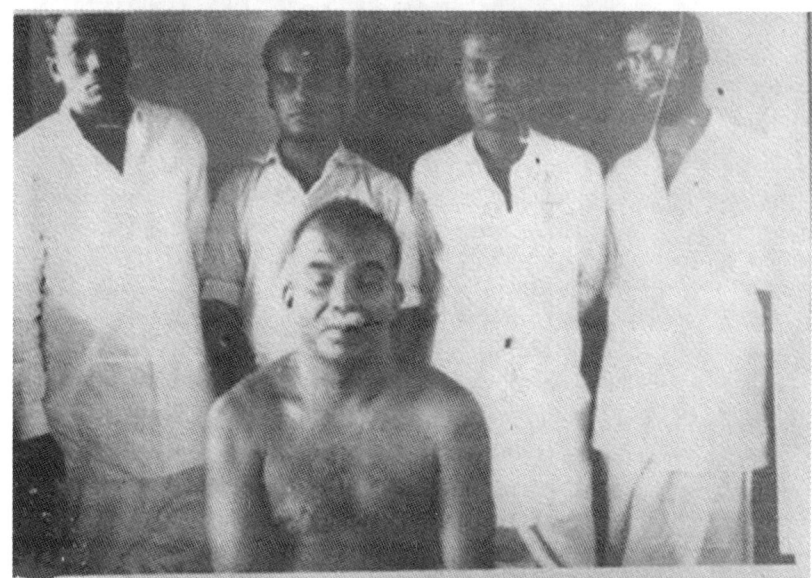

ஜீவானந்தம் சிறைக் கைதியாக வெளிவந்த நிலையில் 1942)

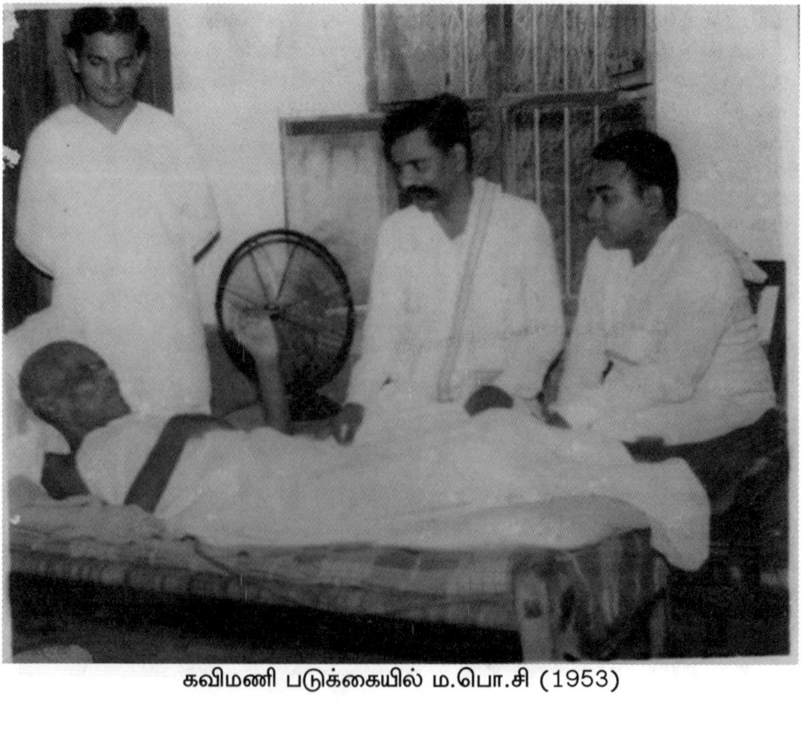

கவிமணி படுக்கையில் ம.பொ.சி (1953)

தி.க. அவ்வை சண்முகம், தியாகி பி.எஸ். மணி, காங்கிரஸ் தலைவர் மகாதேவன்

பி.எஸ். மணி நாமக்கல் கவிஞர் ராமலிங்கம் பிள்ளை

ம.பொ.சி பேச்சு

கன்னியாகுமரி மாவட்டத்தில் ஆரம்பகால பஸ் பயணிகள்

சுசீந்திரம் தாணுமாலயன் கோவில்

கன்னியாகுமரி காந்தி மண்டப எதிர் வீதி 1919

திருவனந்தபுரம் பத்மநாபசுவாமி கோவில் 1940

12 சீட் திருவனந்தபுரம் பஸ் (1912)